E-Z DICKENS SUPERHERO AKLAT 1 AT 2

ANGHEL NG TATU; ANG TATLO

Cathy McGough

Stratford Living Publishing

Ang bersyong ito ay inilathala noong Mayo, 2025.

ISBN: 978-1-997879-46-6

Cover art powered by Canva Pro.

SINASABI NG MGA MAMBABASA...

LIMANG BITUIN - PINAKAMAGUSTONG AKLAT NG MGA MAMBABASA BUKO ISANG ANGHEL NG TATOO

"Matapos iwanang ulila ng isang trahedya ang isang batang lalaki, natuklasan niyang mayroon siyang espesyal na kapangyarihan na makakatulong sa kanya na magligtas ng mga buhay sa aklat na pang-adventure para sa kabataan na E-Z Dickens Superhero (Bukong Unang Aklat: Anghel ng Tattoo) ni Cathy McGough. Labing-tatlong taong gulang na si Ezekiel Dickens, na tinatawag nilang E-Z ng kanyang mga kaibigan at pamilya, ay isang karaniwang batang lalaki na mahilig sa baseball. Isang aksidente ang nag-agaw sa kanya sa kanyang mga magulang at naghatid sa kanya sa wheelchair,

Punong-puno ng mga bugtong at multo ang supernatural na pakikipagsapalaran para sa kabataang may sapat na gulang, ang E-Z Dickens Superhero ni Cathy McGough. Sa positibong mensahe nito, makakatulong ang kuwentong ito sa mga nagdurusa mula sa trauma at pinsala upang gumaling at mabago ang kanilang pananaw."

APAT NA BITUIN - AMAZON REVIEWER - AKLAT ISA: ANGHEL NG TATU

Nang magising si E-Z sa ospital matapos ang isang malagim na aksidente, patay na ang kanyang mga magulang at hindi na makagalaw ng binatilyo ang kanyang mga daliri sa paa. Bagaman nakakadena sa wheelchair, natuklasan niyang kaya niyang lumipad - na may mga pakpak na tumubo mula sa kanyang mga braso kung saan dapat ay may mga tattoo. Hindi siya iniwan para mag-isa sa isang kakaibang bagong mundo, dahil nariyan ang kanyang Tiyo Sam na nag-alaga sa kanya, kasama ang mga supernatural na nilalang na lumilitaw kapag hindi mo inaasahan.

Gusto ko si E-Z.

Kakaiba siya, at kahit na nawasak ang kanyang pangarap na maging isang propesyonal na manlalaro ng baseball dahil sa aksidente, hindi siya nagpapahabag sa sarili at hinahatak niya ang mambabasa na sumabay sa kanya. Nakakaaliw ang kanyang saloobin (sa kabila ng pagkakaroon niya ng pakpak, walang pun de press). Hihiyain siya ng mga mambabasa. Maganda na makita ang isang taong may kapansanan na may pangunahing papel sa banghay, sa halip na manatili sa gilid at kakaunti ang naiaambag sa kuwento.

Palakpakan para sa may-akda. Nagustuhan ko rin ang konsepto ng mga multo na nagbibigay kay E-Z ng espesyal na kapangyarihan, ngunit sana'y mas na-develop pa sila bilang ibang pangunahing tauhan. Gayunpaman, isang matalinong kuwento. Magugustuhan ito ng mga kabataang tinedyer. Magaling.

LIMANG BITUIN - Tagasuri ng Amazon - IKALAWANG AKLAT: ANG TATLO

Ang E-Z DICKENS SUPER HERO IKALAWANG AKLAT: ANG TATLO ni Cathy McGough ay isang mahusay na kuwento ng pakikipagsapalaran ng superhero. Ang mga pangunahing tauhan, sina E-Z, Lia at Alfred, ay dadalhin ka sa isang pakikipagsapalaran na may mga sorpresang hindi mo inaasahan. At ano ang kinalaman ng mga Arkanghel sa kanilang misyon? Alamin mo mismo. Talagang nagustuhan ko ang banghay, ang istilo ng pagsulat at ang kuwento, na nagpapanatili sa akin sa tensiyon hanggang sa huling kabanata.

Inirerekomenda ko ang librong ito sa sinumang mahilig sa mga superhero, suspense, aksyon, pakikipagsapalaran, kabataan, YA o kathang-isip.

TALAAN NG MGA NILALAMAN

PAG-AALAY

Para kay Dorothy na naniwala.

AKLAT ISAA:

ANGHEL NG TATU

PANIMULA

LUMIPAD ANG UNANG NILALANG patungo sa dibdib ni E-Z at lumapag, nakausli ang baba at nakapatong ang mga kamay sa balakang. Umikot ito nang isang beses, paharap sa kanang direksyon. Habang lalo itong umiikot, isang awit ang umalingawngaw mula sa pag-uga ng mga pakpak nito. Ang awit ay isang mababang ungol. Isang malungkot na awit mula sa nakaraan bilang pagdiriwang sa isang buhay na wala nang buhay. Sumandal ang nilalang paatras, nakahiga ang ulo sa dibdib ni E-Z. Tumigil ang pag-ikot ngunit nagpatuloy ang pagtugtog ng awit.

Sumali ang ikalawang nilalang, ginagawa ang parehong ritwal, habang umiikot pabaliktad ng orasan. Lumikha sila ng bagong awit, na walang beep-beeps at zoom-zooms. Dahil nang sila'y kumanta, hindi kinakailangan ang onomatopeya. Samantalang sa pang-araw-araw na pag-uusap kasama ang mga tao, kinakailangan ito. Ang awit na ito ay napatawag sa ibabaw ng isa pa at naging isang masayang, matiningning na pagdiriwang. Isang oda para sa mga darating, ng isang buhay na hindi pa nabubuhay. Isang awit para sa hinaharap.

Isang pagsabog ng alikabok ng diyamante ang sumabog mula sa kanilang gintong saksakan ng mata habang sila'y umiikot nang perpektong magkakasabay. Ang alikabok ng diyamante ay sumirit mula sa kanilang mga mata patungo sa natutulog na katawan ni E-Z. Nagpatuloy ang palitan hanggang sa natakpan siya ng alikabok ng diyamante mula ulo hanggang paa.

Patuloy na mahimbing ang pagtulog ng binatilyo. Hanggang tumusok ang alikabok na diamante sa kanyang laman – saka binuksan niya ang kanyang bibig para sumigaw ngunit walang tunog ang lumabas.

"Gigising na siya,

BIP BIP."

"Buhatin mo siya,

ZOOM ZOOM."

Sabay nila siyang binuhat habang binubuksan niya ang kanyang malabong mga mata.

"Magpahinga ka pa,

BIP BIP."

"Huwag kang maramdaman ang sakit,

ZOOM ZOOM."

Habang inaalagaan ang kanyang katawan, tinanggap ng dalawang nilalang ang kanyang sakit sa kanilang mga sarili.

"Tumayo ka,

BIP BIP,"

ang utos niya.

At ang wheelchair ay tumayo. At, inilagay ang sarili sa ilalim ng katawan ni E-Z, naghintay ito. Nang bumaba ang isang patak ng dugo, sinalo ito ng silya. Inabsorb ito. Nilamon ito – na para bang isang buhay na nilalang.

Habang lumalakas ang kapangyarihan ng upuan, lumalakas din ito. Hindi nagtagal, kayang buhatin ng upuan ang amo nito sa ere. Dahil dito, natapos ng dalawang nilalang ang kanilang gawain. Ang kanilang gawain na pagsamahin ang upuan at ang tao. Pinagtatali sila, magpakailanman sa pamamagitan ng kapangyarihan ng alikabok ng diyamante, dugo, at sakit.

Habang nanginginig ang katawan ng binata, gumaling ang mga butas sa kanyang balat. Natapos na ang gawain. Naging bahagi na ng kanyang diwa ang diamond dust. Kaya naman, tumigil ang musika.

"Natapos na. Ngayon, hindi na siya tinatablan ng bala. At mayroon na siyang sobrang lakas,

BIP BIP."

"Oo, at mabuti iyon,

ZOOM ZOOM."

Bumalik ang wheelchair sa sahig, at ang binata sa kanyang kama.

"Wala siyang maalala rito, pero magsisimulang gumana ang tunay niyang mga pakpak sa lalong madaling panahon

BIP BIP."

"Paano naman ang iba pang side effects? Kailan ito magsisimula, at mapapansin ba ito

ZOOM ZOOM?"

"Iyon ang hindi ko alam. Maaaring magkaroon siya ng mga pisikal na pagbabago... isang panganib na sulit namang akuin para mabawasan ang sakit,

BIP BIP."

"Sang-ayon

ZOOM ZOOM."

SANHI

LAHAT NG PAMILYA AY nagkakaroon ng hindi pagkakasundo. May ilang nag-aaway sa kahit anong maliliit na bagay. Halos sa lahat ng bagay ay nagkakasundo ang pamilyang Dickens. Hindi kasama rito ang musika.

"Sige na, Dad," sabi ng labing-dalawang taong gulang na si E-Z. "Nakakabagot at nagpe-play sila ng puro Muse ngayong weekend sa satellite."

"Hindi mo ba dinala ang headphones mo?" tanong ng kanyang ina na si Laurel.

"Nasa backpack ko sa trunk." Humagulgol siya.

"Pwede naman tayong huminto para kunin iyon..."

Si Martin, ang ama ng batang nagmamaneho, ay tiningnan ang oras. "Gusto kong makarating sa cabin sa bundok bago magdilim. Ayos lang sa akin ang Muse. Tsaka, malapit na tayo."

Pinaikot ni Laurel ang dial sa satellite system ng kanilang bagong pulang convertible. Sandaling nag-atubili siya sa Klasikong Rock. Sabi ng announcer, "Susunod ang anthem ng Kiss na Gusto kong mag-rock and roll buong gabi. Huwag mong galawin ang dial."

"Sandali, maganda yang kanta!" sigaw ng batang lalaki.

"Ano, wala nang Muse?" tanong ni Laurel, habang nakahawak pa rin siya sa dial.

"Pagkatapos ng Kiss, sige?"

"Kiss na nga," sabi ni Martin, habang pinapatay niya ang windshield wipers. Hindi pa umuulan, pero bumubuhos na ang kulog. May mga sanga at iba pang kalat na pumapasok at lumalabas sa kanilang sasakyan habang paakyat sila ng bundok.

Bumahing si Laurel at inilagay ang bookmark sa pahina niya. Nag-cross arms siya habang nanginginig. "Ang lakas ng hangin. Pwede ba nating isara ang bubong?"

"Pabor ako," sabi ni E-Z, habang tinatanggal ang mga sanga sa kanyang gintong buhok.

THWACK.

Walang oras para sumigaw—nang humupa ang tugtugin.

Nananakit pa ang tenga ng lalaki dahil sa ingay na sinabayan ng pagsabog ng apat na airbag. Tumutulo ang dugo sa kanyang noo nang madama niya ang bagay sa kanyang mga hita: isang puno. Nagtipon ang dugo sa paligid at sa loob ng kahoy na sumalpok sa kanya. Ipinaikot niya ang kanyang daliri sa katawan ng puno. Parang balat ang pakiramdam; siya ang puno, at ang puno ay siya.

"Ma? Pa?" ungol niya, habang umaalon ang dibdib. "Ma? Pa? Sagutin niyo naman!"

Kailangan niyang manawag ng tulong. Nasaan ang telepono niya? Natapon ito nang dahil sa lakas ng banggaan. Nakikita niya ito, pero masyadong malayo para abutin. O siya ba talaga? Isa siyang catcher, at sabi ng iba ay parang goma ang kanyang braso sa paghagis. Nagpokus siya, nag-unat nang nag-unat hanggang sa nahawakan niya ito.

Malakas ang signal habang pinipindot ng kanyang dugong mga daliri ang 9-1-1, pagkatapos ay pinutol ang linya. Para mahanap siya nila, kailangan niyang gamitin ang bagong pinahusay na serbisyo. Tinipa niya ang E9-1-1. Nagbigay ito ng pahintulot sa mga awtoridad na ma-access ang kanyang lokasyon, numero ng telepono, at tirahan.

"Serbisyo ng Emerhensiya. Ano ang iyong emerhensiya?"

"Tulong! Kailangan namin ng tulong! Pakiusap. Ang mga magulang ko!"

"Una, sabihin mo sa akin, ilang taon ka na? Ano ang pangalan mo?"

"Labindalawang taong gulang ako. Tinatawag nila akong E-Z."

"Pakiusap, beripikahin mo ang iyong address at numero ng telepono."

Ginawa niya iyon.

"Hi E-Z. Ikwento mo sa akin ang tungkol sa mga magulang mo. Nakikita mo ba sila? Gising pa ba sila?"

"A-ako, hindi ko sila makita. May puno na bumagsak sa kotse, sa kanila at sa mga paa ko. Tulungan niyo po. Pakiusap."

"Nakukuha na namin ang lokasyon mo ngayon."

Pinikit ni E-Z ang kanyang mga mata.

"E-Z?" Mas malakas, "E-Z!"

Nagising ang batang lalaki. "A-ako, pasensya na, ako."

"Magpapadala kami ng helikopter. Subukan mong huwag matulog. Papunta na ang tulong."

"Salamat," nanghina ang mga mata niya at napikit, pilit niyang binuksan ang mga ito. "Dapat akong manatiling gising. Sabi niya manatili akong gising." Ang gusto na lang niyang gawin ay matulog, matulog para wakasan ang lahat ng kirot.

Sa itaas niya, dalawang ilaw, isa'y berde at isa'y dilaw ang kumurap-kurap sa harap ng kanyang mga mata. Sa isang sandali, inakala niyang nakita niya ang maliliit na pakpak na pumipintig habang nakalutang ang dalawang bagay.

"Malala ang lagay niya," sabi ng berdeng ilaw, habang lumalapit para masilip nang mabuti.

"Tulungan natin siya," sabi ng dilaw na ilaw habang lumilipad nang mas mataas.

Itaas ni E-Z ang kamay para itaboy ang kumikislap na mga ilaw. May matinding tunog na sumirit sa tenga niya.

"Sasang-ayon ka bang tulungan mo kami?" kanta ng mga ilaw.

"Sasang-ayon ako. Tulungan mo ako."

Pagkatapos ay sumilaw ang dilim.

EPEKTO

NASA OSPITAL SI SAM, ang tiyuhin ni E-Z, nang magising siya. Hindi tinanong ng batang lalaki kung nasaan ang kanyang mga magulang dahil ayaw niyang marinig ang sagot. Kung hindi niya alam, maaari niyang ipanggap na ayos lang sila. Na papasok sila sa kanyang silid at yayakapin siya anumang sandali. Ngunit sa kaibuturan ng kanyang isipan ay alam niya, sa katunayan ay naniniwala siyang patay na sila.

Iniisip niya sa isip niya kung paano niya itatabi ang kumot at tatakbo papunta sa kanila at magkaka-group hug sila at iiyak sa tuwa sa kanilang suwerte. Pero teka, bakit hindi niya makilos ang kanyang mga daliri sa paa? Sinubukan niyang muli, nagpokus nang husto pero wala pa ring nangyari.

Si Sam na nakamasid ay nagsabi, "Walang madaling paraan para sabihin ito sa'yo," habang pinipigilan niya ang pag-iyak.

"Ang mga binti ko," sabi ni E-Z, "A-ako, hindi ko sila maramdaman."

Piniga ni Tiyo Sam ang kamay ng pamangkin niya. "Ang mga binti mo..."

"Ayoko. Huwag mo nang sabihin. Huwag mo na lang."

Pinilit niyang makawala ang kamay niya mula sa tiyo niya. Tinakpan niya ang mukha niya, parang humaharang sa pagitan niya at ng mundo habang umaagos ang luha sa kanyang pisngi.

Nag-atubili si Tiyo Sam. Umiyak na ang pamangkin niya, nagdadalamhati na, ngunit kailangan pa niyang sabihin sa kaniya ang tungkol sa mga magulang niya. Walang madaling paraan para sabihin ito, kaya sinambit niya na lang, "Ang mga magulang mo. Ang kapatid kong lalaki at ang nanay mo... hindi sila nakaligtas."

Iba ang malaman at iba ang marinig ang mga salita. Ang isa ay nagpapatunay nito bilang isang katotohanan. Inyugyog ni E-Z ang kanyang ulo pabalik at humagulgol na parang sugatang hayop, nanginginig, at gustong tumakas, kahit saan. Basta lumayo.

"E-Z, nandito ako para sa'yo."

"Hindi! Hindi totoo. Sinungaling ka. Bakit ka nagsisinungaling sa akin?" Umigting-igting siya, nakakurong ang mga kamao at pinukpok ang mga ito sa kutson habang nagwawala nang walang tigil.

Pindot ni Sam ang buton sa tabi ng kama. Sinubukan niyang pakalmahin siya, pero wala nang kontrol si E-Z, kumikilos nang magulo at nanunumpa. Dumating ang dalawang nars; itinurok ng isa ang karayom habang ang isa pa kasama si Sam ay pinipilit siyang manatiling kalmado at mahinahon siyang bumulong na magiging maayos din ang lahat.

Tinitigan ni Sam ang pamangkin niya, na para bang nasa panaginip o kung saan man ito ngayon – at ngumiti. Pinahalagahan niya ang ngiting iyon, iniisip na baka matagal pa bago niya muling makita iyon sa mukha ng pamangkin niya. Magiging mahaba at mahirap ang landas na nasa unahan. Kailangan harapin ng pamangkin niya nang harapan ang araw na gumuho ang buhay nito. Kapag nagawa niya iyon, maaari na siyang lumaban at magkakasama silang magtatayo ng isang bagong buhay para sa kanya.

Bago - iba - hindi na pareho. Hindi na magiging pareho muli.

Lahat dahil nasa maling lugar sila sa maling oras. Biktima ng kalikasan: isang puno. Isang puno na naging sandata ng kalikasan dahil sa kapabayaan ng tao. Matagal nang patay ang estrukturang kahoy, ang mga ugat ay nasa itaas ng lupa na humihingi ng pansin sa loob ng maraming taon. At nang sinabi sa kanya na minarkahan ito ng X para putulin sa tagsibol - gusto niyang sumigaw.

Sa halip, tinawagan niya ang pinakamagaling na abogado na kilala niya. Gusto niyang may magbayad - para sagutin ang bayarin para sa dalawang buhay na naputol nang masyadong maaga, at para sa nabuwal na mga binti at buhay ng pamangkin niya.

Ngunit ano'ng silbi? Wala nang makakapagbago sa nakaraan - pero sa hinaharap, tutulungan niya ang pamangkin niyang makabangon. Sa sandaling iyon, nakabuo si Sam ng isang plano.

Si Sam ay kamukha ng mas matandang bersyon ni Harry Potter (hindi kasama ang peklat.) Bilang nag-iisang buhay na kamag-anak ni E-Z, siya na ang bahala sa pamangkin niya. Isang tungkuling hindi niya pinansin noon. Susubukan niyang maging tulad ng kuya niyang si Martin - hindi para palitan siya.

Iniwaglit niya ang mga dahilan na umuusbong sa loob niya. Mga pagtatangka na gamitin ang trabaho para makaiwas sa pananagutan. Aalis na lang siya, iiwanan ang lahat ng obligasyon. Pagkatapos, titigil na siyang sisihin ang sarili. Kinamumuhian ang sarili sa lahat ng napawalang panahon.

Habang natutulog pa ang pamangkin niya, tinawagan niya ang CEO ng kanyang kumpanya ng software. Bilang isang bihasang nakatatandang programmer sa tuktok ng kanyang larangan – umaasa siyang makakabuo sila ng kompromiso. Sinabi niya sa kanila kung ano ang gusto niyang gawin.

"Sige, Sam. Pwede kang magtrabaho nang remote. Walang magbabago. Gawin mo ang kailangan mong gawin. Nandito kami para sa'yo. Pamilya muna – palagi."

Nang matapos siyang makipag-usap, bumalik siya sa tabi ng higaan ng pamangkin niya. Sa ngayon, titira muna siya sa bahay nila, para manatili malapit si E-Z sa kanyang mga kaibigan at paaralan. Sama-sama nilang bubuuin muli ang mga piraso at muling itatayo ang buhay niya. Iyon kung hindi siya tuluyang ma-stress. Bilang isang binata, kakaunti o wala siyang karanasan sa mga bata – lalo na sa mga tinedyer.

***

PAGKATAPOS UMALIS SA OSPITAL - dahil sa takbo ng kapalaran - wala silang ibang pagpipilian kundi bumuo ng isang ugnayang higit pa sa dugo.

Tumutol si E-Z, na ayaw paniwala na kaya niyang gawin lahat ng mag-isa. Sa huli, wala siyang ibang pagpipilian kundi tanggapin ang inaalok na tulong.

Si Sam ang nag-unang tumulong - nariyan para sa kanya - na para bang alam na niya ang kailangan ng pamangkin bago pa man niya ito hilingin.

At nariyan siya para kay E-Z sa pangalawang pinakamasamang araw ng buhay niya - nang sabihan siyang hindi na siya makakalakad muli.

"Pumasok ka," sabi ni Dr. Hammersmith, isa sa mga nangungunang siruhano na neurologist sa orthopaediko.

Sa kanyang wheelchair, pumasok si E-Z, na sinundan ni Sam.

Sikat si Hammersmith sa pag-aayos ng mga bagay na hindi na aayusin at aayusin niya siya. Sa mga nakaraang konsultasyon, ipinangako niya sa batang lalaki na makakapaglaro na siyang muli ng baseball.

"Pasensya na," sabi ni Hammersmith. Pagkalipas ng ilang segundong nakakahiyang katahimikan, pinuno niya ito sa pamamagitan ng pag-aayos ng ilang papeles.

"Ano nga ba eksakto ang pinagsisihan mo?" tanong ni E-Z, na pinipilit na itulak ang sarili pasulong sa kanyang upuan. Nang hindi niya ito magawa, nanatili siya sa kinaroroonan niya.

"Ang tinatanong niya," sabi ni Sam, na walang kahirap-hirap na sumulong sa upuan niya.

Kumunot si Hammersmith. "Inasahan namin na dahil maayos naman ang lahat, pansamantala lang ang paralisis. Kaya pinadala kita para sa karagdagang pagsusuri at iminungkahi ko ang ilang physical therapy. Wala nang duda ngayon, ikinalulungkot kong sabihin sa'yo, E-Z, pero hindi ka na muling makakalakad."

"Paano mo magagawa ito sa kanya?" tanong ni Sam.

Naramdaman ni E-Z ang kabigatan ng sinabi niya. "Lalabas mo ako rito, Tito Sam!"

"Sandali," sabi ni Hammersmith, na hindi makatingin sa kanila sa mata. "Naghiling ako ng tulong mula sa mga kasamahan sa buong mundo. Pareho ang kanilang konklusyon."

"Maraming salamat."

"E-Z, panahon na para magpatuloy ka. Ayaw kitang bigyan ng mas maraming maling pag-asa. Tumayo si Sam, inilagay ang mga kamay sa mga hawakan ng wheelchair.

"Kukuha tayo ng pangalawang opinyon, at pangatlo, at pang-apat!"

"Maaari mong gawin iyon," sabi ni Hammersmith, "pero nagawa na namin. Kung may bago man diyan, anumang puwede naming pagkuhanan, gagawin na namin. Maaaring magbago ang mga bagay habang nabubuhay ka, E-Z. May mga pag-unlad sa larangan ng pananaliksik sa stem cell. Samantala, ayokong mamuhay ka para sa mga 'kung sakali' at 'baka sakali'."

Pagkatapos ay kay Sam naman ang tingin,

"Huwag mong hayaang sayangin ng pamangkin mo ang buhay niya. Tulungan mo siyang makabangon at makabalik sa mundo ng mga buhay. Ah, at ayokong banggitin ito, pero kakailanganin na naming pabalikin ang wheelchair - mukhang kulang kami. Kung maaari ka sanang maghanap ng ibang paraan."

"Sige," sabi ni Sam, habang umalis sila sa opisina ni Hammersmith nang hindi nagsasalita. Inilagay niya ang wheelchair sa trunk, binuklod nila ang kanilang seatbelt at sinimulan niyang paandarin ang kotse.

"Magiging ayos lang."

Si E-Z, na may luha na dumadaloy sa kanyang mga pisngi, ay pinunasan ang mga ito. "Pasensya na."

"Hindi mo kailangang mag-sorry sa akin, anak, sa pagpapakita ng iyong nararamdaman."

Binawi ni Sam ang mga kamao niya sa manibela, saka inalis ang kotse sa paradahan nang umiingay ang mga gulong.

Nagmaneho sila nang ilang sandali nang hindi nag-uusap, saka inabot niya ang kamay at binuksan ang radyo. Pinuno nito ang katahimikan sa pagitan nila at binigyan si E-Z ng pagkakataong humagulgol nang hindi nahihiya.

Pagdating nila sa driveway ng bahay, kalmado na sila at nagugutom. Ang plano ay mag-marathon ng ilang palabas at mag-order ng pizza.

Ilang araw ang lumipas, dumating ang isang bagong wheelchair.

***

DALAWANG ILAW: ISA'Y DILAW at isa'y berde ang kumurap malapit sa bagong wheelchair ni E-Z.

"Hindi ito puwede,

BIP BIP."

"Sang-ayon ako, hindi talaga ito magiging bagay. Kailangan niya ng mas magaan, mas matibay, hindi nasusunog, hindi tinatablan ng bala, at sumisipsip, zoom-zoom."

"Sinabi ni-alam-mo-kung-sino na hindi tayo dapat mag-aksaya ng oras – kaya, gawin na natin, bago magising ang tao,

BIP BIP."

Sumayaw ang mga ilaw sa paligid ng wheelchair. Pinalitan ng isa ang metal at ng isa naman ang mga gulong. Nang matapos nila ang proseso, mukhang pareho pa rin ang upuan, pero hindi.

Nagbulong si E-Z habang natutulog.

"Tara na!

BIP BIP!"

"Sunod lang sa'yo!

ZOOM ZOOM!"

At ginawa nga nila iyon habang tulog pa rin ang bata.

***

ISANG TAON ANG LUMIPAS at para kay E-Z, tila palagi nang nariyan si Tiyo Sam. Hindi naman naipalit niya ito sa kanyang mga magulang. Hindi, hindi niya iyon magagawa, sa katunayan hindi niya susubukan – pero nagkasundo sila. Magkaibigan sila. Higit pa roon, pamilya sila. Sila na lang ang tanging pamilya na naiwan ng labing-tatlong taong gulang sa mundo.

"Gusto kitang pasalamatan," sabi niya, pinipilit na huwag mapaluha.

"Hindi mo kailangang magpasalamat sa akin, anak."

"Pero kailangan ko, Tito Sam, kung wala ka, sumuko na sana ako."

"Mas matatag ka pa kaysa doon."

"Hindi ako. Mula nang nangyari ang aksidente, natatakot ako, ibig kong sabihin, talagang natatakot. Panay ang bangungot ko."

"Lahat tayo natatakot; nakakatulong kung pag-uusapan mo. Ibig kong sabihin, kung gusto mong kausapin ako tungkol dito."

"Nangyayari ito minsan sa gabi – kapag natutulog ka. Ayokong gisingin ka."

"Nasa katabing silid lang ako at hindi naman ganoon kakapal ang mga pader. Sumigaw ka lang para sa akin at pupunta ako. Ayos lang."

"Salamat, sana hindi ko na kakailanganin pero mabuti nang malaman."

Bumalik sila sa panonood ng telebisyon at hindi na muling pinag-usapan ang bagay na iyon.

Hanggang sa isang gabi, nagising si E-Z na sumisigaw at si Sam, ayon sa pangako, ay naroon.

Pinailawan niya. "Nandito ako. Ayos ka lang ba?"

Nakakapit si E-Z sa gilid ng kama, na para bang isang taong malapit nang mahulog sa bangin. Tinulungan niya itong bumalik sa kutson.

"Mas mabuti ka na ba ngayon?"

"Oo, salamat."

"Gusto mong magkuwento tungkol dito? Magtimpla ako ng tsokolate."

"May marshmallow?"

"Hindi na kailangang sabihin. Babalik ako agad."

"Sige." Pinikit ni E-Z ang kanyang mga mata sandali, at muling nagsimula ang matitininging tunog. Tinakpan niya ang kanyang mga tenga at pinanood ang mga dilaw at berdeng ilaw habang sumasayaw sa harap ng kanyang mga mata. Inalis niya ang kanyang mga kamay, at narinig niya ang paglakad ng hubad na paa ng kanyang Tiyo sa pasilyo.

"O, ito na," sabi ni Sam, habang inilalagay ang isang tasa ng mainit na tsokolate sa kamay ng pamangkin. Umupo siya sa wheelchair kung saan siya uminom at bumuntong-hininga.

Gamit ang kaliwang kamay, pinukpok ni E-Z ang hangin, muntik nang matapon ang iniinom niya.

"Ano'ng ginagawa mo?"

"Hindi mo ba naririnig? Yung tunog na nakabubingi?"

Nakiramdam si Sam, ngunit wala siyang narinig. Umiling siya. "Kung may naririnig kang kakaiba, bakit mo sinusubukang itaboy?"

Nagpokus si E-Z sa mainit niyang inumin, pagkatapos ay nilunok ang isang maliit na marshmallow. "Kung ganoon, hindi mo rin ba nakikita ang mga ilaw?"

"Ilaw? Anong klaseng ilaw?"

"Dalawang ilaw: isa'y berde at isa'y dilaw. Halos kasing-laki ng dulo ng daliri mo. Nandito, sumisindi at namamatay – mula pa noong aksidente. Sumasakit sa tenga ko at kumikislap sa harap ng mga mata ko. Nakakainis."

Lumapit si Sam sa ulohan ng kama at tiningnan mula sa pananaw ng pamangkin niya. Hindi niya inasahan na may makikita siya – at siyempre wala naman – para lang makahinga nang maluwag ang pagsisikap niya.

"Hindi, pero ikwento mo pa, para mas maintindihan ko kung paano ito nagsimula."

"Nung aksidente, nakita ko ang dalawang ilaw, dilaw at berde at, huwag kang matawa, pero sa tingin ko nakausap nila ako. Kaya nga ako nagkakaroon ng bangungot."

"Anong klaseng ilaw? Ibig mong sabihin, parang ilaw ng Pasko?"

"Uh, hindi, hindi tulad ng ilaw ng Pasko. Wala 'yon. Nawala na sila ngayon. Siguro Post-traumatic stress disorder, o flashback."

"Magkaiba nang malaki ang PTSD at flashback. Naisip ko, baka dapat kang kumausap ng iba. Ibig kong sabihin, iba, bukod sa akin."

"Ibig mong sabihin, mga kaibigan ko?"

"Hindi, ibig kong sabihin, isang propesyonal."

POP.

POP.

Nandito na naman sila. Kumikislap sa harap ng ilong niya at nagpapakurap-kurap sa kanya. Pinigilan niya ang sarili. Sinubukang huwag silang itaboy. Habang kinuha ni Sam ang tasa gamit ang isang kamay at hinimas ang noo ng pamangkin niya gamit ang kabila, pinakawalan niya ng isang sampal ang hangin.

"Layo kayo sa akin!"

Tiningnan ni Sam ang pamangkin niyang nanlamig, na parang eskulturang yelo sa Winter Festival. Nag-snap si Sam sa harap ng mga mata nito, pero walang reaksyon. Huminga nang malalim si E-Z at sumandal, kumuha ng malalim na hininga at sa loob ng ilang segundo, ay naghihilik na na parang sundalo. Itinaas ni Sam ang kumot. Hinalikan niya ang pamangkin sa noo, pagkatapos ay bumalik sa kanyang silid. Sa kalaunan, nakatulog na rin siya.

Kinabukasan, iminungkahi ni Sam kay E-Z na isulat ni E-Z ang kanyang mga nararamdaman, marahil sa isang talaarawan. Samantala, magtatanong siya tungkol sa pag-book ng appointment sa isang propesyonal.

"Ibig mong sabihin, psychiatrist?"

"O isang psychologist. At habang naghihintay ka, isulat mo. Kapag nakikita mo sila, kung ano ang itsura nila – itala mo ang mga nakikita mo."

"Isang diaryo, ang ibig kong sabihin, kamuka ba ako ni Oprah Winfrey?"

"Hindi," sabi ni Sam. "Anak, nagkakaroon ka ng bangungot, nakakarinig ka ng matatalim na tunog, at nakakakita ka ng mga ilaw. Maaaring senyales iyon ng, gaya ng sinabi mong PTSD o isang kondisyong medikal. Kailangan kong imbestigahan at kausapin ang doktor mo, para kunin ang payo niya. Samantala, baka makatulong kung isusulat mo ang mga iniisip mo, ang pag-iingat ng talaarawan. Maraming lalaki ang nagsulat ng talaarawan o nag-ingat ng journal."

"Banggitin mo ang isa na kilala ko ang pangalan?"

"Sandali, si Leonardo da Vinci, si Marco Polo, si Charles Darwin."

"Ibig kong sabihin, isang tao mula sa siglong ito."

"Binigit mo na si Oprah."

***

UMAKYAT ANG KALUSUGANG PANGKAISIPAN ni E-Z matapos ang ilang sesyon kasama ang isang therapist/tagapayo. Magiliw siya at hindi hinusgahan ang binatilyo, gaya ng takot niya na mangyayari iyon. Sa halip, nagbigay siya ng mga mungkahi at tiyak na estratehiya para pakalmahin at tulungan siya. Katulad ng mungkahi ni Tito Sam, sinabi rin niya na isulat niya ang lahat ng iyon - sa isang journal o talaarawan.

Sa halip, sumulat siya ng isang maikling kuwento para sa takdang-aralin sa paaralan na hango sa paboritong ibon ng kanyang ina: isang kalapati. Nang makakuha siya ng A+ sa kanyang papel, isinama ng kanyang guro ang kuwento sa isang paligsahan sa pagsulat na sumasaklaw sa buong lalawigan. Sa una, nagalit siya dahil hindi siya tinanong bago isumite ang kuwento. Ngunit nang manalo siya, labis siyang natuwa. Mula noon, isinama ng kanyang guro ang kuwento sa isang paligsahan sa buong bansa.

Habang ang pamangkin niya ay malalim na nakatuon sa sining ng pagsusulat, si Sam ay may bagong libangan: ang henolohiya. Isang gabi habang sila ay naghahapunan, bigla niyang sinabi:

"Ngayon na nakasulat ka na ng maikling kuwento at nagkaroon ng kaunting tagumpay, baka dapat subukan mong magsulat ng nobela."

"Ako? Nobela? Hindi pwede."

"May dugo kang manunulat," inihayag ni Tito Sam. "Sa pagsubaybay ko sa ating kasaysayan, nalaman kong magkamag-anak tayo ng iisang si Charles Dickens."

"Siguro IK Aw dapat ang sumulat ng nobela, kung ganoon." Tuma-tawa siya.

"Hindi ako yung may maikling kuwentong nanalo ng parangal."

Nanginig ang berdeng at dilaw na ilaw sa ibabaw ng plato niya. Mabuti na lang at hindi niya naririnig ang matinding kulog habang tuloy-tuloy ang pagsasalita ni Tiyo Sam.

".... Pagkatapos ng lahat, ikaw at ako, magkamag-anak tayo sa pamamagitan ng panahon kay Charles Dickens. Tingnan mo ang lahat ng nalampasan mo. Kahanga-hanga kang bata - ano'ng may mawawala sa'yo?"

Ang pangalan niya ay Ezekiel Dickens, at ito ang kanyang kuwento.

KABANATA 1

SA UNANG LABING-TATLONG TAON ng kanyang buhay, kilala siya sa ilang pangalan. Ezekiel, ang kanyang pangalan sa kapanganakan. E-Z, ang kanyang palayaw. Catcher sa kanyang koponan sa baseball. Manunulat ng maiikling kuwento. Anak sa kanyang mga magulang. Pamangkin ng kanyang tiyuhin. Pinakamatalik na kaibigan. Ngayon ay may bago na silang pangalan para sa kanya.

Hindi naman niya ikinakainis ang salitang may "c". Sa totoo lang, mas hindi niya gusto ang ibang mga alternatibo. Tulad ng mga komentong sinasabi ng ilan, dahil inakala nilang politikal na tama ito.

"Oh, nandiyan ang batang nakakadena sa wheelchair." Sinabi nila ito habang itinuturo siya – na para bang inakala nilang bingi rin siya. O sasabihin nila, "Nakikiramay ako na ngayon ay gumagamit ka na ng wheelchair."

Napapangisay siya doon. Pero ang talagang nagpasabog sa kanya ay ang, "Ay, ikaw pala ang batang gumagamit ng wheelchair ngayon." Ang makakita ng kahit sino, lalo na ng mas batang tao na nasa wheelchair, ay nagpaparamdam ng hindi komportable sa ilang tao. Kung ganoon ang pakiramdam nila, bakit kailangan pa nilang magsalita?

Ito ang nagpabalik ng alaala mula pa noong matagal na ang nakalipas. Isang alaala ng kanyang mga magulang na nanonood ng pelikulang Bambi sa telebisyon noong isang maulang Sabado ng hapon.

Gumawa si Nanay ng sikat niyang popcorn balls. May soda, kendi, marshmallows, at paboritong lakri ni Tatay. Sinabi ni Thumper na kuneho, "Kung hindi ka makasasabi ng maganda, huwag ka nang magsalita." Nang mamatay ang ina ni Bambi, iyon ang unang beses na nakita niyang umiyak ang kanyang mga magulang dahil sa isang pelikula. Dahil namangha siya sa kanilang pag-uugali, hindi siya umiyak.

May ilang loko-loko sa paaralan na tinatawag siyang "puno batang lalaki." Ilan sa kanila ay mga kapwa atleta na dati'y humahanga sa kanya noong siya pa ang hari sa likod ng plate. Kinamumuhian niya ang bansag na "puno binata." Hindi siya naaawa sa sarili (hindi karamihan ng oras) at ayaw din niyang may maawa sa kanya.

Nang dumating ang oras para bumalik siya sa paaralan sa unang araw na iyon, ginawa niya ito sa tulong ng kanyang mga kaibigan. Sina PJ (pinaikling pangalan ni Paul Jones) at Arden ang sumuporta at nagtulak sa kanya, kung kinakailangan. Hindi nagtagal, nakilala sila bilang Ang Tatlong Tornado. Karamihan ay dahil saan man sila magpunta, may kaguluhan na nagaganap. Doon natutunan ni E-Z na asahan ang hindi inaasahan.

Kaya nang dumalaw ang kanyang mga kaibigan isang umaga para sunduin siya sa paaralan ilang buwan ang nakalipas - at sinabi nilang hindi na sila pupunta - hindi siya gaanong nagulat. Nang sinabi nilang kailangan siyang takpan ang mga mata - iyon ang hindi niya inaasahan.

Sa likod ng sasakyan, nagtanong siya. "Saan tayo pupunta?" Walang sumagot. "Magugustuhan ko ba ito?"

"Oo," sabi ng kanyang mga kaibigan.

"Kung ganoon, bakit kailangan pa ng Piring sa mata at lihim-lihim?"

"Dahil sorpresa ito," sabi ni PJ.

"At mas mae-appreciate mo kapag nandoon na tayo."

"Hindi naman ako makakatakas," biro niya.Naparada ang ina ni Arden. "Salamat Ma," sabi niya.

"Tawagan mo ako kapag kailangan mong ipa-sundo kita," sabi niya.

Tinulungan ng dalawang kaibigan si E-Z na makasakay sa wheelchair niya at umalis na sila.

"Ako lang ba ito, o parang mas magaang ang wheelchair na ito sa tuwing dinadala natin ito?" tanong ni Arden.

"Ikaw 'yan!" sagot ni PJ.

Habang tinatawid nila ang hindi pantay-pantay na lupa, naamoy ni E-Z ang bagong gupit na damo. Nang alisin ng kanyang mga kaibigan ang piring sa kanyang mga mata - nasa baseball field siya. Napuno ng luha ang kanyang mga mata nang makita niya ang kanyang mga dating kakampi, ang kalabang koponan, at si Tagapagsanay Ludlow. Nakasuot sila ng buong uniporme, nakahanay sa kahabaan ng bagong gulis na baseline.

"Maligayang pagbabalik!" ang sigaw nila.

Pinunasan ni E-Z ang luha gamit ang manggas niya habang papalapit ang upuan sa playing field. Dahil inagaw ng aksidente ang pangarap niyang maglaro ng propesyonal na baseball, iniiwasan niya ang laro. May bukol sa lalamunan niya, napuno siya ng emosyon kaya hindi siya makahinga.

"Natameme siya," sabi ni PJ, habang ginugurot si Arden ng siko niya.

"Unang beses 'yan."

"Salamat, mga kaibigan. Tama kayo na sorpresa ito."

"Maghintay ka rito," utos ng kanyang mga kaibigan.

Iniwan si E-Z mag-isa para namnamin ang tanawin ng baseball diyamante. Ang lugar na minsang naging paborito niyang lugar sa buong mundo. Napaluha siya muli habang pinagmamasdan ang luntiang damo na kumikislap sa sikat ng araw. Pinunasan niya ang kanyang mga luha nang bumalik ang kanyang mga kaibigan na may dalang bag ng kagamitan.

Yumuko si Arden, "Surpresa, pare, ikaw ang magca-catching ngayon!"

"Ano'ng ibig mong sabihin? Hindi ako makakapaglaro nito!" sabi niya, habang pinapalo ang mga kamay sa sandalan ng wheelchair.

"O sige, panoorin mo ito habang inaayos ka namin," sabi ni PJ, habang iniabot niya ang telepono niya at pinindot ang play.

Namangha si E-Z habang pinapanood ang mga manlalaro na katulad niya na pumapasok sa baseball field. Masusing tiningnan niya ang kanilang mga upuan na may binagong gulong. May isang manlalaro na nag-roll up papunta sa plate, tumama sa bola, at mabilis na lumibot sa mga base.

"Wow! Ang galing nito!"

"Kung kaya nila, kaya mo rin!" sabi ni Arden habang inilalagay niya ang mga knee pad sa mga binti ng kaibigan niya habang iniayos naman ni PJ ang chest protector.

Papalabas na sila sa field, inihagis ng kanyang mga kaibigan sa kanya ang maskara ng catcher at ang guwantes niya.

"Batter up!" sigaw ni Tagapagsanay Ludlow.

Hinagis ng pitcher ang unang fastball sa gitna ng zone at nahuli niya ito.

Ang pangalawang pitch ay isang pop up. Sinabayan ito ni E-Z, bumilis ang takbo niya, itinaas ang sarili. Umaabot. Nagulat pa nga siya sa sarili nang mahuli niya ito. Hindi nila napansin, pero nakataas siya. Umalis ang puwet niya sa upuan ng kanyang wheelchair, at wala siyang ideya kung paano niya nagawa iyon.

"Wow," sabi ni PJ, "ang galing ng huli mo."

"Oo, siguro hindi mo nahuli 'yan kung hindi dahil sa upuan."

Ngumiti si E-Z at nagpatuloy sa paglalaro. Nang matapos ang laro, magaan ang pakiramdam niya. Karaniwan. Pinasalamatan niya ang mga kaibigan sa pagbabalik sa kanya sa dati.

"Sa susunod, ikaw na ang hampas," sabi ni PJ.

Tumawa si E-Z nang dinala sila ni Nanay ni Arden sa drive-through, tapos pabalik sa paaralan. Kung magmamadali sila, makakarating sila nang hindi pa nagsisimula ang susunod nilang klase. Siksikan ang mga estudyante sa pasilyo habang nagro-roll siya papunta sa kanyang locker. Narinig ng kanyang mga kaklase ang tunog ng slap-slap ng mga gulong sa linoleum na sahig - at naghiwalay sila para makadaan siya.

Si E-Z ang kauna-unahang estudyanteng nangailangan ng wheelchair access sa kanilang paaralan, pero isa na siyang alamat bago pa man siya mawalan ng gumaganang mga paa. Mahirap para sa kanya ang humingi ng tulong, pero nang gawin niya iyon, natanggap niya ito. Mayroon na siyang respeto nila bilang atleta; nanalo na siya ng napakaraming tropeo bilang indibidwal at bilang bahagi ng koponan. Kailangan niyang muli nilang makuha ang respeto bilang ang bagong siya.

Pagkatapos ng laro, bumalik sila sa paaralan at tinapos ang araw. Dahil kalahating araw lang iyon, pagod na pagod si E-Z nang ihatid siya ng Nanay ni Arden at ng kanyang mga kaibigan pagkatapos ng klase.

Matapos niyang magpasalamat, pumasok siya.

"Nandito na ako, Kuya Sam."

"Nakikita ko nga, maganda ba ang araw mo," sabi ni Sam.

"Oo, maganda ang araw." Nag-unat siya at bumuntong-hininga.

"Halika. May ipapakita ako sa'yo. Isang sorpresa."

"Hindi na naman," sabi ni E-Z, habang sinusundan niya ang kanyang tiyo sa pasilyo. Ang unang silid sa kanan ay ang silid ng kanyang mga magulang - na nakalaan na maging silid-panauhin balang araw. Hanggang noon, nananatili ito sa eksaktong ayos na iniwan nila - at ganoon na lang ito mananatili hangga't hindi nagpapasya si E-Z ng iba.

Paminsan-minsan, inaalok ni Tiyo Sam ang kanyang tulong para ayusin ang silid, ngunit iisa lang ang palaging sinasabi ng pamangkin niya.

"Gagawin ko kapag handa na ako."

Hindi man lubos na kumbinsido, pumayag si Sam. Determinado siyang dapat nang magpatuloy sa buhay ang kanyang pamangkin. Ito ang unang hakbang patungo sa layuning iyon. Simula noon, nakausap na niya ang kanyang tagapayo na nagsabing dapat hikayatin ni Sam si E-Z na mas magbukas tungkol sa kanyang mga magulang. Sinabi niya na ang paggawa sa kanila bilang bahagi ng kanyang araw-araw na buhay ay makakatulong sa kanya na gumaling nang mas mabilis. Nagpatuloy sila sa pasilyo, lampas sa banyo, at huminto sa kahon o silid-imbakan.

"Ta-dah!" sabi ni Tito Sam habang itinutulak siya papasok.

Natigilan si E-Z nang masilayan niya ang bagong anyo ng opisina. Sa gitna, sa harap ng bintanang nakaharap sa hardin, ay may mesa. Nakaayos dito ang isang bagong-bagong gaming PC at sound system. Ipinaglibot niya ang upuan sa ilalim ng mesa - sakto ang sukat - habang pinapagalaw ang kanyang mga daliri sa keyboard. Malapit dito ay may printer na may nakasalansan na papel at basurahan - lahat ay inayos sa abot-kamay.

Sa kaliwa niya ay may estante ng libro. Iginiya niya ang sarili papalapit. Ang unang estante ay may mga librong tungkol sa pagsusulat at mga klasiko. Nakilala niya ang ilan sa mga paborito ng kanyang mga magulang. Ang pangalawa ay may mga tropeo, kabilang ang gantimpala para sa kanyang pagsusulat. Ang pangatlo at pang-apat ay may lahat ng mga paborito niyang libro noong bata pa siya. Walang laman ang dalawang pinakailalim na estante. Tinakbo ng kanyang mga mata ang tingin patungo sa tuktok ng estante, kinailangan niyang itulak paatras ang kanyang upuan para makita kung ano ang nasa itaas.

Pumasok si Sam sa silid sa tabi niya. Inilagay niya ang kamay sa balikat ng kanyang pamangkin.

"Yun, hindi ako sigurado kung masyado pang maaga. Ako..."

Ang pinakamahalagang bahagi: isang larawan ng pamilya. Tumulo ang luha sa pisngi niya nang maalala niya ang araw ng photo shoot. Nasa isang maliit na photography studio ito sa Sentro ng lungsod. Naka-ayos silang lahat. Si Tatay sa kanyang asul na suit. Si Nanay sa kanyang bagong asul na bestida na may pulang scarf na nakatali sa leeg niya. Siya sa kanyang kulay-abo na suit – yung parehong sinuot niya sa libing nila.

Pinigilan niya ang pag-agak-agak habang naaalala niya ang ayos sa studio ng potograpo. Punong-puno ang studio ng mga pampakaskas ng Pasko—kahit Hulyo pa lang. Ngumiti siya nang maisip niya ang mga corny na dekorasyon ng Pasko at ang pekeng fireplace. Ilang linggo ang lumipas, dumating ang card sa koreo, pero para sa kanyang mga magulang, hindi na dumating ang Pasko na iyon. Iniharap niya ang upuan patungo sa labasan at naglakad sa pasilyo kasama ang kanyang tiyuhin na sumusunod sa kanya.

"Alam kong aabutin ng panahon. Pasensya na kung masyado akong nagmadali, pero mahigit isang taon na ang lumipas at inisip namin, ako at ang counsellor mo, na panahon na."

Nagpatuloy si E-Z sa paglalakad. Gusto niyang lumayo. Tumakas sa kanyang silid at isara ang mundo sa labas, nang may pumasok sa kanyang isipan. Isang napakahalagang bagay. Hindi maaaring alam ng kanyang tiyuhin ang kuwento ng larawan. Kung alam niya, hindi niya ito inilagay doon. Pagkatapos ng lahat ng ginawa niya para sa kanya, may utang siyang paliwanag sa kanya. Tumigil siya.

"Hindi namin ito nagamit, para ito sa Christmas card namin, pero hindi na ito umabot ng Pasko."

"Pasensya na talaga. Hindi ko alam."

"Alam kong hindi mo alam, pero hindi nito nababawasan ang sakit."

Pagod sa katawan at isip, lumapit siya sa kanyang silid. Nagpatuloy ang kanyang panloob na diyalogo na may positibong pagpapatibay. Pinapaalala sa kanya na mas maganda ang itsura ng lahat sa umaga. Dahil halos palagi namang ganoon.

"Ito ay inilaan para sa pagsusulat mo. Tandaan mo, isa ka nang manunulat na nagwagi ng parangal, at may dugo ka ng manunulat."

Halos nakarating na siya sa kanyang silid - bakit hindi siya pinayagang umalis ng kanyang tiyuhin? Sumiklab ang kanyang galit.

"Nakasulat ako ng isang maikling kuwento, pero hindi ibig sabihin nun na kaya kong magsulat pa o gusto ko. Sabi mo, may dugo ni Charles Dickens na dumadaloy sa akin, pero ang gusto ko ay maging catcher para sa L.A. Dodgers. Kahit pa tawagin nila akong 'batang-puno' - hindi ibig sabihin nun na kailangan kong magpakatalo. Bakit ba kailangan kong magpakatalo?"

"Sana huwag mo silang hayaang makaapekto sa'yo."

"Ako'y batang-puno! Kung hindi dahil sa punong iyon!" sigaw niya habang bigla siyang lumingon at tumama ang siko niya sa pader. Ang butong hindi naman nakakatawa ay sumakit nang sobra.

"Okay ka lang ba?"

Nang-ungol si E-Z bilang sagot, saka nagpatuloy sa kanyang silid. Plano niyang isara nang malakas ang pinto sa likod niya. Sa halip, naipit siya kalahati sa loob at kalahati sa labas ng pintuan. Pagkatapos ay na-lock ang mga gulong ng kanyang upuan.

"Puta!"

Bitiwan ni Sam ang upuan nang walang imik. Isinara niya ang pinto habang palabas.

Kumuha si E-Z ng ilang bagay na hindi mababali at hinagis niya ang mga ito sa pader. Para kumalma, inisip niya ang kanyang mga magulang, na sinasabi kung gaano sila pagmamalaki sa kanya. Namimiss niya iyon. Pero, kung nandito ngayon ang tatay niya, sasabihan siya nito ng masama dahil sa pagiging pasaway niya. Pagsasabihan din siya ng kanyang ina, pero sa mas mabait at banayad na paraan. Pinunasan niya ang kanyang mga luha. Naramdaman niya ang hapdi ng hiya at ang kanyang katawan ay bumagsak sa pagod sa kanyang wheelchair.

Tinanong ni Tito Sam sa nakasaradong pinto, "Okay ka lang ba?"

"Pabayaan mo ako!" sagot ni E-Z. Kahit na kailangan niya ng tulong niya. Kung wala siya, hindi niya maisusuot ang kanyang pajama o makakahiga sa kama. Kailangan niyang matulog sa silya, nakasuot ng damit niya. Sa kaibuturan ng kanyang puso, alam niya palagi ang katotohanan. Kung titigil siyang magmalasakit, titigil na ring magmalasakit ang iba. Pagkatapos, siya na talaga ang mag-isa.

Inihila niya ang kanyang silya papunta sa bintana at tumingin sa kalangitan sa gabi. Musika. Ito ang nag-iisang bagay na tunay na nagbuklod sa kanila bilang isang pamilya. Oo, may mga pagkakaiba sila sa mga genre ng musika, pero kapag may magandang kantang tumugtog sa radyo, tinatanggal nila iyon.

May isang magaspang na itim na pusa ang tumawid sa damuhan. Palagi nang ninais ng kanyang ina na pumunta sila sa New York para manood ng Cats sa Broadway. Hinihiling niya sana na sana'y sabay silang pumunta. Lumikha ng alaala. Ngayon, hindi na nila ito magagawa. Ang kantang iyon, may kinalaman sa alaala, ang nagtulak sa kanya na kunin ang kanyang telepono. Pinili niya ang isang hard rock anthem, tinaas ang volume. Ginamit niya ang kanyang mga kamao para patugtugin ang ritmo sa mga sandalan ng kanyang upuan habang siya'y sumisigaw at sumisigaw ng mga liriko.

Hanggang sa sobra niyang pag-rock out na nahulog siya mula sa upuan niya at bumagsak sa sahig. Sa una, nang makita niya ang silid niya mula sa sahig pataas, gusto niyang umiyak. Sa halip, nagsimulang tumawa siya at hindi na tumigil.

"Okay ka lang diyan?" tanong ni Sam.

"Uh, kailangan ko ng tulong mo." Sakit ng tiyan niya sa sobrang tawa.Ang unang reaksyon ni Sam ay pagkabahala nang makita niya ang pamangkin niya sa sahig na nakahawak sa tiyan. Nang mapagtanto niyang pinipigilan pala nito ang tawa, bumagsak siya sa sahig sa tabi nito.

Kalaunan, habang papalabas na si Sam, sinabi niya, "Ayos ka lang diyan, bata."

"Ayos lang kami."

Doon nila pinagtibay ang kasunduan na magpapagawa ng tattoo.

KABANATA 2

"PASENSYA NA, HINDI AKO makakapag-baseball sa inyo ngayon."

"Sige na," sabi ni Arden. "Hindi ka naman ganoon kasama noong nakaraan."

"Umalis ka nga," sagot ni E-Z. Pumabilis siya para makasabay sa tiyuhin niya at nabangga si Mary Garner, ang Punong tagapagpalakas-loob.

"Ay, pasensya na, Mary."

Ito ang unang pagkakataon na nakita niya siya mula nang aksidente. Tumango siya nang bumagsak ang buhok ni Mary Garner na parang kurtina sa kanyang mga mata: amoy kanela at pulot ito.

"Bobo," sabi niya. "Tumingin ka nga kung saan ka pupunta."

Umatras siya at nagmartsa palayo. Sinundan siya ng kanyang mga kasama.

Ngumiti siya, inunat ang leeg para sundan siya ng tingin. Lumapit ang kanyang mga kaibigan at ganoon din ang ginawa. Umhagulgol si Arden.

Lumingon siya sa kanyang balikat at ipinakita ang gitnang daliri sa kanila.

"Grabe, ang ganda niya," sabi ni PJ.

"Ang sexy niya," sabi ni Arden.

"Sobrang seksing."

Habang palabas na sila ng paaralan, tinanong ni PJ, "So, sabihin mo sa amin kung bakit ayaw mong maglaro ngayon."

"Oo, tulungan mo kaming maintindihan," sabi ni Arden, sabay ng pagkunot ng noo at pag-cross ng mata. "Wala kaming kwenta kung wala ka."

"Tingnan niyo, nagkasundo kami ni Uncle Sam. Na gumawa ng isang malaking bagay nang magkasama pagkatapos ng klase ngayon."

Inyakap ng kanyang mga kaibigan ang kanilang mga braso na humaharang sa daraanan ng kanyang upuan.

"Balak mo pa rin kaming iwan – at hindi mo man lang sasabihin sa amin kung bakit?" ani PJ na pulang buhok.

"Ang kapal ng mukha mo."

"Hindi ka namin iiwan."

Umalis sila, at pinabilis ang kanilang paglakad.

Pinabilis ni E-Z ang kanyang silya, pero hindi ito naging sapat. "Sandali! Magpapatattoo rin kami!"

Tumigil sa kinatatayuan ang mga kaibigan niya.

"Magpapataattoo ako bilang alaala ng nanay at tatay ko - pakpak ng kalapati, isa sa bawat balikat."

"Sasama kami sa'yo!"

"Akala ko iisipin niyo na masyado akong sentimental."

Nagpatuloy silang naglakad nang hindi nagsalita ng ilang sandali.

"Kakausapin ko si Uncle Sam sa parlora ng tattoo."

KABANATA 3

NAGULAT SI SAM NANG makita ang pamangkin niya kasama ang mga kaibigan nito.

"Akala ko ba tayo lang ang may kasunduan, ibig sabihin, lihim?"

"Gusto raw nila akong isama sa laro – kailangan kong sabihin sa kanila."

"Sige, patas naman. Pero hindi ko nakasanayan na pumalit sa mga magulang nila o magbigay ng permiso sa ngalan nila." Pagkatapos kay PJ at Arden, "Okay lang sa akin na nandito kayo, pero ang mga magulang ninyo lang ang makakapag-apruba sa mga tattoo ninyo."

"Sandali!" sabi ni PJ. "Hindi ko nga naisip na magpapatattoo tayo."

"Tiyak na sasabihin ng sa akin na hindi," sabi ni Arden. May problema ang mga magulang niya, na lubos niyang sinamantala. Nagpapanggap siyang hindi siya naaabala ng palagi nilang pag-aaway. Paminsan-minsan, kapag hindi na niya matiis, nagpapasasa siya sa bahay ng kaibigan.

"Ako rin." Si PJ ang panganay at may dalawang kapatid na babae na limang taong gulang at pitong taong gulang. Hinihikayat siya ng kanyang mga magulang na maging mabuting halimbawa at karamihan ng oras ay sinusunod niya iyon. Sa pamamagitan ng pagtutok sa hinaharap sa sports, nananatili siyang nasa tamang landas.Bigla silang nagka-ideya, at nag-high five ang dalawang binata.

"Ano?" tanong ni Sam.

"Sasabihin namin sa kanila kung bakit ginagawa ito ni E-Z, at gusto naming magpatattoo para suportahan siya," sabi ni PJ.

Tumango si Arden.

"Sandali. So, kayong dalawang tanga ay gusto ninyong gamitin ang pagkamatay ng mga magulang ko bilang dahilan para magpatattoo?"

Bumuka ang bibig ni Sam, pero wala siyang masabi.

Namumula ang mukha nina PJ at Arden, nakatitig sa sementado.

Pinatawad na lang sila ni E-Z. "Okay lang sa akin."

Isinara ni Sam ang kanyang bibig habang siya at ang dalawang lalaki ay bumubuo ng kalahating bilog sa paligid ng wheelchair.

"Pero pangako ninyo sa akin ang isang bagay - bawal ang paru-paro."

"Uy, ano ba ang problema ninyo sa paru-paro?" tanong ni Sam.

KABANATA 4

SA MADALING SABI, NAPANIWALA nina PJ at Arden ang kanilang mga magulang na hayaang magpatattoo sila.

"Sandali pa," sabi ng tattoo artist, habang tinitingnan silang apat. Sa harap ng salamin ay isang matipunong lalaking kostumer na nagpapalagay ng isa pang tatu sa kanyang marami nang koleksyon. Ang bago ay nasa pagitan ng kanyang hinlalaki at hintuturo. "Ikaw ba si Sam?" tanong ng lalaking nagta-tatu.

Nangilabot si Sam nang bahagya, dahil nabasa niya na ang kamay ay isa sa mga pinaka-masakit na bahagi ng katawan na paglagyan ng tattoo. "Oo, nakausap kita sa telepono. Ito ang pamangkin ko na si E-Z, at ang mga kaibigan niyang sina PJ at Arden."

"Lahat kayong apat ay magpapagawa ng tattoo ngayon? Kasi dalawa lang kayo ang inaasahan ko."

"Pasensya na diyan. Pwede nating i-reschedule, kung kailangan, o pwede kong ipagawa ang sa akin sa ibang araw," sabi ni Sam nang may pag-asa.

"Sa kabutihang-palad, darating na ang anak kong babae para tumulong sa akin. Kaya, maligayang pagdating sa mga Tattoos-R-Us. Pwede kayong maghintay doon. Kumuha kayo ng baso ng tubig. Mayroon ding ilang brochures na baka gusto ninyong tingnan. Baka makatulong ito sa inyo para makapagdesisyon kung saan ninyo gusto ang tattoo. Bawat bahagi ng katawan ay may kanya-kanyang antas ng sakit na kayang tiisin." Tumawa nang malakas ang matipunong lalaking tinatatoo.

"Salamat," sagot ni Sam habang papunta sila sa waiting area. Nang makaluklok na sila sa isang sopa, ang pabaling-baling niyang tuhod ay nagbigay ng kilabot kina PJ at Arden. Tumawid sila sa kabilang dulo ng silid at tiningnan ang bulletin board. Para maibsan ang kaba, nagkuwento si Sam nang walang tigil. "Tiningnan ko sila sa internet, dalawampu't limang taon na silang nasa negosyo, at yung lalaking nakausap namin siya ang may-ari. Maganda ang reputasyon nila sa Mas Mabuting Tanggapan ng Negosyo. At saka, napakaraming limang-bituin na review sa website nila."

Napalingon ang lahat nang pumasok sa lugar ang isang kaakit-akit na babae na nakasuot ng tila goth na pananamit. Mga tatlumpu siya at batay sa itsura niya, anak siya ng may-ari. May tattoo siya sa bawat bahagi ng nakalantad niyang balat, at may sporadikong piercings sa iba pang bahagi.

"Pasensya na at na-late ako," sabi niya, habang hinahaplos ang balikat ng kanyang ama. Sinulyapan niya ang waiting area, at may binulong sa kanya. Ngumiti siya ng malapad at tumingin sa mga customer.

"Hi, ako si Josie." Ipinakita niya ang kanyang kamay at nakipagkamay sa bawat isa sa kanila. "Yun si Rocky sa kabila. Siya ang may-ari at ako ang anak niya."

"Ako si Sam, at ito ang pamangkin kong si E-Z at ang dalawa niyang kaibigan, sina PJ at Arden." Nahulog siya sa halip na maupo muli.

Kumuha si Josie ng baso ng tubig para sa kanya.

Naisip ni E-Z kung gaano kasakit ang piercing sa dila niya, saka niya sinabi sa tiyuhin niya, "Hindi mo na kailangang gawin iyon."

"Tinatawag mo ba akong duwag?" sabi niya, nanginginig ang buong katawan habang inilalagay ni Josie ang baso sa kamay niya. Nang itaas niya ito papalapit sa kanyang mga labi, may natapon siyang kaunting tubig.

"Bago pa kayo magpatattoo, di ba?" tanong ni Josie.

Naisip ni E-Z na may malambing siyang boses, na parang si Stevie Nicks, ang paboritong bokalista ng kanyang ama sa Fleetwood Mac, na kumakanta tungkol kay Rhiannon ang mangkukulam.

Hindi na nila kailangang sumagot, dahil sinabi na ng kanilang katahimikan ang lahat.

"Nasa napakagaling na mga kamay kayo kay Rocky. Siya ang pinakamagaling na tattoo artist sa bayan. Masakit iyan, mga lalaki. Oo, masakit. Pero katulad iyan ng sakit na kinakanta ni John Cougar. Alam niyo - Masakit pero masarap."

Nangisi si Sam. "Gaano ba talaga kasakit?"

"Depende iyan sa iyong tiis sa sakit - at kung saan mo pipiliin ipaglagay ito. May brochure doon, na naglalarawan ng iba't ibang bahagi ng katawan at may kasamang antas ng sakit."

Naramdaman ni E-Z na uminit ang kanyang mukha, at ganoon din ang kulay ng mukha ng kanyang mga kaibigan.

Sinulyapan niya si Sam, at napansin niyang ang kulay ng mukha nito ay nagbago at naging bahagyang berde.

Nagpatuloy si Josie. "Pagkatapos ng unang tattoo mo, baka ma-adik ka at gusto mo pa ng marami."

Tumayo si Sam, nanginginig ang katawan sa takot.

"Baka kailangan niya ng sariwang hangin," sabi ni E-Z, hinihila ang tiyuhin patungo sa pinto.

Pagkalabas, naglalakad-lakad si Sam sa bangketa, kaba-kabado na para bang lalabas na sa dibdib ang puso niya.

"Sana nga naninigarilyo ako." Salamat talaga sa pagsama mo sa akin dito, pero sa totoo lang, hindi mo kailangang sumama rito. Alam kong may pinagkasunduan tayo, at gusto kong gawin ito – bilang alaala ng nanay at tatay ko – pero wala kang utang sa akin. Bakit hindi ka na lang maglakad-lakad, umorder ng kape at i-text mo kami kapag tapos na kami, sige?"

"Sinabi kong nandito ako para sa'yo, palagi. Nandito ako para sa'yo ngayon. Ayoko ng karayom. At ng barena. Akala ko kaya ko, pero ngayon na-realize ko na mas matindi ang takot kaysa sa akin. Ang duwag ko talaga."

"Nandito ka naman palagi para sa akin, Kuya Sam. Hindi mo na kailangang patunayan pa sa akin, o sa kahit kanino, sa pamamagitan ng pagpapagawa ng tattoo na ayaw mo naman talaga. Ngayon, umalis ka na rito. Tatawagan kita kapag tapos na kami." Pinaikot niya ang sarili pabalik sa ramp kasama ang kanyang mga kaibigang nakasunod sa likuran niya. Sinulyapan niya si Sam sa kanyang balikat. Ang kawawang lalaki ay kasing-tigas ng estatwa.

"Okay lang ako. Sige na, umalis ka na."

Tumawa si Sam. "Pero bago ako umalis, mas mabuti pang ibigay mo sa akin ang liham na sinulat ko kagabi, para maidagdag ko ang mga pangalan nina PJ at Arden. Kasi kung wala ang pahintulot ko – wala sa inyo ang makakakuha ng tattoo."

"Mabuting isip," sabi ni E-Z habang ipinapasa niya ang sulat sa pila. Ngayon, nang may pirma na, bumalik na naman ito. Inilagay niya ito sa kanyang bulsa, at pumasok na sila kung saan naghihintay si Josie.

"Sige, ikaw na ang susunod. Kung pipisilin mo ang pantalon mo, ipapakita ko na sa'yo ngayon kung nasaan ang banyo."

"Kagat mo," sabi ni E-Z habang itinutulak niya ang kanyang upuan sa tamang posisyon.

***

HABANG TINATAPOS NI ROCKY sa counter, inabot ni Josie kay E-Z ang isang librong may mga tatu.

"Alam ko na kahit hindi ko tignan. Gusto ko ng pakpak ng kalapati, sa bawat balikat." Nariyan na naman sila, ang berdeng at dilaw na ilaw. Gustong-gusto niyang itaboy sila, pero ayaw niyang isipin ni Josie na baliw din siya.

Binaliktot ni Josie ang libro. "Ito ba ang nasa isip mo?"

Tumango siya, saka pinanood si Josie sa salamin habang naghuhugas ng kamay, pagkatapos ay nagsuot ng itim na guwantes. Kinuha niya ang mga ink cup mula sa sterile na pakete at inilagay ang mga ito sa mesa.

"May dala ka bang sulat, mula sa magulang o tagapag-alaga mo? Inaakala kong hindi ka pa labing-walo?"

Ngumiti si E-Z at iniabot ang sulat sa kanya.

"Ayos naman ang lahat. Ngayon, sa mas importanteng bagay. May buhok ba ang likod mo?" Ngumiti siya. "Kung mayroon, kailangan muna nating linisin at ahitin ito. Ibig kong sabihin, ang buong likod mo."

"Hindi naman."

Ang tunog ng pag-ungol ng kanyang mga kaibigan mula sa waiting area ay nagpangiti rin sa kanya. Samantala, pumasok si Josie sa silid sa likod at may narinig na musika. Sandali, narinig ang Isa pang ladrilyo sa pader, tapos nawalan ng tugtugan.

"Hoy, bakit mo ginawa 'yan?" tanong niya.

"Kinamumuhian ko ang kahit ano ni Pink Floyd." Nagpatuloy siya sa pag-aayos ng mga gamit.

"Hindi mo puwedeng sabihing ganoon, maliban kung hindi mo pa narinig ang Madilim na Panig ng Buwan."

"Narinig ko na, walang kwenta," sabi niya habang hinuhubad ang kamiseta niya. "Oh!"

POP.

POP.

At nawala ang dalawang ilaw.

Lumapit si Rocky at tumayo sa tabi niya. "Ano ba 'to?"

"Talaga nga naman," sabi ni Josie.

Na siyang nagdala kina PJ at Arden.

"Hindi ko maintindihan, E-Z. Bakit ka magsisinungaling?"

"Siyempre, hindi siya magsisinungaling – hindi kailanman nagsisinungaling si E-Z," sabi ni Arden.

"ANO!?" tanong ni E-Z, habang sinisikap niyang igalaw ang upuan niya para makita ang nakikita nila. "Sinungaling? Tungkol saan? Sabihin mo, ano man iyon. Kaya kong tiisin."

Tinanong ni Josie, "Bakit ka nagsinungaling na hindi ka pa nagpapagawa ng tatu?"

***

"HINDI KO GINAWA!" NATATAGKIL si E-Z, walang ideya kung ano ang ibig niyang sabihin.

"Sandali," sabi ni Arden. "Halika, kaibigan, kung nagsinungaling ka, tiyak na may mabuting dahilan ka."

"Nahuli na tayo!" sabi ni PJ. "Bagaman hindi niya makukuha ang mga iyon nang walang pahintulot ng isang matanda." Kinuha ni Rocky ang isang maliit na salamin at itinapat ito para makita ni E-Z ang nakikita nila. Dalawang tatu, isa sa kanang balikat niya at isa sa kaliwa. Mga pakpak.

"Ano'ng?"

"Sinabi niya sa akin na gusto niya ng mga pakpak," sabi ni Josie. "Akala ko mabait kang bata."

"Totoo! Sa totoo lang, wala akong ideya kung paano sila napunta roon, at hindi ito ang klaseng pakpak na gusto ko. Gusto ko ng pakpak ng kalapati. Mas mukhang pakpak ng anghel ito."

"Halika na, pare," sabi ni Rocky. "Ginawa ito ng propesyonal. Noong nakaraan. At talagang pambihira ang mga pakpak ng anghel na ito. Pagpupugay ko sa sinumang gumawa. Sabihin mo sa kanila na kapag naghahanap sila ng trabaho, hanapin nila ako."

"Sumpa ko, hindi ako nagpatattoo. Ito ang unang beses na napunta ako sa ganitong lugar. Tanungin mo si tito ko. Susuportahan niya ako. Alam niya."

"Walang kahulugan ang lahat ng ito," sabi ni Arden.

Umiling si Rocky.

"Amminin mo na lang, bata."

"Gusto kayong magpa-tatu?" tanong ni Josie habang nakahawak siya sa kanyang balakang.

"Hindi," sagot nila.

"Ang mga lalaki talaga, puro kasinungalingan," sabi ni Josie habang sinasara nila ang pinto sa likod nila.

"Hayaan mo na, mahal, oras na para kumain tayo," pagkatapos ay inilagay niya ang karatulang SARADO sa pinto.

***

BUMALIK SI SAM AT nakita ang tatlong lalaki na naghihintay sa labas ng studio. Kakaiba ang kilos nila. Nakabaling ang braso ni PJ na pulang buhok, habang nakapatong naman sa kanyang balakang ang mga kamay ni Arden na kayumanggi ang balat. Samantala, ang pamangkin niya ay halos maluha na.

"Salamat sa Diyos, Kuya Sam, salamat sa Diyos na bumalik ka na."

Dumiretso siya sa kanila. "Ay naku, sobrang sakit ba? Bababa din ang lagnat sa loob ng ilang araw. Magiging ayos lang ito. Hayaan mo akong tingnan."

Umhagulgol siya habang yumuyuko ang pamangkin niya para maitaas ang kanyang kamiseta.

"Naku, ang sakit siguro niyan."

"Malamang nga," sabi ni PJ.

"Noong una pa lang siyang tinamaan."

"Una? Ano?"

"Nandiyan na 'yan nung tinanggal niya ang kamiseta niya."

"Ang hindi namin maintindihan ay, paano?"

"Ano'ng ibig mong sabihin? Masisiguro ko sa'yo na wala pa'yan sa kanya kahapon."

"Ikaw, sinabi ko sa'yo na susuportahan mo ako, Tiyo Sam." Kung hindi sila naniniwala sa kanya, maniniwala sila sa tiyuhin niya, pero bakit naman iisipin nilang magsinungaling siya tungkol dito? Alam nila na hindi siya sinungaling.

"Ayon kay Rocky, matagal na niyang may mga 'yan."

"Nakita mo kung paano na gumaling lahat?" sabi ni PJ.

"Nainis sina Rocky at Josie, at may karapatan naman sila dahil mukhang nagulat si E-Z nang makita ang mga iyon, katulad namin."

"At kayo naman," tanong ni Sam, "ano nangyari sa mga tatu ninyo?"

"Nagpasya kaming huwag na lang ituloy," sabi ni PJ.

"Hindi kasi tama ang pakiramdam."

Sinabi ni Sam, "Sabihin mo sa amin ang nangyari. Ipaliwanag mo, pare, kasi hindi ko maintindihan."

"Hindi ko kaya. Kuya Sam, alam mong wala sila rito kahapon. Wala akong paliwanag. Ang gusto ko lang, makauwi." Nagsimulang gumalaw siya, pinipiga ang mga gulong ng wheelchair niya, mas mabilis, mas mabilis pa. Gusto niyang tumakas, kahit saan basta malayo. Kung hindi siya pinaniwalaan, bahala na sila.

Nang papalapit na siya sa dulo ng kalye, nagbago ang ilaw mula berde patungong pula. May isang batang babae na mag-isa na ang nasa gitna ng pagtawid. Lumabas siya sa gilid ng bangketa nang may isang camper van na lumiko sa kanto. Tumanggal sa lupa ang wheelchair niya at sumabog patungo sa kanya. Ipinagpag niya ang kamay, hinawakan siya. Sakto para iligtas siya na hindi matapak ng gulong ng sasakyan.

Ngayon na ligtas na siya, muling tumapat sa lupa ang wheelchair, at dinala niya siya sa isang ligtas na lugar. Sa harap niya, nakatayo ang isang puting swan na mas malaki kaysa sa karaniwan. Pinakita nito ang palahawit bilang tanda ng pag-apruba gamit ang pakpak nito, pagkatapos ay lumipad ito palayo.

"Swan," sabi ng munting batang babae, habang hinahanap niya ang kanyang mga magulang.

Sinamantala ni E-Z ang pagkakataon para makihalo sa mga tao at mawala sa kanto, saka niya pinag-igihan ang pag-ikot ng mga gulong ng wheelchair niya nang higit pa sa dati at di nagtagal ay ilang bloke na ang layo niya.

"Nakita mo 'yan?" sigaw ni Arden nang huminto siya sa kanto. "Aray," sabi niya nang mabangga siya ng babae sa likuran niya. "Aray" ang narinig niya sa likuran, nagbanggaan ang iba pang mga taong naglalakad sa likuran niya.

Hindi gumalaw si PJ nang bumangga sa kanya nang malakas ang lalaki sa likuran niya. Sinabi niya kay Arden, "Oo, nakita ko... pero hindi ako sigurado sa nakita ko. Ang mga pakpak na tattoo ay isang bagay, ito naman... ano? Isang himala?"

"Isang Optikal na ilusyon," sabi ni Sam, nang tumingting ang kanyang telepono. Isang mensahe ito mula kay E-Z na hinihiling na sunduin siya agad malapit sa parkingan ng hardware store. "Kailangan ako ni E-Z, kaya ba ninyong dalawa na makauwi nang mag-isa?"

"Sige, walang problema, Sam."

"Sana ayos lang siya."

Bumalik si Sam sa kotse, sinusubukang manatiling kalmado habang iniintindi ang katatapos lang mangyari.

Hindi gustong pag-usapan ng dalawang lalaki ang nakita nila – ang wheelchair ni E-Z na lumipad.

"Nakita niyo 'yan?" bulong ng iba sa likuran nila habang nagtitipon ang mga tao.

"Sayang hindi ko nahanda ang phone ko," sabi ng isang babae.

Isang pangalawang babae na may mikropono at kamera ang sumiksik papunta sa unahan. Nang magbago ang ilaw, tumawid siya sa kalsada, sinundan ng isang mag-asawa na umiiyak – ang mga magulang ng mga batang babae. Sa likuran nila ay ang drayber ng Van na pang-kamping.

"Salamat sa Diyos, nandiyan ka," ang sigaw niya. "Hindi ko siya nakita. Bayani kang bata. Salamat."

"Mama!" ang tawag ng bata, habang inakap siya ng kanyang ina. Inakap siya nang mahigpit ng kanyang ina at ng asawa nito, habang lumalapit ang reporter at ini-record ng camera operator ang sandaling iyon.

Naghihikbi sa isang gilid ang lalaking muntik na siyang mabangga. Nakipag-usap sa kanya ang reporter at ang photographer. "Sinalba niya ako, at siya. Ang batang lalaki, ang batang lalaki sa wheelchair."

Sinubukan nilang hanapin siya, pero wala na siya. Nagtatago siya, na parang kriminal. Naghihintay na dumating si Uncle Sam para iligtas siya. Sinusubukang intindihin ang nangyari. Sinusubukang huwag ma-trauma.

Pabalik sa pinangyarihan, dalawang ilaw, isa'y berde at isa'y dilaw, ang nagpawi sa isipan ng lahat ng tao sa paligid. Pagkatapos ay sinira nila ang lahat ng naitalang bidyo.

"Ano'ng ginagawa natin dito?" tanong ng mamamahayag.

"Wala akong ideya," sagot ng camera operator.

Habang pauwi, parang pakiramdam ni E-Z ay isang bayani siya. Pero alam niya na ang tunay na bayani ay ang upuan; ang kanyang wheelchair na lumipad.

Si E-Z Dickens ay isang Anghel ng Tatu.

***

"LUMIPAD AKO, UNCLE SAM. Talagang lumipad ako."

Pumarada si Sam sa driveway at pinarking ang sasakyan.

"Nakita mo, di ba? Nakita mong inligtas ko yung batang babae. Hindi ko sana nakarating sa oras, at alam iyon ng wheelchair ko kaya't tumanggal ito sa lupa at bumilis papunta sa kanya."

"Oo, nakita ko. Pambihira iyon. Ang ibig kong sabihin, yung paraan ng pagligtas mo sa batang babae mula sa panganib. Pero hindi lumipad ang wheelchair mo. Momentum lang 'yan, na nagtulak sa'yo pasulong. Dahil sa adrenaline rush at sa bilis ng paggalaw mo para makarating doon, pakiramdam mo'y lumilipad ka – pero hindi naman."

"Lumipad ako. Umangat ang wheelchair sa lupa."

"E-Z, sige na. Alam mong pareho nating alam na walang lumipad. Dapat alam mo 'yan. Ibig kong sabihin, ano ka ba akala mo? Anghel ka ba?"

Bumaba si Sam ng kotse, hinila ang wheelchair mula sa trunk, at lumapit para tulungan ang pamangkin niyang makasakay dito. Habang ginagawa niya ito, napuwersang dumikit ang kanang balikat ni E-Z sa gilid ng pinto, at siya'y nagingaw sa sakit.

"Tubig!" sigaw niya. "Parang nasusunog ako."

Tumakbo si Sam sa kusina at bumalik na may dalang bote ng tubig.

Binuhos ni E-Z ito sa kanyang balikat. Medyo humupa ang sakit, pero pagkatapos ay parang nasusunog naman ang kabilang balikat niya. Binuhos niya ang natitirang laman ng bote rito. Itinulak siya ni Sam papasok ng bahay, habang sinisikap ni E-Z na hubarin ang kanyang kamiseta. Tinulungan siya ni Sam na mahubad ito sa kanyang ulo.

"Ay naku!" sigaw ni Sam, habang tinatakpan ang ilong. Ang mga balikat ng pamangkin niya ay mukhang at amoy na parang inihaw na karne na nasunog. Nagmadali siyang pumasok sa kusina para kumuha pa ng tubig.

Habang papunta, sumigaw si E-Z at patuloy na sumigaw hanggang sa mawalan siya ng malay.

KABANATA 5

MADILIM AT SIYA'Y NAG-IISA, tanging ang anino ng buwan ang kumakalat sa itaas niya sa kalangitan.

Nakataas ang kanyang mga braso sa dibdib, na parang nakita niyang mga bangkay na inilagay sa bukas na kabaong sa libing. Inyugyog niya ang mga ito. Ngayon na nakarelaks, inilapag niya ang mga ito sa sandalan ng kanyang wheelchair, ngunit natuklasan niyang hindi siya nakalukluk dito. Natakot siyang baka mahulog, kaya muling pinagsalubong niya ang kanyang mga braso sa dibdib. Pero sandali, hindi naman siya natumba nang inalis niya ang mga ito noon—sinubukan niya ulit at nanatiling nakatayo.

Matatag na idinikit ni E-Z ang isang braso sa kanyang dibdib, habang ang isa pa niyang braso, ang kanan, ay iniunat nang kasing layo ng kaya. Naramdaman ng mga dulo ng kanyang daliri ang isang bagay na malamig at metaliko. Ginawa rin niya ito gamit ang kaliwang braso, at muli, metal ang naramdaman niya. Yumuko siya pasulong, hinawakan ang pader sa kanyang harapan, at ginawa rin iyon sa kanyang likuran. Habang gumagalaw siya, gumalaw din ang upuan sa ilalim niya, na may pag-uga at pag-alon na parang sistema ng suspensyon.

Ang sistemang ito ang siyang nagpapanatili sa kanya nang nakatayo, o siya nga ba?

PFFT.

Ang tunog ng singaw, na sumisingaw sa hangin. Mainit, pinalakas nito ang kanyang pang-amoy, binabad siya sa samyo ng lavenda at citrus.

Lumubog siya sa isang malalim na tulog, kung saan siya ay nangangarap ng mga panaginip na hindi panaginip kundi mga alaala. Ang aksidente - nangyayari muli nang paulit-ulit - paikot-ikot. Itinapon niya ang kanyang ulo pabalik at nag-ungol.

"Sandali lang," wika ng isang tinig ng babae.

Parang tinig ng robot, gaya ng maririnig sa isang recording kapag walang tao sa paligid.

Nang matakot siyang makatulog muli, nagtanong siya, "Nino 'yan? Pakiusap. Nasaan ako?"

"Nandito ka," wika ng tinig, saka ito tumawa ng malambing. Bumalingaw-bingaw ang tawa sa lalagyan na parang silo, pumitik sa kanyang mga tenga habang paos-paos ito.

Nang tumigil ito, nagpasya siyang makalabas. Gamit ang buong lakas niya, iniunat niya ang kanyang mga braso at humatak. May pakiramdam siyang ginhawa. May nagagawa, kahit ano - sa simula - hanggang sa mananaig ang takot sa makipot na lugar.

PFFT.

Ang spray, na mas malapit ngayon, ay diretso sa kanyang mga mata. Nangati ang asido ng sitro, at napuno ng luha ang kanyang mga mata na para bang naghihiwa siya ng sibuyas, at tumayo siya.

Sandali...

Nahulog siyang pababa muli. Iginiling niya ang kanyang mga daliri sa paa. Ginawa niya ito muli. Ipinunayat niya ang kanyang kanang binti. Tapos ang kaliwa. Gumana sila. Gumana ang kanyang mga binti. Ibinangon niya ang sarili...

Isang boses, lalaki ngayon, ang nagsabi, "Mangyaring manatili kayong nakaupo."

Kinagat-kagat niya ang kanyang kanang hita, tapos ang kaliwa. Sino ang mag-aakala na ang isang kagat o dalawa ay maaaring ganoon kasarap? Walang makakapigil sa kanya. Habang magagamit pa niya ang kanyang mga binti, tatayo siyang muli.

May narinig siyang ingay sa itaas niya, parang gumagalaw na elevator. Lumakas pa ang tunog. Tumingin siya pataas. Ang kisame ng silo ay bumababa. Lalong lumalaki. Sa wakas, tuluyang huminto ito.

"Umupo kayo," utos ng boses ng lalaki.

Tumayo si E-Z, ngunit dahan-dahang bumaba ang kisame – hanggang hindi na siya makatayo. Maingat siyang umupo, hinihintay na umatras ito na parang elevator na umaakyat sa itaas – pero hindi ito gumalaw.

PFFT.

"Palabasin ninyo ako!"

"Magdagdag ng laudanum," sabi ng boses ng babae.

Tumigil muna ang mga pader, saka nag-spray ng sobrang haba na dosis.

PPPFFFTTT.

Iyon ang huling tunog na narinig niya.

***

NASA KAMA NA SIYA muli – nagtataka kung baka nawalan siya ng katinuan at inimbento lang ang buong insidente sa silo na para bang madali lang. Tila totoo, amoy totoo. At ang dalawang boses – bakit hindi sila nagpakita? Kinamot niya ang ulo, nakita niyang may dalawang ilaw sa harap ng kanyang mga mata. Tulad ng dati, isa'y berde, isa'y dilaw.

"Kumusta?" bulong niya, habang sinasalanta siya ng matalas na kulog na parang kawan ng mga lamok. Ipinagpag niya pabalik ang kanang kamay, at sumuntok nang malakas. Ngunit bago pa man ito tumama, nanlalamig siya, nakabitin ang kamay sa ere. Nanlabo ang mga mata niya, na para bang hipnotisadong manok.

POP.

POP.

Nagbago ang anyo ng mga ilaw at naging dalawang nilalang. Bawat isa ay itinulak ang isang balikat, at bumagsak si E-Z sa unan kung saan ipinikit niya ang kanyang mga mata at nakatulog.

"Dapat gawin na natin ito,

BIP BIP,"

sabi ng dating dilaw na ilaw.

"Tiyakin muna natin na nakatulog siya,

ZOOM ZOOM," sabi ng dating berdeng ilaw.

"Sige, simulan na natin ang trabaho,

BIP BIP."

"Nakuha ba natin ang kanyang pahintulot,

ZOOM ZOOM?"

"Sinabi niyang gagawin niya, pero hindi niya maalala. Nag-aalala ako na hindi ito isang may-bisa na kasunduan. Maaaring bahagya lang ito, at alam mo namang kinamumuhian ng kung-sino-man ang mga bahagya. Hindi pa banggitin na mahuhuli ang mga bahagyang-tao sa pagitan ng

BIP BIP."

"Oo, sobra ko siyang gusto para hayaang maging isang nasa-pagitan-at-nasa-itan

ZOOM ZOOM."

"Hindi ito tungkol sa gusto. Huwag mong kalimutan ang nangyari sa swan. At saka—bakit nga ba sinasabi ng mga tao ang 'huwag mong banggitin' bago nila banggitin ang ayaw nilang sabihin?" Hindi na naghintay ng sagot. "Mapupunta tayo sa alanganin at magagalit na magagalit si-alam-mo-na

BIP BIP."

"Pero may tattoo na ang pakpak ng tao. Hindi nagsisimula ang mga pagsubok hangga't hindi pumapayag ang paksa." Ipinitik niya ang kanyang mga daliri at may lumitaw na aklat. Pinakilos niya ang kanyang mga pakpak at lumikha ng simoy ng hangin na nagbukas sa mga pahina. "Tingnan mo rito, nakasulat na ang mga pakpak ay ikinakabit LAMANG pagkatapos aprubahan ang paksa.

Kaya nang pumayag siya, doon na na-selyuhan ang kasunduan

ZOOM ZOOM."

Inaangat niya ang kanyang mga braso, at lumipad pataas ang aklat, na para bang babangga sa kisame pero sa halip ay naglaho ito sa pamamagitan nito.

Lumipad ang mga pakpak, isa ang lumapag sa balikat ni E-Z at isa naman sa kanyang ulo.

"Hindi ko ginawa," sabi niya, nang hindi binubuksan ang kanyang mga mata.

"Magpahinga ka pa, zoom-zoom," sabi niya habang hinahaplos ang kanyang mga mata.

"Shhhh,

BIP BIP."

"Mama, bumalik ka. Pakiusap, bumalik ka!"

"Sobrang agitat siya,

ZOOM ZOOM."

"Nananaginip siya,

BIP BIP."

Binuksan ni E-Z ang bibig niya at umungol na parang sanggol na elepante. Pinananatili sila ng simoy ng hangin sa ere – hindi na kailangang ikaway ang kanilang mga pakpak. Nagkikikik sila, hanggang sa pinikit niya ang bibig niya. Na nagdulot ng kanilang pagkahulog nang malaya. Sa pamamagitan ng masigasig na pag-ikway ng pakpak, agad silang nakabawi.

"Ay hindi, nagngangalit siya ng ngipin,

BIP BIP."

"May kakaibang gawi ang mga tao,

ZOOM ZOOM."

"Sapat na ang dinaanan ng batang taong ito. Sa pagbibigay ng mga karapatang ito, mababawasan ang kanyang nararamdamang sakit,

BIP BIP."

Lumipad ang unang nilalang patungo sa dibdib ni E-Z at lumapag, nakausli ang baba at nakapatong ang mga kamay sa kanyang balakang. Umikot ang nilalang nang isang beses, pa-clockwise. Habang umiikot nang mas mabilis, isang awit ang umalingawngaw mula sa paggalaw ng kanyang mga pakpak. Ang awit ay isang mababang ungol. Isang malungkot na awit mula sa nakaraan bilang pagdiriwang sa isang buhay na wala nang buhay. Sumandal ang nilalang paatras, nakahiga ang ulo sa dibdib ni E-Z. Tumigil ang pag-ikot ngunit nagpatuloy ang pagtugtog ng awit.

Sumali ang ikalawang nilalang, ginagawa ang parehong ritwal, habang umiikot pabaliktad sa orasan. Lumikha sila ng bagong awit, na walang mga

BIP BIP

at

ZOOM ZOOM.

Dahil nang sila'y kumanta, hindi kinakailangan ang onomatopeya. Samantalang sa pang-araw-araw na pag-uusap sa mga tao, kinakailangan ito. Ang awit na ito ay sumapaw sa isa pa at naging isang masigla, matininging pagdiriwang. Isang oda para sa mga darating, ng isang buhay na hindi pa nabubuhay. Isang awit para sa hinaharap.

Isang pagsabog ng alikabok na diamante ang sumirit mula sa kanilang gintong saksakan ng mata. Lumiko sila nang perpektong magkakasabay. Sumirit ang alikabok na diamante mula sa kanilang mga mata patungo sa natutulog na katawan ni E-Z. Nagpatuloy ang pagpapalitan hanggang sa natakpan siya ng alikabok na diamante mula ulo hanggang paa.

Patuloy na mahimbing ang pagtulog ng binata. Hanggang tumusok ang alikabok na diamante sa kanyang laman - saka niya binuksan ang kanyang bibig para sumigaw ngunit walang tunog ang lumabas.

"Gigising na siya,

BIP BIP."

"Buhatin mo siya,

ZOOM ZOOM."

Sabay nila siyang binuhat habang binubuksan niya ang kanyang malabong mga mata.

"Magpahinga ka pa,

BIP BIP."

"Huwag kang maramdaman ang sakit,

ZOOM ZOOM."

Habang inaalagaan ang kanyang katawan, tinanggap ng dalawang nilalang ang kanyang sakit sa kanilang mga sarili.

"Tumayo ka,

BIP BIP,"

ang utos niya.

At ang wheelchair ay tumayo. At, inilagay ang sarili sa ilalim ng katawan ni E-Z, naghintay ito. Nang bumaba ang isang patak ng dugo, sinalo ito ng silya. Inabsorb ito. Nilamon ito – na para bang isang buhay na nilalang.

Habang lumalakas ang kapangyarihan ng upuan, lumalakas din ito. Hindi nagtagal, kayang buhatin ng upuan ang amo nito sa ere. Dahil dito, natapos ng dalawang nilalang ang kanilang gawain. Ang kanilang gawain na pagsamahin ang upuan at ang tao. Pinagtatali sila, magpakailanman sa pamamagitan ng kapangyarihan ng alikabok ng diamante, dugo, at sakit.

Habang nanginginig ang katawan ng binata, gumaling ang mga butas sa kanyang balat. Natapos na ang gawain. Naging bahagi ng kanyang diwa ang alikabok ng diamante. Kaya, tumigil ang musika.

"Natapos na. Ngayon, hindi siya tinatablan ng bala. At mayroon na siyang sobrang lakas,

BIP BIP."

"Oo, at mabuti iyon,

ZOOM ZOOM."

Bumalik sa sahig ang wheelchair, at ang binata ay sa kanyang kama.

"Wala siyang maalala rito, ngunit magsisimulang gumana ang kanyang tunay na pakpak sa lalong madaling panahon

BIP BIP."

"Paano naman ang iba pang side effects? Kailan ito magsisimula, at mapapansin ba ito

ZOOM ZOOM?"

"Iyon ang hindi ko alam. Maaaring magkaroon siya ng pisikal na pagbabago... isang panganib na sulit isugal para mabawasan ang sakit,

BIP BIP."

"Sang-ayon

ZOOM ZOOM."

Sa pagod, nagkukumbutan ang dalawang nilalang sa dibdib ni E-Z at nakatulog. Hindi nila alam na naroon sila, nang siya ay mag-unat sa umaga – nahulog sila sa sahig.

"Oops, pasensya," sabi niya sa mga nilalang na may pakpak bago siya bumaling at bumalik sa pagtulog.

***

"GISING KA NA BA?" tanong ni Sam, bago bahagyang binuksan ang pinto. Naga-hilik ang pamangkin niya, pero hindi na nasa dati ang upuan nito, kung saan niya ito iniwan nang tulungan niya itong matulog. Nag-uga siya ng balikat at bumalik sa silid niya kung saan nagbasa siya ng ilang kabanata ng David Copperfield. Makalipas ang ilang oras, bumalik siya sa silid ng pamangkin niya.

"Tuktok, tuktok."

"Uh, mabuti't umaga," sabi ni E-Z.

"Pwede ba akong pumasok?"

"Sige."

"Mabuti ba ang tulog mo?"

"Sa tingin ko, oo." Nag-unat siya at sumandal sa headboard.

"Paano napunta rito ang upuan mo? Akala ko pinadikit ko iyon sa pader."

Tumango-tango siya.

"At tingnan mo ang mga armrest – pininturahan mo ba 'yan?"

Yumuko siya, nakita ang bahagyang pulang kulay, at muling tumango-tango.

"Ano'ng nangyari sa akin?"

"Nahimatay ka. Ang hindi ko maintindihan ay kung bakit. Sabi mo parang nasusunog ang balikat mo. Naghanap ako online gamit ang paglalarawan mo at may lumabas na homeopathic na lunas. Nakakagulat ang mga bagay na mahahanap mo doon. Hinalo ko ang langis ng lavender sa tubig at aloe sa isang spray bottle, tapos sinabug ko nang direkta sa balat mo. Sabi nila magbibigay ito ng agarang ginhawa. Hindi sila nagbibiro dahil nakarelax ka at nakatulog ka."

"Salamat, mas magaan na ang pakiramdam ko ngayon." Sinubukan niyang bumangon sa kama, pero parang lumilipad na zzzzzs sa ulo niya na para siyang si Wile E. Coyote. "Sa tingin ko, mananatili na lang ako sa kama nang kaunti pa."

"Maganda 'yan. May kailangan ka ba?"

"Tost? May jam na strawberry?"

"Sige, anak." Lumabas siya ng kwarto, sinabing babalik agad. Nang bumalik siya na may dalang pagkain sa tray, sinubukan ng pamangkin niyang kumain pero hindi niya mapigilang maibuga ang lahat.

"Siguro tubig na lang."

Nagdala si Sam ng bote, na sinubukan ni E-Z na inumin, pero hindi rin niya napigilang maibalik.

"Sa tingin ko, magpapahinga na lang ako." Nanatiling nakabukas ang kanyang mga mata, nakatitig sa unahan na walang nakikita.

"Anong oras na?"

"Alas-singko ng umaga at Sabado ngayon. Labindalawang oras ka nang walang malay. Natakot mo ako."

Ang koneksyon, ang pagiging lila sa parehong lugar, ay tila kakaiba kay E-Z. Naranasan ba niya ang isang totoong cross-over sa buhay? Sobrang swerte lang iyon, kung tutuusin, kung talagang umiiral ang silo. O panaginip lang ba iyon? Mas katulad ng bangungot. Pero gumana nga ang mga binti niya sa loob ng metal na lalagyan na iyon. Babalik siya sa loob ng isang minuto—hahamunin ang anumang panganib—para maibalik ang paggamit ng kanyang mga binti.

"E-Z?"

"Uh, ano? Ako. Sa totoo lang, gusto ko sanang ipikit ko pa ang mga mata ko at magpahinga nang kaunti."

Umalis si Sam sa silid, at isinara ang pinto sa likod niya.

Paulit-ulit na nawawalan ng malay si E-Z, habang paulit-ulit na tumutugtog sa isip niya ang aksidente. Kasuotang may puting pakpak, si Stevie Nicks ang nagbigay ng kasamang tugtugin. Habang sa likuran, may dalawang ilaw - isa'y berde at isa'y dilaw - na tumatalon pataas-pababa.

***

SA SUMUNOD NA ILANG araw, sinubukan niyang buuin ang mga piraso sa kanyang isip sa pamamagitan ng paggawa ng listahan ng mga pagkakatulad:

1/ Maputing pakpak – maputing pakpak na naka-tattoo sa kanyang mga balikat. May maputing pakpak si Stevie Nicks sa kanyang panaginip.

2/ Lavenda – Gumamit si Uncle Sam ng lavenda at aloe para pakalmahin ang mga paso. Sa silo, pinakalat ni lavenda sa hangin para pakalmahin siya.

3/ Dilaw at berdeng ilaw. Nakita niya ang mga ito pagkatapos ng aksidente at sa kanyang silid.

4/ Wheelchair – lumipad siya para mailigtas ang munting batang babae. Nang siya ay catcher, umangat ang puwit niya mula sa upuan para mahuli ang bola.

5/ Mga sandalan ng braso – pula na ngayon. Walang katulad na insidente. Walang paliwanag.

6/ Paggapang ng apoy sa balikat/lumilitaw na tattoo sa balikat. Walang paliwanag.

Hindi na siya naniwala sa Diyos, hindi mula nang aksidente. Walang Diyos ang magpapahintulot na may punong manghampas sa kanyang mga magulang.

Mabubuting tao sila, hindi nila sinaktan ang sinuman. Hindi mahalaga ang nangyari sa mga paa niya. Anumang diyos na may pakialam ay sana'y kumilos at pinigilan iyon bago pa man ito mangyari.

Maliban na lang kung may diyos nga, pero nag-lunch lang siya. Oo, sige.

May mga pagbabago sa katawan niya, at gusto niya ng mga sagot. Sa kaibuturan ng kanyang isipan, alam niya na ang tanging paraan para makuha ang mga ito ay ang bumalik sa sumpang silo – kung talagang umiiral ito.

KABANATA 6

KINABUKASAN, NAKALUTANG SI E-Z sa ere sa itaas ng kanyang kama dahil tumubo na ang kanyang mga pakpak. Habang papunta para tingnan ang kanyang mga bagong galamay sa salamin ng aparador, muntik na siyang bumangga sa pader.

"Ayos ka lang diyan?" sigaw ni Sam mula sa katabing silid.

"Oo," sagot niya, habang lumilipad nang pahilera, at hinahangaan ang kanyang bagong kakayahang lumipad.

Hinihikayat siya ng mga malalambot na balahibo. Lalo na ang paraan ng paghahatak nito sa kanya pasulong, na para bang isa na lamang sila ng kanyang katawan. Mas pakiramdam niya ay ibon kaysa anghel, kaya sinubukan niyang alalahanin ang natutunan niya sa paaralan tungkol sa ornithology. Alam niya na karamihan sa mga ibon ay may primaryang balahibo, posibleng sampu. Kung wala ang mga ito, hindi sila makalipad. Mayroon siyang higit sa sampung primaryang balahibo sa kanyang mga pakpak, at marami rin siyang sekundaryo.

Sinubukan niyang lumihis pakaliwa, tapos pakanan, tinatantiya ang kanyang kakayahang kumilos. Pakiramdam niya ay walang timbang, lumipad-lipad siya sa kanyang silid. Lumutang siya sa ibabaw ng wheelchair – na hindi na niya kailangan. Sa mga pakpak na ito, kaya niyang lumipad sa buong mundo. Inilagay niya ang kanyang mga kamay sa kanyang mga balakang, gaya ni Superman, at itinuro ang direksyon patungo sa pinto. Nakarating siya doon nang buksan ito ni Sam.

"Halos ikamatay mo ako sa takot!" sabi ni Sam, na halos tumalon sa gulat.

Nahuli sa hindi inaasahan, sinubukan ng binata na kontrolin ang sitwasyon. Binago niya ang direksyon, na may balak na lumipad patungo sa kama. Ngunit ang paglipat ay hindi naging kasing dali ng inaasahan niya, at siya ay napalipad nang walang kontrol.

Tumakbo si Sam para kunin ang wheelchair, hinihila-hila ito para manatili sa ilalim ng pamangkin niya.

Nakabawi si E-Z at lumipad muli pataas.

"Baba ka rito, ngayon na!" sigaw ni Sam; itinaas niya ang mga kamao niya sa ere.Lumipad siya patungo sa kama at ligtas na lumapag. Nagsara ang kanyang mga pakpak na parang akordiyon na walang tugtog.

"Ang saya ko. Sabik na akong lumipad papuntang paaralan."

Nahulog si Sam sa upuan ng pamangkin niya. "Ano'ng pinag-uusapan mo diyan? At sa tingin mo ba talaga kaya mong lumipad papuntang paaralan? Ikaw pa ang kakatawanan nila."

"Masasanay sila at sa halip na tawagin akong 'batang-puno' – pwede nila akong tawaging batang-langgam. Oo, gusto ko 'yan."

"Base sa nakita ko, isang palpak na pagtatangka iyon. At ang 'batang-langgam' ay nakakatawa pakinggan."

"Unang subok ko pa lang 'yan. Matututuhan ko rin."

Umiling si Sam habang nanaig sa kanya ang kuryosidad at nawala ang takot na lumipad.

"Pwede ko ba itong silipin nang malapitan? Ibig kong sabihin, nang hindi ka lilipad?" tanong niya habang tumatayo nang iharap ni E-Z sa kanya ang katawan.

"Nawala na sila. Buong-buo. Ibig kong sabihin, ang mga tattoo. Napalitan na ng totoong pakpak – at kaya kang lumipad. Grabe!" Umupo siya bago siya mahulog.

"Nagising ako, lumabas ang mga pakpak at ang susunod na alam ko, lumilipad na ako."

"Mahika ito. Mahika siguro. O baka naman nananaginip tayo, nananaginip ka sa akin o ako sa'yo at paggising natin..." Sinisikap ni Sam na manatiling kalmado para sa pamangkin niya pero sa loob-loob niya ay mabilis ang tibok ng puso.

"Hindi ito panaginip."

"Paano sila lumabas? Kailangan mong magsalita ng isang bagay? Ibig kong sabihin, may mahiwagang salita bang kailangan mong sabihin?"

"Hindi ko naaalala na may sinabi ako. Siguro puwede ko namang subukan." Iniisip niya ito ng ilang segundo, nag-pose na parang si Thinker ni Rodin.

"Sandali, hayaan mo akong subukan ito."

Hinagod niya ang hangin nang parang may wand, "Autem!"

"Kailan ka natuto ng Latin?"

"May libreng app sa phone ko."

"Ako rin, nag-aaral ako ng French. Subukan mo ang en haut."

"En haut!" Wala pa ring nangyari.

"Itaas mo ako! Qui exaltas me!" Naiinis, ipinakrus niya ang kanyang mga braso.

"Siguro ay buti na lang at pumasok ka at nakita mo akong lumilipad, kung hindi, hindi mo ako papaniwalaan!"

Nagtaka siya kung ano na ang ginagawa nina PJ at Arden – ilang araw na niyang hindi sila nakikita. Bigla na lang, bumuka ang kanyang mga pakpak at nakalutang siya sa itaas ng kanyang kama.

"Ro-ro," sabi ni Sam, habang umatras ang mga pakpak, at bumagsak si E-Z sa sahig.

"'Yon sana ang tamang oras para kunin mo ang upuan ko."

Ngumiti si Sam. "Madaling sabihin kaysa gawin. Pasensya na. Ayos ka lang ba?"

"Hindi ako nasaktan. Ang ibig kong sabihin, sa pisikal, pero sa mental, sino ang nakakaalam?" Tumawa siya. "Pwede mo ba akong tulungan pumasok sa upuan ko?"

Binuhat siya ni Sam at inilapag nang ligtas sa silya. Nang sumandal siya, sa halip na tuluyang umatras, biglang sumabog nang buong lakas palabas ang mga pakpak. Umangat si E-Z, lumilipad-lipad na parang si Tinkerbell.

"Ganito pala 'yan, ha?" sabi ni Sam.

"Kailangan kong masanay dito – hindi ko alam kung bakit – pero..."

"Sige, kapag handa ka na, pababa ka na lang at kumain tayo ng almusal. Dadalhin ko ang laptop ko at puwede tayong magsaliksik."

"Uh, magaling na ideya iyan. Puwede tayong pumunta sa Ann's Cafe. At bababa ako – kung kaya ko lang." Umurong ang mga pakpak nang nasa ibabaw mismo ng wheelchair niya si E-Z.

"Iyan ang tinatawag kong serbisyo," sabi niya habang dahan-dahan siyang bumababa sa upuan.

Nag-usap sila habang siya ay nagbibihis. Pagkatapos, nagpunta si E-Z sa banyo habang naghahanda si Sam.

Habang palabas sila ng bahay at papunta sa Ann's Café, nag-aalangan si E-Z. Una, nami-miss niya ang pagpunta roon at pangalawa, "Matagal na akong hindi nakapunta roon. Hindi mula nang..."

"Alam ko, kiddo. Sigurado kang hindi pa masyadong maaga?"

Ang almusal sa Ann's Café ay naging tradisyon ng pamilya niya. Bukod sa pagbubukas nito nang maaga sa alas-6 ng umaga, malapit lang ito at kaya pang lakaran. Sa loob, may mga pribadong booth na pinalamutian ng artipisyal na katad at may pulang mesa na may checkered na punda. Palagi sabi ng tatay niya, kakaiba raw ang tema ng lugar.

Tugtugin noong dekada sitenta ang tumutugtog sa mga jukebox – may nakatago silang paraan para hindi na kailangang magbayad ng mga tao. At ang mga pader ay puno ng mga poster nina Marilyn Monroe, James Dean, at Marlon Brando. Napakalawak ng menu, mula sa mga sandwiches hanggang sa Cheeseburgers at Fondues. Pero ang personal niyang paborito ay ang sobrang kapal na milkshake at mga Pancakes.

Pagkakita niya sa kanila, agad na lumapit si Ann, ang may-ari. "Namimiss kita." Yumakap siya sa kanya.

"Ito si Tiyo Sam ko, Ann." Nagkamayan sila. "Salamat nga pala sa card at mga bulaklak, napaka-maalalahanin mo."

Napaluha ang mga mata niya. "Halika rito. May perpektong mesa ako para sa inyo."

Nasa isang tahimik na sulok ito, kaya hindi niya kailangang mag-alala na makasagabal ang upuan niya sa mga tauhan sa kusina o sa ibang kostumer.

"Ihahanda ko agad ang karaniwan mong ulam. Ano ang gusto mo, Sam, o babalik ako?"

"Ano ang kakainin mo?"

"Mga Pancakes a la mode. Sila ang pinakamasarap sa buong mundo at si Ann ay laging nagdadala ng ekstrang syrup at cinnamon."

Mukhang masarap 'yan, pero sa tingin ko, boring na bacon at itlog na lang ang kakainin ko, na may kasamang kabute."

"Nakuha ko," sabi ni Ann. "At chocolate thick shake ba ang gusto mong inumin?" Tumango siya. "Kape para sa'yo, Sam?"

"Itim," sagot niya. "At salamat sa pagiging mabait ninyo sa akin."

"Lahat ng Tiyo ni E-Z ay malugod na tinatanggap dito."

Pagkatapos umalis ni Ann para kunin ang mga inumin, bigla niyang nabulalasak, "Kuya Sam, sa tingin ko nagiging anghel na ako."

"Kailangan mo pang mamatay," sabi niya, habang inilalapag ni Ann ang mga inumin sa mesa at bumalik sa kusina.

"Siguro namatay nga ako, sa aksidente sa kotse. Mga ilang minuto. Sino ang nakakaalam kung gaano katagal bago maging anghel? Sa mga pelikula, kapag nakarating ka sa Pintuan ng Langit, puwede pa raw baliktarin ng Diyos ang lahat at ibalik ka agad dito sa lupa. 'Yun kung naniniwala ka sa ganoong mga bagay—na hindi naman ako.'"

"Ako rin. Wala namang anghel. O demonyo. Maliban sa loob ng bawat isa sa atin. Ibig kong sabihin, may mabuti tayong lahat, at may masama rin. 'Yun ang nagpapatao sa atin. Tungkol naman sa pagkamatay, sasabihin nila sa akin kung kailangan kang buhayin muli. Wala silang sinabing ganoon.'"

"Kung ganoon, paano mo ipapaliwanag ang biglaang paglitaw ng mga tattoo, at ngayon ay naging tunay na pakpak na? Wala pa 'yan sa akin kahapon. Kaya, ano ang nangyari kahapon hanggang ngayon? Wala namang dahilan para tumubo ang kahit anong bagong parte ng katawan."

"Wala kang maisip," sabi ni Sam. Tumawa siya.

Tinusok ni E-Z ang isang pancake at isiniksik sa bibig niya, hinayaan ang syrup na dumaloy sa baba niya. Nagpa-abala si Ann.

"Hindi ka naman mukhang anghel ngayon," sabi ni Sam habang kumukuha ng tinidor na may scrambled eggs. "Mm, ang sarap nito." Pagkatapos ng ilang kagat, inabot niya ang kamay sa loob ng briefcase at inilabas ang laptop. Binuksan niya ito at itinipa ang "Ano ang isang anghel?." Ipinihit niya ang screen para mabasa nila ang impormasyon habang kumakain.

"Isang sugo, lalo na ng Diyos," binasa ni Sam, "isang taong gumaganap ng misyon ng Diyos o kumikilos na para bang sugo ng Diyos."

"Kumikilos na para bang," inulit ni E-Z habang isinusiksik pa ang mas maraming pancake sa kanyang bibig.

Binasa ni Sam, "Isang impormal na tao, lalo na isang babae, na mabait, dalisay o maganda. Maganda ka nga, sa gintong buhok at asul mong mga mata."

"Tumahimik ka."

"Isang karaniwang representasyon," huminto siya. "Ng alinman sa mga nilalang na ito na inilalarawan sa anyong tao na may pakpak." Uminom muli si Sam ng kape, kasabay ng muling paglagay ni Ann ng kape sa tasa niya.

"Magkakaroon kayo ng asim sa tiyan, basang-basa at kumakain nang sabay."

Tumawa si E-Z.

Sabi ni Sam, "Hindi, nasa I.T. ako, kaya magaling akong mag-multitask."

Tumawa si Ann at umalis.

"Ano'ng ibig nilang sabihin sa, 'mga nilalang na ito'?" tanong ni E-Z.

"Sinasabi sa medyebal na angelolohiya, hinati ang mga anghel sa mga ranggo. Siyam na orden: seraphim, cherubim, mga Trono, mga Dominasyon (kilala rin bilang mga Kaharian)," huminto siya, uminom ng tubig. Pagkatapos ay nagpatuloy, "Virtues, principalities (kilala rin bilang princedoms), archangels, at angels."

"Grabe! Subukan mong sabihin 'yan nang mabilis ng sampung beses." Ngumiti siya. "Wala akong ideya na napakaraming klase ng anghel."

"Ako rin. Ang sarap ng pagkain na ito, iniisip ko kung tayo ba ni ikaw ay nananaginip."

"Ibig mong sabihin, sana nananaginip tayo – at mawawala na ang mga pakpak ko?"

"Maaari silang mawala kasing bilis ng pagdating nila." Inilapit niya ang laptop at tina-type ang

"Ang tao ay tumutubo ng pakpak ng anghel.." Umismid si E-Z pero yumuko para makita kung ano ang lalabas. Nag-click si Sam sa isang scientific article.

"Gaya ng sinabi ko, walang naitalang ebidensya ng pakpak ng anghel. Akala ko nga." Sa tingin ko, yung insidenteng yun, alam mo, nung nailigtas ko yung batang babae—may kinalaman sa paglitaw nila. Yung sunog ang naging trigger kasi nagsimula agad nung makauwi ako, at saka, alam mo na ang nangyari pagkatapos."

"Kamusta kayo dalawa rito?" tanong ni Ann.

"Nag-order ako ng dalawang pancake pa para sa inyo, E-Z, gaya ng dati. Maliban kung kaya mo pang kumain ng mas marami?"

"Perpekto."

"At ikaw naman, Sam?"

"Refill lang," sabi niya, iniaabot ang bakanteng tasa niya na kinuha ni Ann at bumalik na puno na ito. Tumunog ang kampana sa kusina, at kumuha siya ng mga pancake.

Binuhos ni E-Z ang maple syrup sa mga ito, sinundan ng isang kutsara ng mantikilya. "Ikaw ang pinakamahusay," sabi niya kay Ann. Ngumiti siya at iniwan silang magtapos sa pagkain.

Masusing pinanood ni Tito Sam ang pamangkin niya. Hiling niya na sana ay inorder nito ang mga Pancakes, pero busog na siya.

"Ano?"

"Ewan ko, para kang nagninilay-nilay ng pagkain, sumisilayaw ang mukha mo na parang anghel sa Punong Pasko."

Ibinaba ni E-Z ang tinidor niya. "Nakakatawa ka naman. Propesyonal ka nang komedyante."

Pagkatapos nilang kumain, tinanong ni Sam, "So pagkatapos mong basahin tungkol sa mga anghel, nagbago na ba ang isip mo? Ibig kong sabihin, iniisip mo pa rin bang nagiging isa ka na? At kung oo, ano'ng gagawin mo tungkol diyan?"

"Ano'ng ibig mong sabihin, GAWIN? May pakpak ako, mas mabuti pang gamitin ko."

"Ang nakikita ko kasi, kung hindi mo sila gagamitin, kung tatanggihan mo ang mismong pag-iral nila – mawawala na lang sila."

Umiling si E-Z. "Hindi puwedeng hindi. Nakita mo naman ang nangyari. Lumabas sila nang hindi ko naman ginawa ang kahit ano at sinabi ko sa'yo, nung nagising ako kaninang umaga, lumilipad ako sa itaas ng kama ko. Nakalutang ako, grabe!"

"E-Z, iniisip ko ang hinaharap. Baka kailangan mong kumonsulta sa isang tao, kailangan nating kumonsulta sa isang tao tungkol dito."

"Nangyari ang aksidente mahigit isang taon na ang nakalipas, sinabi ng tagapayo na ayos lang ako. Bukod pa rito, bago lahat ito."

"Maaaring naantala lang. Baka may nag-trigger nito."

"Balikan natin ang mga katotohanan. Una, may mga tattoo ako kahit hindi naman ako nagpapatattoo. Pangalawa, tumayong-hawa ang upuan ko at nasagip ko ang isang batang babae – saka, tumalon din ako mula sa upuan para mahuli ang bola sa laro. Tinatanggihan ko iyon hanggang kamakailan lang... Panglima, ang mga tattoo ay sumakit nang sobra. Pang-anim, lumitaw ang totoong pakpak. Pang-pito, kaya akong lumipad. May kilala ka bang ganoon? Ibig kong sabihin, sa ibang pagkakataon."

"'Yun ang hindi ko maintindihan. Paano ito nangyari, pero ang isipan ay isang napakalakas na kompyuter. Ito ang naghihiwalay sa atin sa kaharian ng mga hayop at kung bakit nakaligtas ang tao nang napakatagal. Nakarinig na ako ng mga kuwento, kung saan ang isang tao ay nasa matinding panganib at dumating ang tulong. O, kung saan ang isang tao ay naipit sa ilalim ng sasakyan - at may nakaraan na nakapagtaas ng kotse para iligtas ang buhay nila."

"Nakabasa ako tungkol diyan; tinatawag itong hysterical strength - pero hindi ko pa narinig ang kaso na tumubo ang pakpak."

"Baka lumitaw ang mga pakpak para iligtas ka."

"Mula sa ano? Sobrang tulog?" natawa siya. "Napakagaling sana nila noong aksidente. Naipadala ko sana sina mama at papa para kumuha ng tulong imbes na maghintay doon na may dugo-dugong troso sa akin. Na nakakapit sa akin. Hindi ito himala. Hindi ko alam kung ano ito, Kuya Sam, ang alam ko lang ay ganoon talaga."

"Nag-uusap tayo. Nagtataya. Nagpapalitan ng ideya. Nagsisikap na makahanap ng mga sagot."

"Maganda sana kung may mga sagot tayo, pero...sino ang eksperto na maaari nating tanungin sa ganitong sitwasyon?"

"Paano kung isang ministro o pari?"

Umiling si E-Z. Hindi siya nakapasok ng simbahan mula nang libing ng kanyang mga magulang.

"Ano'ng may mawawala sa atin?"

"Sa tingin ko, sulit naman subukan, pero. Oh, oh."

"Ano 'yon?"

"May nararamdaman akong tumutulak sa likod ko. Kailangan ko nang umalis, at hindi naman tayo nag-drive papunta rito. Pasensya na at kailangan kong magmadali. Magkita tayo sa bahay." Tumakbo siya nang mabilis palabas ng café at nagpatuloy sa paglalakad, hanggang sa sumabog palabas ng hoodie niya ang mga pakpak niya, at lumipad siya. Pag-uwi niya, napagtanto niyang wala siyang susi, pero hindi siya maaaring manatili sa harapang veranda – lalo na't nakalabas ang kanyang mga pakpak. Sinubukan niyang gumamit ng Latin para pumasok muli ang mga ito – pero wala ring nangyari. Kaya, lumipad siya pataas at nakapasok sa bintana ng kanyang silid-tulugan nang walang nakakita.

"E-Z!" sigaw ni Sam nang makarating siya sa bahay. "E-Z!"

"Nasa itaas ako."

"Okay ka lang? Dumeretsa agad ako nang makarating ako."

"Pasok ka, umupo ka. Wala pang senyales na binalik nila – sa ngayon."

Nang makita ang nakabukas na bintana. "Ibig sabihin, lumipad ka papunta rito?"

"Oo, buti na lang at nakalimutan kong ikandado ang bintana ko kagabi. Maaari na nating ipagpatuloy ang usapan, hanggang sa makalabas ulit ako."

"May kilala akong pari. Kung sino man ang makakatulong, siya iyon."

Dalawang oras ang lumipas, at habang malakas ang tugtog sa radyo, papunta na sila sa pari. Ang 'Dalhin mo ako sa simbahan' ni Hozier ang tumutugtog. Coincidence? Hindi nila inisip na ganoon lang iyon at sabay-sabay silang kumanta nang malakas. Buti na lang at naka-roll up ang mga bintana kaya walang nakarinig sa kanila.

***

SA SIMBAHAN, WALANG ACCESS para sa wheelchair at maraming baitang na kailangang akyatin.

"Pupunta ka na sa lilim ng malaking punong oak, at hahanapin ko si Father Hopper," mungkahi ni Sam.

"Totoo bang iyon ang pangalan niya?" natawa si E-Z.

"Sa pagkakaalam ko. Huwag kang gumalaw at babalik agad ako."

"Sige."

Inilabas ng binata ang kanyang telepono. Bagaman nagustuhan niya ang lilim na ibinibigay ng puno – pinahirapan nito ang makita ang screen niya. Inilipat niya ang kanyang upuan, at napansin niya ang isang kakaibang ugong sa hangin. Isang ingay na tila nagmumula mismo sa puno.

Tumingin siya pataas, sinusubukang tukuyin kung ito ay ibon, nang tumas ang tono at tumindi ang lakas. In-mute niya ang kanyang telepono. Tumigil ang tunog, at sinundan ito ng isang bagong tunog. Melodiko ito; nakabibighani at napasok siya sa isang tila panaginip na kalagayan.

Naluylo ang ulo niya pasulong, hanggang sa isang bagong tunog ang nagising sa kanya. Mga bulong, na nagmumula sa ibabaw ng ulo niya. Mga tinig na dumadaloy mula sa mga dahon ng puno. Ipinataw niya ang kanyang mga braso, nang may lamig na dumaloy sa kanya, na naging sanhi upang sumabog palabas ang kanyang mga pakpak. Bago pa man niya namalayan, lumipad ang kanyang upuan mula sa lupa. Yumuko siya sa mga sanga habang umaakyat siya patungo sa gitna ng napakalaking puno ng oak.

"Ibaba mo ako!" utos niya.

Patuloy siyang tumaas. Habang nakadikit ang kanyang mga braso at binti sa puno, may tumutulong dugo sa kanyang mga bisig at ulo.

"Tigil! Ikaw namang hangal..."

"Hindi ka maganda magsalita, beep-beep," sabi ng isang munting tinig na mataas.

"Akala ko sinabi mong guwapo siya kapag gising siya, zoom-zoom," sabi ng pangalawang tinig.

"Whoa!" sabi ni E-Z, habang pinipilit niyang kumapit at hindi tuluyang ma-freak out. Huminga siya nang malalim nang ilang beses. Pinakalma niya ang sarili.

"Sino, ano at nasaan kayo?"

"Sino nga ba tayo, beep-beep."

Muli, sumayaw sa harap ng kanyang mga mata ang parehong mga ilaw, berde at isang dilaw.

Dahil mausisa, sinabi niya, "Hi."

Nawala ang dilaw na ilaw.

Isang sigaw.

Pagkatapos, nawala ang berdeng ilaw.

"Ano'ng kalokohan 'to? Kayo dalawa, ano man kayo, tigilan niyo 'yan. May utang kayo sa akin ng paliwanag.

Alam kong sinusundan-sunod niyo ako. Lumabas kayo at harapin niyo ako!"

POP.

Isang munting nilalang na parang anghel ang bumagsak sa kanyang ilong. May naamoy siyang kakaibang mabahong amoy, halos singa-limburger. Tinakpan niya ang kanyang ilong.

"Magandang-araw, E-Z,

BIP BIP,"

sabi ng nilalang, habang yumuyuko.

Nang nabanggit nito ang pangalan niya, nawalan siya ng kontrol sa kanyang mga pakpak. Nanginig at umuyog siya sa ere na parang ibong natututo pa lang lumipad. Pinilit niyang lumabas muli ang kanyang mga pakpak, pero hindi siya pinansin. Kumapit siya sa mga sandalan ng kanyang upuan habang bumabagsak.

POP!

Ngayon, dalawa na sila. Bawat isa ay humawak sa isang tainga niya at inibaba nang ligtas siya at ang kanyang upuan sa lupa.

"Aray," sabi ni E-Z habang hinahaplos-haplos ang kanyang mga tainga nang lumabas ang pari at ang kanyang tiyo mula sa kanto.

"Uh, salamat, sa tingin ko."

POP.

POP.

Nawala ang dalawang nilalang.

"E-Z, ito si Father Bradley Hopper at handa siyang tumulong."

Inaabot ni Hopper ang kanyang kamay, ganoon din si E-Z. Nang magdikit ang kanilang mga laman, nawala ang binatilyo.

Nanatili sina Hopper at Sam na magkatabi, na tila malabo ang kanilang mga mata. Pareho silang nakatitig sa kawalan na parang dalawang manekin sa bintana ng tindahan.

KABANATA 7

E-Z AY TUMAPAK SA lupa at sa simula, nabulag siya ng puti. Inilagay niya ang isang paa sa harap ng isa pa, una'y naglalakad, pagkatapos ay tumatakbo sa lugar, saka tuluyang tumakbo nang mabilis. Ibinato niya ang sarili sa pader, tumalbog, na para bang nasa palasyong pambungad.

POP

POP

Hindi na siya nag-iisa. Sa harap niya ay may dalawang nilalang na maraming pakpak, na nasa anyo ng mga bulaklak. Ang isa ay berde, ang isa naman ay dilaw. Nang lumapit siya, umikot-ikot ang kanilang mga pakpak na parang kaleidoskopo sa paligid ng kanilang mga gintong mata.

Unang hinipo niya ang mga pakpak-talulot ng berdeng bulaklak. Hindi pa niya kailanman nakita ang isang ganap na berdeng bulaklak, lalo na ang isa na may mga mata. Nakikilala niya ang mga mata mula sa kanilang unang pagkikita. Kiniliti ng mga pakpak ang kanyang daliri at tumawa ang berdeng bulaklak. Iniwasan niyang masyadong ilapit ang kanyang ilong, inaasahan niyang may mabahong amoy na lalabas – ngunit hindi naman.

Ang pangalawang bulaklak, ang dilaw, ay may mas maraming pakpak-pétalo kaysa sa isa. Tumugon ang mga pétalo sa kanyang paghipo, na parang korales na gumagalaw sa karagatan. Ang gintong mga mata nito ay may malinaw na pilik-mata. Yumuko siya, para masilip nang mas malapitan.

Habang patuloy niyang pinagmamasdan ang dalawa, isang

PFFT

ang pumuno sa hangin. Kasabay nito, isang malakas at sobrang tamis-tamis na baho ang lumabas na nagpasingalaw sa kanya. Umatras siya, tinakpan ang ilong, at pinunasan ang anghang sa kanyang mga mata.

Nagsalita ang dilaw na bulaklak.

"Ako si Reiki at dinala ka namin dito beep-beep."

"Saan nga ba dito? At bakit gumagana ang mga paa ko?"

"Walang pakialam kung saan, E-Z Dickens, ni kung bakit ka ganoon ka-beep-beep."

Tinawid niya ang silid at binuhat ang dilaw na bulaklak gamit ang kanang kamay at ang berde gamit ang kaliwa.

WHOOSH!

Sa pagkakataong ito, tinamaan siya ng mabahong singaw, at nagsimulang magbahing-bahing.

"Pakiusap, ibaba mo kami, bago mo kami mahulog,

BIP BIP."

"May kahon ng tisyu doon,

ZOOM ZOOM."

"Ah, pasensya na." Binuhat niya sila, kumuha ng isang tisyu - pero hindi na niya ito kailangan. Inabot niya ang layo, nakasandal ang kanyang likod sa isang puting pader.

"Dinala ka na namin dito ngayon,

BIP BIP."

"Ako si Hadz, nga pala

ZOOM ZOOM."

"Dahil kailangan mong malaman

BIP BIP. "

"Na hindi mo dapat kausapin ang pari tungkol sa iyong mga pakpak,

ZOOM ZOOM."

"Sa katunayan, hindi mo dapat kausapin ang kahit sino tungkol sa kahit ano,

BIP BIP."

Ipinatong niya ang kamay sa pader at naglakad, habang nag-iisip.

"Una sa lahat, bakit ka nagsasalita ng beep-beep at zoom-zoom?"

Nag-roll ang mga mata nina Reiki at Hadz.

"Hindi mo ba narinig ang onomatopoeia?"

"Siyempre, narinig ko."

"Kung ganoon, dapat alam mo,

BIP BIP."

"Na nagdaragdag ito ng kasabikan, aksyon at interes,

ZOOM ZOOM."

"Para marinig at maalala ng mambabasa,

BIP BIP."

"Ang gusto mong malaman nila,

ZOOM ZOOM."

Tumawa siya.

"Totoo 'yan kapag may binabasa ka, pero hindi naman kailangan sa pag-uusap. Naalala ko ang sinasabi ni Reiki dahil siya ang nagsasabi nito at naalala ko ang sinasabi ni Hadz dahil siya ang nagsasabi nito. Inaakala kong babae ang isa sa inyo at lalaki ang isa – tama ba?"

"Oo," kinumpirma ni Hadz.

"Babae ako. Hay, buti na lang at hindi ko na kailangang paulit-ulit na sabihing

ZOOM ZOOM."

"At lalaki naman ako. Mamimiss ko ang pagsabi ng

BIP BIP."

"Pwede ninyo silang sabihin kung gusto ninyo, pero nakaka-istorbo at sa pag-uusap, ang paulit-ulit ay nakaboboring."

"Ayaw naming maging boring!"

"Mapapawalang-saysay nito ang dahilan kung bakit kayo dinala rito."

"Sige," sabi ni E-Z. "So, ngayon balik tayo sa sinabi mo bago tayo nagsimulang mag-usap tungkol sa isang literary device." Tumango sila. "Kung hindi ko pwedeng sabihin sa kahit sino ang nangyayari sa akin, kung ganoon ako lang mag-isa sa bagay na ito - ano man ito. Nailigtas ko ang isang batang babae. Inaakala kong may kinalaman kayo roon?"

"Oo, tama ka sa hinala mong iyon beep, oops, pasensya na."

"Gusto kong malaman kung ano ito at bakit ito nangyayari sa akin?"

"Ipikit mo ang mga mata mo," sabi ni Hadz.

"Sasamahan ko, pero walang kalokohan."

Natawa ang mga bulaklak.

Umakyat ang mga paa niya mula sa lupa, at bumagsak siya sa isang ibang silid. Sa silid na ito, tulad ng dati, nabulag siya ng puti. Nang masanay ang mga mata niya sa kanyang paligid, napansin niya ang mga libro. Mga estante at estante na puno ng mga aklat na kasingtangkad ng langit.

"Huwag kang matakot," sabi ni Hadz.

Hindi siya natakot. Sa katunayan, labis siyang natuwa. Dahil sa silid na ito, hindi lang niya magamit ang kanyang mga binti, nararamdaman din niya ang tibok ng dugo sa mga ito. Naging mas matalim ang kanyang mga pandama; ang amoy ng lumang aklat ay dumating sa kanyang direksyon. Inamoy niya ang matamis na pabango ng prunus dulcis (sweet almond). Nang ito'y nahalo sa planifolia (banilya), lumikha ito ng isang perpektong anisole. Ang tibok ng puso niya, ang pagdaloy ng dugo – hindi pa siya nakaramdam ng ganoong kasigla. Gusto niyang manatili, magpakailanman.

Sa loob ng kanyang sapatos, ang paggalaw ng bawat daliri sa paa ay nagdulot sa kanya ng ligaya. Naalala niya ang isang larong dati niyang nilalaro noong bata pa siya. Hinubad niya ang kanyang sapatos at medyas at hinipo ang bawat daliri sa paa habang sinasabi ang tugma, "Ang munting baboy na ito ay pumunta sa palengke.."

"Nabaliw na siya," sabi ni Reiki, habang sigaw ni E-Z, "Wee!"

"Bigyan ninyo siya ng sandali. Napakagandang lugar nito."

Bumalik si E-Z sa pagsusuot ng kanyang medyas. Nag-slide siya sa paligid ng silid sa puting sahig na kumikinang na parang yelo. Tumawa siya, habang binangga ang sarili sa unang pader, pagkatapos ay sa pangalawa, bumabounce at bumabagsak sa sahig.

Hindi niya mapigilang tumawa hanggang napansin niyang may kakaiba sa mga aklat sa itaas niya. Umiling siya nang may isang aklat ang lumipad mula sa estante papunta sa kamay niya. Isang aklat iyon ng kanyang ninuno, si Charles Dickens. Kusa itong nabuksan, bumuklat mula simula hanggang wakas, at lumipad pabalik sa pinanggalingan nito.

"Maligayang pagdating sa aklatang anghel," sabi ni Reiki.

"Wow! Grabe! So, anghel nga kayo pala?"

"Tama ka," sabi ni Hadz. "At narito ka, dahil hinirang kami bilang mga gabay mo."

"Hinirang? Hinirang nino? Ng Diyos?" pang-iinsulto niya.

Nagkatinginan sina Hadz at Reiki, habang nang-iling.

"Ang aming layunin.""Ay para ipaliwanag sa inyo ang misyon ninyo."

"At saka, para ituro sa inyo ang daan. Para tulungan kayo," sabay nilang sabi.

"Misyon? Anong misyon?" Nalayo ang kanyang isip. Sa kanyang isipan ay narinig niya ang theme song ng Misyon na Imposible. Nakita niya si Tom Cruise na ibinaba gamit ang kawad sa isang computer room.

"Hoy. Sandali! Nasa kwarto ko kayo dalawa, hindi ba? At sinusundan niyo ako mula pa noong aksidente."

"Inihihintay namin ang tamang oras para ipakilala ang aming mga sarili," sabi ni Reiki. "Umaasa kaming magagawa namin ito sa mas impormal na paraan, pero nang ikaw ay...."

"...Makikipag-usap sa Pari, kinailangan naming magpatuloy."

"Naku, ang tagal niyo naman. Akala ko na naghahallucinate ako," sabi niya nang mas malakas kaysa sa gusto niya.

POP.

Naglaho si Reiki.

"Ngayon tingnan mo kung ano ang ginawa mo!" sabi ni Hadz.

POP.

Dahil wala na sila at wala siyang ideya kung kailan, saan, o kung babalik pa sila, hindi pa rin niya sasayangin ang kahit isang minuto. Humiga siya sa sahig at nag-push-up ng dalawampung beses, sinundan ng parehong bilang ng jumping jacks. Nanangil siya sa matinding sikat ng araw at sana ay may dalang salaming pang-araw.

TICK-TOCK.

Lumitaw mula sa wala ang isang pares ng salaming pang-araw. Sinuot niya ito, habang umungol ang kanyang tiyan. Kumuha siya ng selfie, pagkatapos ay tiningnan ang oras. May kakaiba sa orasan. Parang baliw ito. At hindi tumitigil sa pagbabago ang mga numero. Umungol muli ang kanyang tiyan.

TICK-TOCK.

Lumitaw ang isang cheeseburger at fries, kaya napuno ang kanyang mga kamay. Naalala niya ang isang chocolate thick shake na may maraschino cherry sa ibabaw.

TICK-TOCK.

Isang extra-large na shake, na may cherry sa ibabaw, ang dumating sa isang puting mesa na hindi naman naroon kanina. O naroon nga ba? Marahil hindi niya napansin dahil pareho silang puti.

Bago siya kumain, inamoy muna niya ito, at sa bawat kagat, tinikman niya nang mabuti ang lasa. Para bang hindi pa siya nakakakain ng cheeseburger o fries dati. At ang cherry ay napakatamis, sinundan ng tsokolate. Nilamon niya ang pagkain habang nakatayo. Mas masarap ang pagkain kapag nakatayo habang kumakain. Ang sarap ng order na ito; nakakabaliw.

Nang matapos siya, hindi siya nagpasalamat sa sinuman para sa pagkain. Pagkatapos ay inilipat niya ang kanyang pansin sa aklatan at nakita ang isang puting hagdan na hindi niya napansin dati. Ang pag-iisip lamang dito ay sapat na para lumapit sa kanya ang hagdan, na para bang gusto nitong magsilbi. Umakyat siya rito, at gumalaw ito, na parang disk sa Ouija board, dumaraan sa sunud-sunod na estante ng mga libro. Pagkatapos, huminto ito.

Habang umaakyat siya, binabasa niya ang mga pamagat sa mga gulugod ng libro. Ang mga nasa mismong harapan niya ay ni Charles Dickens, at bawat tomo ay may sariling pares ng pakpak.

Lumipad papalapit sa kanya ang isa, ang Isang Kwento ng Pasko. Bumuklat ito ng ilang pahina upang ipakita sa kanya na ito ay isang Unang Edisyon, na inilathala noong Disyembre 19, 1843. Habang patuloy itong nagbabaliktad ng mga pahina, namangha siya sa mga ilustrasyon.

Ang detalyado nila at makukulay pa. At sa likuran, sa likod ni Tiny Tim at ng kanyang pamilya sa isa sa mga guhit, may gumalaw. Mga mata. Dalawang pares. Sina Hadz at Reiki! Halos nahulog niya ang libro. Dahil may pakpak ito, bumalik ito sa istante kung saan ito nakatira. Samantala, nawalan siya ng balanse, nahulog sa hagdan at kumapit nang todo para hindi mahulog. Nang muling maging matatag siya, dahan-dahan siyang bumaba at matibay na tumapak sa lupa. Nagtaka siya kung bakit hindi lumitaw ang kanyang mga pakpak para tulungan siya. Lahat ng iba rito ay may pakpak na gumagana; sa katunayan, ang mga anghel ay may maraming pares ng pakpak. Sa mundo sa labas, hindi gumagana ang kanyang mga binti, at siya ay may pakpak na gumagana. Dito, kahit saan siya naroroon, gumagana ang kanyang mga binti, ngunit ang kanyang mga pakpak ay hindi na gumagana.

Kinamot niya ang ulo. Sana nga narito si Tiyo Sam. At gayon pa man, hindi niya siya maaaring kausapin. Ipinagbabawal iyon. Pero bakit? Ano'ng magagawa nila sa kanya? Sinusundan siya ng mga anghel mula pa noong aksidente. Inakala niyang mabubuting anghel sila, dahil hindi pa siya nasasaktan - sa ngayon. Biglang bumaha sa kanya ang pagka-homesick na parang isang dambuhalang alon, na muntik na siyang malunod.

"Gusto kong umuwi!" sigaw niya, nang mag-vibrate ang telepono niya. Bago pa man niya ito ma-unlock...

POP.

Kinuha ito ni Reiki at itinapon kay...

POP.

Hadz na tinapon naman ito sa pinakamalayong puting pader. Tumalbog ito, tumama sa sahig, at nabasag nang pira-piraso.

"May utang ka sa akin ng apat na raang dolyar para sa bagong telepono! Sana may pera kayong mga anghel."

Inabot ni Hadz at pinakialam si E-Z gamit ang pakpak niya. Nakakati lang ang mga balahibo, sa halip na masaktan siya.

"Ngayon ikaw, E-Z Dickens, uupo ka dito."

Isang puting upuan ang dumikit sa likod ng mga binti niya at pinilit siyang umupo.

"At tigilan mo ang pagiging tarantado," sabi ni Reiki.

"Whoa! Pwede bang magsalita ng ganyan ang mga anghel? Anong klaseng anghel ba kayo? Anghel na nag-eensayo? Ako ba ang taong tutulong sa inyo para makuha ninyo ang inyong pakpak?"

Napagtanto niya na may pakpak na sila. Sa katunayan, ilang pares pa nga. Kaya, tila walang saysay ang puntong sinusubukan niyang iparating habang nakalutang sila sa ere sa itaas niya.

"Ako ba ang tutulong sa inyo, o dapat kayo ang tumutulong sa akin? Kasi kung kayo nga, gaya ng sinabi ninyo, eh napakasama ng ginagawa ninyo. Hindi ako magpapasalamat para sa alinman sa inyo sa madaling panahon."

"Naghihintay kami ng paumanhin."

"Sige, maghihintay kayo niyan nang matagal. Kasi nauuhaw ako."

TICK-TOCK.

Lumitaw ang isang tasa ng root beer sa isang nagyeyelong baso. Inubos niya ito sa isang lagok. "Dahil dinala ninyo ako rito nang walang pahintulot ko. At..."

"TUMAHIMIK KA!" isang malakas na boses ang nagsabi, habang siya ay lumusot mula sa isa sa mga puting pader.

Kasing taas siya ng kisame. Sa katunayan, mas matangkad pa. Baluktot siya, ngunit napakalaki ng sukat at pangangatawan. Ang kanyang mga pakpak ay dumampi sa mga pader at kisame.

"HUWAG KA NANG MAGSALITA!" inutos ng napakalaking anghel, hinihila ang kanyang mga pakpak patungo kay E-Z nang may

SWOOSH

hanggang sa siya ay nasa harap na mismo ng mukha nito.

***

"E-Z DICKENS, TINAWAG KITA rito sa harap ko," wika ng napakalaking anghel.

"Ako si Ophaniel, pinuno ng buwan at mga bituin. At ang mga ito ang aking mga tauhan. HINDI mo sila dapat tratuhin nang may kawalang-galang. Dapat mo silang tratuhin nang may kabaitan at paggalang sapagkat sila ang aking MATA at aking TAINGA para sa iyo. Kung wala sila, WALA KA."

Napatitit siya habang pilit na pinipigilan ang pagnanais na tumakas.

"HUWAG kang pumutol hangga't hindi pa ako tapos magsalita," utos ni Ophaniel.

Tumango siya, nanginginig ang katawan, natatakot bumulalas ng kahit isang salita.

"E-Z," bumuhos ang kulog ng boses niya. "May nagligtas sa'yo. Iniligtas ka namin, para sa isang layunin."

Lumipad nang dahan-dahan papalapit sina Reiki at Hadz at umupo sa mga balikat ni Ophaniel.

"Huwag kang gagalaw," utos ni Ophaniel.

Tinupi nila ang kanilang mga pakpak, yumuyuko para hindi makaligtaan ang kahit isang salita.

Nag-iisip si E-Z na itanong sa kanila kung paano niya matutupi nang mahusay ang kanyang mga pakpak gaya ng pagtitupi nila sa sa kanila. Kung maibabalik nga lang ang kanyang mga pakpak.

Nagpatuloy si Ophaniel.

"Nang mamatay ang mga magulang mo, E-Z Dickens, dapat ay namatay ka rin. Iyon ang iyong tadhana. Isang tadhana na binago namin para sa aming layunin. Matagumpay naming ipinaglaban ang iyong kaso. Ipinaaabot namin sa iyo na gagawa ka ng mga kahanga-hangang bagay. Na tutulungan mo ang iba. Iniligtas ka namin, at may utang kang binayaran. Isang utang na halos nabayaran mo nang buo nang isuko mo ang iyong mga paa."

Isinuko? Parang may pinili siya roon. Na siya ang gumawa ng huling desisyon na hindi na muling lumakad, na isang kasinungalingan. Binuksan niya ang kanyang bibig para magsalita, ngunit nagpatuloy ang malakas na tinig ni Ophaniel.

"May natitirang utang pa, isang utang na utang mo sa amin."

Lumunok nang malalim si E-Z. Gusto niyang magsalita pero hindi niya magawa. Gumalaw ang kanyang mga labi ngunit walang tunog na lumabas. Paano nangahas ang anghel na ito na magpasya para sa kanya at sabihing may utang siya?

"Binigyan ka namin ng mga kasangkapan - isang makapangyarihang upuan. Ito upang tulungan ka. Para balang araw ay makarating ka rito kasama ang iyong mga magulang at makalakad kasama namin, kasama nila, sa walang hanggan." Nag-atubili si Ophaniel ng ilang sandali, upang maramdaman iyon.

"Maaari kang magtanong sa akin ng isang tanong ngayon, ngunit isa lamang. Siguraduhin mong mahalaga ito."

Sa halip na pag-isipan ang kanyang tanong, biglang nabulalas ni E-Z, "Kailan ko muling makikita ang aking mga magulang?"

"Kapag nabayaran mo nang buo ang utang mo."

"Isang tanong pa, pakiusap."

"Magkakaroon ng oras para sa mga tanong at magkakaroon ng oras para sa mga sagot. Sa ngayon, nasa pangangalaga ka ng aking mga tauhan. Maaari kang magtanong sa kanila at maaari nilang piliing sumagot. O maaari nilang piliing hindi. Nasa kanila ang desisyon kung oo o hindi ang sagot. Sa parehong paraan, magkakaroon ka rin ng desisyon kung sasagot ka sa kanila kapag tinanong ka nila. Tratuhin mo sila kung paano mo gustong tratuhin ka nila at huwag mong ibunyag ang mga detalye tungkol sa lugar na ito o sa ating pagkikita. Huwag mong banggitin ito, ang alinman dito, sa sinumang tao. Uulitin ko, itago mo lang ang mga bagay na ito sa sarili mo."

Hindi pa rin siya makapagsalita. Nang hindi na kailangang itanong, agad na sinagot ni Ophaniel ang kanyang susunod na tanong.

"Kung lalabag ka sa pangakong ito, ang mga pakpak mo ay magiging parang pasta - mahina - at hindi mo na mababayaran ang utang mo."

Naalala niya ang isa pang tanong.

"Oo, nang iniligtas mo ang batang babae na iyon - ang pagkasunog - ay bahagi iyon ng proseso. Kailangan masunog ang iyong mga pakpak, para tumibay, para kumapit sa iyo, upang maging handa ka sa iyong susunod na hamon."

Naisip niya, paano kung ayoko.

Tumawa si Ophaniel at lumipad patungo sa pinakamataas na bahagi ng silid. Pagkatapos ay naglaho siya sa kisame.

KABANATA 8

NANG MULING MAGKAMALAY SIYA, nasa wheelchair na naman siya at nakaharap sa Pari.

"Uh, Kuya Sam, kailangan na tayong umalis. NGAYON NA."

"Ah," sabi ni Sam, habang pinapanood niyang umiikot palayo ang manikang-kamay ng pamangkin niya. "Pasensya na sa pag-aaksaya ng oras mo, kailangan na niyang umuwi." Nagmadali si Sam habang sumusunod si Hopper sa likuran niya. Pinabilis niya ang paglakad, naabutan ang pamangkin, at nang hawakan niya ang mga hawakan, itinulak niya ang wheelchair. Tumakbo si Hopper at sandali lang ay naglalakad na sa tabi nila, bagaman hingal siya.

"Naiintindihan ko, wala ka nga pala talaga ng pakpak, E-Z."

Gumilid ang tingin niya sa balikat, itinaas ang isang imahinasyong baso sa labi niya, saka nag-ikot ang mga mata.

"Wala akong problema sa pag-inom," matapang na sabi ni Sam.

Muling nag-ikot ang mata ng binata nang papalapit sila sa paradahan. Hindi sumunod ang pari.

Nang makarating sila sa kotse, sabi ni Sam, habang hinihimas-himas ang paghinga, "Ano ba 'yang nangyari kanina?" habang binubuksan niya ang pinto at tinutulungan ang pamangkin niyang makapasok.

"Tara, umalis muna tayo rito." Nagpapaliban lang siya dahil hindi niya masabi sa kanya ang nangyari. Kailangan niyang mag-isip ng isang kapanipaniwalang kasinungalingan – at hindi naman siya magaling magsinungaling. Palagi siyang nahuhuli ng kanyang ina dahil namumula ang kanyang mga tenga kapag nagsisinungaling siya.

"Nag-aantay ako ng paliwanag," sabi ni Sam, habang pinipiga ang manibela.

Bumirit sa mga speaker ng kotse ang kantang, Huwag Lumingon ng Boston.

"Pasensya na, kailangan kong umalis. Sa tingin ko hindi makakatulong si Hopper at ayokong malaman niya ang higit pa sa sinabi mo na sa kanya."

"Hindi mo pa rin ipinaliwanag kung bakit ipinahiwatig mong may problema ako sa pag-inom."

"Ah, 'yun ba. Bigla lang 'yan pumasok sa isip ko, at nasabi ko agad nang hindi iniisip. Pasensya na."

"Ipinagmamalaki kong hindi ako umiinom ng alak. Oo, umiinom ako ng beer paminsan-minsan. Para makihalubilo sa mga event ng trabaho. Pero hindi ako tulad ng ibang lasenggo sa I.T. At hindi ako magiging ganoon."

Hindi iniisip ni E-Z ang sinasabi ni Uncle Sam. Sa halip, inuulit niya sa isip ang impormasyong ibinigay sa kanya ni Ophaniel. May utang siya sa mga anghel dahil iniligtas siya nila, at ipinagpalit niya ang kanyang mga binti kapalit ng kanyang buhay. Ang kasunduan ng mga anghel ay para sa sarili nilang layunin - at ngayon ay inaasahan nilang bayaran niya ang utang - pero paano?

Ang tanging alam niya nang sigurado ay kailangan niyang manalo. Kahit anong mga pagsubok ang ihagis nila sa kanyang landas, kailangan niyang malampasan ang mga ito. Sa tulong nina Reiki at Hadz—kahit gaano pa sila kaliit, babayaran niya ang utang niya. Pagkatapos, kung wala nang iba, makikita niya muli ang kanyang mga magulang. Inakala niya na nangangahulugan iyon na mamamatay siya, at magkikita sila sa langit, kung may ganoong lugar nga. Malalaman din niya agad.

KABANATA 9

PAGBALIK SA BAHAY, DIRETSO sa kwarto niya ang binatilyo.

"Kung kailangan mo ng tulong ko," ang tanging nasabi ni Sam bago isinara nang malakas ng pamangkin niya ang pinto.

Tinakpan ni E-Z ng kanyang mga kamay ang kanyang mukha. Kakaiba ang pakiramdam na bumalik na ang kanyang mga paa. Ibinagsak niya nang malakas ang kanyang mga kamao sa sandalan ng upuan, habang lumabas ang kanyang mga pakpak at dinala siya nito patungo sa kama.

"Salamat," sabi niya sa kanila, na para bang hiwalay sila at hindi bahagi niya.

"Mag-ingat ka," sabi ni Hadz, na nakahiga sa unan niya. Lumipad ang anghel papunta sa ilaw at sinabi, "Gising na, nandito na siya."

Komportableng nakahiga na ngayon si E-Z sa kanyang kama, nakapikit ang mga mata, halos nakatulog na.

"Ngayon, lilipad ka," kanta ng mga anghel.

"Tingnan niyo, napagod ako buong araw, gaya ng alam niyo, at ang gusto ko lang gawin ay matulog."

"Pwede kang matulog ng limang minuto," sabi ni Reiki.

"Pagkatapos noon, gising ka na agad!"

Halos nakatulog na naman siya nang biglang pumasok si Sam. "Pasensya na't istorbo, pero sabi nina PJ at Arden sinubukan ka raw nila buong araw. Lowbat ka ba?"

"Uh, hindi, nawala kasi ang phone ko," sabi niya habang masungit na tinitingnan ang dalawang katulong niya.

"Tila-silo, tila-silo, nagliliyab ang pantalon mo," pang-aasar nila. Hindi narinig ni Sam, dahil sa hindi siya nag-react, ang mga matitiyak nilang boses. Pinaalis sila ni E-Z.

"Kaya nga lagi akong bumibili ng insurance kasama ng plan ko. Huwag kang mag-alala, papalitan namin ka bukas. Panahon na rin naman para mag-upgrade ka. Maaari mong panatilihin ang parehong numero ng telepono. Sasabihin ko sa mga kasama na makikipag-ugnayan ka na lang sa kanila."

"Salamat, Tito Sam. Mabuting gabi."

"Mabuting gabi, E-Z."

KABANATA 10

SA PANAGINIP NIYA, NASA isang skiing trip siya kasama ang kanyang mga magulang. Sa katunayan, alaala iyon, pero muling dinaranas niya ito bilang isang panaginip.

Anim na taong gulang si E-Z. Siya at ang kanyang ina ay tinuturuan ng isang ski instructor ng lahat ng galaw. Samantala, ang kanyang ama—na hindi baguhan tulad nila—ay bumababa sa burol na puno ng niyebe.

Nagtuto silang mag-ski sa baby hill - tawag nila sa mga test hill.

"Handa na ba kayo?" sabi ng instruktor, "para bumaba sa isa sa mga malalaking burol?"

Sabi nila, oo. Akala nila, handa na sila. Pero magkaiba ang sabi at ang gawa.

Sa unang subok, hindi pa sila nakakalayo nang may isa sa kanila na nahulog. Nanay niya iyon, at nang siya'y matumba, umupo siya sa malamig na niyebe habang tumatawa. Tinulungan niya itong bumangon, at muling nagpatuloy sila.

Sa pagkakataong ito, si E-Z naman ang bumangga, at tumama ang mukha niya sa malamig na puting niyebe. Pinagiling niya ito, tinulungan siyang bumangon ng instruktor, habang ang kanyang ina ay dumaan na nagwawalis ng niyebe sa kanyang pagdaan. Inisip niya iyon bilang isang hamon, at nagmadali siyang umusad, nilampasan siya nito na may ngiting mayabang.

Bigla na lang, narinig niyang paparating siya sa likuran niya. Nadulas siya sa isang bahagi ng niyebe na medyo matigas – at naiwan siyang alikabuk – nang makuha na niya ang ritmo niya. Gayunpaman, pinilit niyang magpatuloy, binuhos ang lahat ng kanyang makakaya at naabutan siya. Magkasabay silang bumaba, magkasing-gilid, saka naghiwalay, at muling nagsama muli. Lahat ng iyon ay sinasabayan ng tawa na parang dalawang munting bata.

Sa paanan ng burol, nakasuot mula ulo hanggang paa ng kulay asul ng langit ang kanyang ama. Namumukod-tangi siya; isang gilid ng asul na napapalibutan ng bagong-bagsak na niyebe – na may wheelchair sa kanyang mga kamay.

"Ang niyebe," sabi ni E-Z, habang sumisipsip ng isa pang marshmallow. Mas masarap pa ito nang matunaw. Pagkatapos ay nanlamig siya nang husto at nagising na napapalibutan ng yelo sa bathtub. Naroon si Tito Sam, nakaupo sa kanyang tabi.

"E-Z, nakapangamba ka talaga sa akin ngayon."

"Ano? Ano'ng nangyari?

"May narinig akong ingay kaya pinuntahan kitang tingnan. Bukas na buka ang bintana mo, at umaalon ang kurtina. Hinipo ko ang noo mo, at napakainit mo. Natakot akong magkaron ka ng malubhang pag-uurong. Kahit ang pakpak mo ay tila nalanta.

"Inisip kong tawagan ang 911, pero nagbago ang isip ko. Ibig kong sabihin, hindi kita madala sa emergency, hindi dahil sa mga pakpak na 'yan. Kailangan kitang ilagay sa wheelchair mo at punuin ng yelo ang bathtub para makita kung mapapababa ko ang lagnat mo. Palabas-pasok ako para kumuha ng yelo, humihingi ng donasyon sa mga kaibigan sa kapitbahayan. Sobrang tulong nila."

"Mas mabuti na ako ngayon, salamat," sabi niya habang sinubukang bumangon. Hindi siya nakalayo nang bumagsak siyang muli.

"Kailangan mong sabihin sa akin kung ano ang nangyayari."

"Hindi ko kaya, Kuya Sam. Kailangan mong magtiwala sa akin."

Sinubukan ng tinedyer na tumayo muli. "Maghintay ka rito," sabi ni Sam, habang lumabas siya ng banyo at bumalik dala ang wheelchair. "O sige," inilagay niya ang thermometer sa bibig ng pamangkin niya. "Kung normal na, pwede ka nang umupo sa upuan."

Normal ito, kaya habang nakabalot sa kanya ang tuwalya, inangat si E-Z mula sa paliguan at inilipat sa upuan. Bumuka ang kanyang mga pakpak, pagkatapos ay bumalot ito sa kanyang katawan at hindi na niya naramdaman na parang nasusunog ang mga ito.

Habang dumaraan siya sa sala, nasilayan niya ang balita.

"Kagabi, isang aksidenteng pagbagsak ng eroplano ang naiwasan," sabi ng tagapagsalita. "Tinawag nila itong himalang paglapag, pero narito ang ilang hilaw na kuha, na kinuha ng isa sa aming mga manonood nang ito'y nangyari."

Pinanood niya ang clip, na nagpapakita ng paglapag ng eroplano pero wala nang iba pa – walang kuha sa kanya. Nakahinga siya nang maluwag at bumalik sa kanyang silid.

"Babalik agad ako para tulungan kang magbihis."

Talagang gusto niyang ikwento sa Tiyo niya ang lahat - pero hindi niya magawa. "Salamat," sabi niya nang makapagsuot na siya.

"Nandito lang ako para sa'yo."

"Ako rin," sabi ng binatilyo. "Mukhang pupunta muna ako sa opisina para magsulat ng kaunti."

"Maganda 'yang ideya. May mga gawaing bahay din akong kailangang tapusin ngayon." Nagsimula na siyang umalis, pero bumalik siya. "Alam mo, anak, hindi mo kailangang mag-draft ng nobela agad-agad. Puwede kang mag-diary, o mag-journal. Isulat mo ang mga bagay na baka makalimutan mo balang araw. Tulad ng mga mahalagang alaala."

"Naisip kong magsulat ng isang bagay at tawagin itong Anghel na Tatu."

"Gusto ko 'yan."Pagdating niya sa opisina, umupo siya sandali habang iniisip ang eroplano - nagtataka kung paano niya nagawa ang inatas sa kanya. Hindi niya iyon magagawa kung wala ang tulong ng swan at ng kanyang mga kaibigang ibon, o kung wala ang tulong ng kanyang upuan. Pati ang dalawang gustong maging anghel ay tumulong sa kani-kanilang paraan sa pamamagitan ng pagsigaw-sigaw ng suporta sa kanya sa likuran.

Nagtutok siya sa pagsusulat at itinype ang pamagat: Anghel na Tatu.

Gusto pang mag-type ng kanyang mga daliri, pero nais nang mag-ikot ng kanyang isipan. Sumandal siya sa kanyang upuan at tinitigan ang bakanteng screen. Kailangan niya ng isang kamangha-manghang unang pangungusap, tulad ng isinulat ng kanyang ninuno na si Charles Dickens - 'Ipinanganak ako.'

Nang hindi na niya matiis ang tanawin ng puting screen makalipas ang ilang sandali, nag-type siya -

Sana hindi na lang ako ipinanganak.

At nagpatuloy siya sa pag-type.Hindi na ako makalakad.

Hindi na ako maglalaro ng propesyonal na baseball o hockey o makakakuha ng sports scholarship.

Hindi na ako makatakbo.

Hindi na ako makatalon.

Napakaraming bagay na hindi ko magawa.

Na hindi ko kailanman gagawin.

Tumigil siya sa pag-type nang makita niya ang isang bagay sa itaas na kanang bahagi ng screen na unti-unting bumababa. Dumadaloy.

Luha. Maliliit na luha.

Nagkakabit-kabit. Lumalaki nang lumalaki.

Tumatagas pababa sa screen.

Akala niya may narinig siya – tinaas niya ang volume.

"WAH! WAH! WAH!" kanta ng isang matalas na boses.

Sumali ang pangalawang boses.

"WAH-WAH!

WAH-WAH!

WAH-WAH!"

Pinatay ni E-Z ang kompyuter.

Isang rant lang naman iyon at gumaan ang pakiramdam niya dahil doon. Kailangan ng lahat ng magpakalungkot paminsan-minsan. Naibulalas na niya ang lahat.

May isang bagay siyang sigurado – bilang manunulat, hindi siya si Charles Dickens.

Hindi naman kasi makalipad si Charles Dickens.

***

"GISING NA, ORAS NA para umalis!" sabi ni Reiki, na lumipad papunta sa bintana.

Nakaantabay si Hadz sa bukas na bintana. "Handa ka na?"

Kaya, inaasahan nilang tutuloy siya, mula sa ikatlong palapag ng bahay nila. "Hindi ako lalabas diyan! Tingnan mo kung gaano tayo kataas."

"Nakakalimutan mo, may pakpak ka."

"At kung mahulog ka, malalaman mo rin kung paano."

Hindi bababa't nakasuot pa rin siya ng damit niya, nang ihulog nila siya sa wheelchair niya. Nanginig siya, nakatingin pababa, iniisip kung paano nga ba hahawak ng kanyang mga pakpak para manatiling nakalutang sa ere siya at pati ang wheelchair niya.

"Ano naman ang mangyayari sa wheelchair ko?"

"Naalala mo ba ang sinabi ni Ophaniel? Ngayon – lumabas ka na!"

Pagkalabas niya, tuluyang kumalat ang kanyang mga pakpak. Sa ibabaw ng kanyang mga balikat, nakita niya ang mga pakpak na gumagalaw.

Inihangao siya ng maliliit pero malalakas na nilalang, pataas nang pataas, na inilipad ang binatilyo sa kalangitan sa gabi, habang nakatitig sa kanya ang maliwanag na mga mata na parang mga bituin. Nang sa tingin nila ay handa na siya, binitiwan nila siya.

"Kaya kong lumipad," sabi niya. "Talaga ngang kaya kong lumipad!"

"Tigilan mo ang pagmamayabang," sabi ni Reiki, "at makisabay ka na sa programa."

"Gagawin ko kung alam ko kung ano iyon," biro niya.

Umuuna si Hadz sa paglipad. Umangat sina E-Z at Reiki sa itaas ng paaralan, sa tabi ng larangan ng baseball. Papunta sa sentro ng lungsod. Ang mga ilaw sa runway malapit sa paliparan ay direktang nakikipagsabayan sa mga bituin sa itaas niya.

"Magaling ang ginagawa mo," sabi ni Reiki.

"Salamat."

Ang tunog ng makinang nasisira sa isang jumbo jet sa unahan nila ang nakaagaw ng kanyang pansin.

"Tingnan mo doon, may problema ang eroplanong iyon. Sana may dala akong telepono para tumawag ng tulong." Nanginig ang makina at bahagyang bumaba ang eroplano, pagkatapos ay muling tumayong-tuwid.

"Hindi mo kailangan ng telepono. Maligayang pagdating sa iyong ikalawang pagsubok."

"Inaasahan mong ano, buhatin ko ang eroplano sa likod ko? Hindi ko kayang iligtas ang eroplano; wala akong sapat na lakas. Hindi ko kaya."

"Sige," sabi ni Hadz na naabutan na nila.

"Pero may isang bagay kang dapat malaman, kung hindi mo sila ililigtas – mamamatay ang lahat ng sakay."

"Lahat ng 293 na pasahero. Mga lalaki, babae, at mga bata."

"Dagdag pa, dalawang aso at isang pusa," dagdag ni Reiki.

Napuno ng sigaw ng mga tao sa loob ng eroplano ang isip niya. Paano niya sila naririnig, sa makakapal na pader na metal? May mga asong umu-ungol at isang pusang niyaw. May umiyak na sanggol.

"Tigilan niyo na, patayin niyo na at ako na ang gagawa."

"Hindi namin ito patayin."

"Pero matatapos din ito kapag ligtas mong naiparating ang eroplano sa paliparan, doon."

"Naniniwala kami sa'yo," sabi ni Hadz.

"Pero hindi ba nila ako makikita? Kung makita nila ako, tapos na ang laro, ang ibig kong sabihin, ayon sa mga kondisyon ni Ophaniel—hindi ko na makikita ang mga magulang ko."

"Magkita-kita tayo?"

"Iyon ang pinakamaliit mong problema!"

"Sige na, alis ka na," sabi ni Hadz. "Ah, at baka kailanganin mo ito."

Ngayon ay may seatbelt na siya, para hindi siya matanggal sa wheelchair niya, habang mabilis siyang lumilipad sa kalangitan patungo sa eroplanong bumabagsak.

"Babantayan ka namin," sigaw nila.

"Tutulungan mo ba ako, kung kakailanganin kita?"

"Ito ang iyong mga pagsubok, na para sa iyo at sa iyo lamang. Nandito kami para palakasin ka. Nawa'y maging matagumpay ka."

"Sandali, hindi mo ba ako tuturuan ng maayos? Ipapakita mo sa akin kung ano ang kailangan kong gawin?"

POP.

POP.

"Walang anuman!" sigaw niya.

***

SA PALIPARAN, SA TORENG Pangkontrol ng Trapiko sa Himpapawid, napansin ng isang Kontrolador na may problema ang eroplano. Hindi makontak ang piloto, napansin niya ang isang hindi nakikilalang lumilipad na bagay sa kanyang radar.

Gamit si Superman at Mighty Mouse bilang inspirasyon, itinaas ni E-Z ang kanyang mga braso. Inilagay niya ang kanyang sarili sa ilalim ng katawan ng makapangyarihang metal na halimaw at tinawag ang lahat ng kanyang lakas.

"Akala ko puwede kang bigyan ng kaunting tulong," sabi ng isang swan na mas malaki kaysa karaniwan. Tumango siya at lumipad ang mga ibon mula sa iba't ibang direksyon. Habang tumama sa kanya ang jumbo jet, pumuwesto nang maayos ang mga totoong ibon. Tinulungan nila siyang hawakan nang matatag ang eroplano. Para patatagin ito, upang siya at ang kanyang upuan ay kayanin ang buong bigat nito.

Sa loob, gumugulong-gulong ang mga bagay na parang marbles. Kailangan niyang magmadali, at hinihiling niyang sana ay may isa pang pares ng pakpak siya, o mas makapangyarihang pakpak. Sana nga nasa puting silid siya.

Nagtutok siya sa gawain at inihanda ang sarili sa pagbaba. Nang tumingin siya pababa, napansin niyang may pakpak din ang kanyang upuan, sa mga pantapat ng paa at sa mga gulong.

"Salamat," bulong niya sa wala. Pagkatapos, sa mga ibon, "Kayang-kaya ko na ito ngayon, salamat sa inyong tulong."

Handa na, ibinaba niya ang jumbo, pinananatiling matatag at pantay. Hinaplos niya ang harap ng eroplano sa tarmac.

Pagkatapos, dahil hindi bumaba ang landing gear, kailangan niyang lumayo. Ipinunaw niya ang kanang braso nang todo at inilayo ang upuan mula sa gitna ng eroplano. Ibaba niya muna ang gitna ng eroplano, saka ang buntot. Nagawa niya! Oo! Lumayo siya sa nakakatakot na tunog ng mga sirena na papalapit mula sa lahat ng direksyon—mga trak ng bumbero, ambulansya, at kotse ng pulis.

Bago pa man nila siya mapansin, lumipad na siya palayo. Nagche-cheer ang mga pasaherong nasa loob, kumuha ng litrato at nag-record sa kanya gamit ang kanilang mga telepono. Hindi nagtagal, nakabalik na siya kina Hadz at Reiki.

"Magaling ang ginawa mo. Ipinagmamalaki ka namin, protégé."

Ngumiti siya, hanggang sa pakiramdam niya ay sinunog ng apoy ang kanyang mga pakpak. Bigla, naramdaman niyang nasusunog siya, at sobrang sakit kaya gusto na niyang mamatay. Hiniling niya ang kamatayan. Pinangarap niya ito. Ngayon ay nasa malayang pagkahulog, nakaharap pababa ang kanyang upuan, nanatiling nakabukas ang kanyang mga mata at hinihintay niyang dumampi sa lupa ang kanyang mga labi. Pagkatapos ay dinala siya ng dalawang anghel, na dinala siya sa kanilang tahanan at inihiga sa kama.

Hindi humupa ang sakit, ngunit alam ni E-Z na hindi siya mamamatay ngayong araw. Magiging ligtas siya para sa isa pang araw. Isa pang pagsubok. Ang kailangan lang niyang gawin ay makaligtas dito.

***

"KAILAN KAYA MAGSISIMULA NANG umepekto ang diamond dust?" tanong ni Hadz. "Sobrang sakit pa rin ang nararamdaman niya."

"Bago pa itong lunas, kaya hindi ko masabi kung kailan – pero umepekto rin ito – sa huli."

"Sana makaya niyang magtiis nang ganoon katagal!"

"Sa tulong ni Uncle Sam, malalampasan niya ito. Pag naging epektibo na, makakakita tayo ng mga palatandaan. Mga pisikal na pagbabago."

Nagpatuloy si E-Z sa paghilik.

POP.

POP.

At muling nawala sila.

KABANATA 11

MAKARAAN NG ISANG ARAW, naka-plano na ang araw ni E-Z. Una, kailangan niyang ihanda ang kanyang backpack para sa lakad niya sa parke sa Sabado. Kakain siya ng almusal, magsusulat nang kaunti, at saka lalabas. Habang inihahanda niya ang kanyang backpack, narinig niya ang mga matitiyak na boses nina Hadz at Reiki bago pa niya sila nakita.

"Naririnig ko kayo," sabi niya.

POP.

Unang lumitaw si Hadz.

POP.

Sumunod si Reiki – pareho silang nasa kanilang ganap na anyong anghel na napakagandang tingnan.

"Magandang umaga," ang awit nila nang magkasabay na napakayumang-yumang pakinggan.

Isiniksik ni E-Z ang isang kuwaderno at ilang panulat sa kanyang backpack habang hindi niya sila pinapansin. Umaasa siyang makakahanap ng makakapagbigay-inspirasyon na maisulat sa parke. Yumuko siya para i-zip up ang kanyang backpack nang mapansin niyang nakaupo ang dalawang anghel sa zipper.

"Oh, pasensya na. Halos hindi ko kayo nakita diyan."

"Sus, nakalagpas lang pala," sabi ni Reiki.

Nanghihina si Hadz kaya hindi siya makapagsalita.

Lumipad sila sa balikat niya habang itinuro niya ang upuan patungo sa nakasarang pinto.

"Kailangan ka naming kausapin," sabi ni Hadz.

"Mahalaga... May ginawa kami..."

"Sa akin?"

Lumutang sila sa harap ng mga mata niya.

"Oo. Nang natutulog ka ilang linggo na ang nakalipas."

"Ilang linggo na ang nakalipas! Sige, nakikinig ako..." Sa totoo lang, pinipilit niyang pigilan ang kanyang galit. Ang naiisip na may ginawa sila sa kanya. Habang natutulog siya. Nang walang pahintulot niya. Isang kakila-kilabot na paglabag iyon sa tiwala. Nanlupir na ang kanyang mga kamao. Katahimikan. Ipinako niya ang kanyang mga braso. Hindi niya gagawing madali para sa kanila.Kumatok si Sam sa pinto, "Breakfast E-Z, kailangan mo ba ng tulong?"

"Hindi, ayos lang ako. Andiyan na ako sandali." Tahimik maliban sa tunog ni Sam na bumabalik sa kusina.

"Una sa lahat," sabi ni Hadz, "ginawa lang namin iyon para tulungan ka."

"Sa mga pagsubok. May ginawa kami para matulungan kang makamit ang iyong mga layunin."

"Ibig mong sabihin, kaya ninyo akong tinulungan sa eroplano? Talagang kailangan ko sana ang tulong ninyo. Sa kabutihang-palad, nagawa namin iyon dahil sa lakas ng swan at ng mga ibon."

"Uh, oo, tungkol diyan, bawal ang tulong – hindi mula sa mga kaibigan ni sa mga ibon. Ipinag-ulat na namin ang insidenteng iyon sa mga nararapat na awtoridad."

Umiling si E-Z, hindi siya makapaniwala sa kanyang naririnig. "Huwag mong sabihing may sumaktan sa swan o sa mga ibon? Sana huwag mong sabihin 'yan sa akin... At bakit nga ba nakipag-usap sa akin ang swan na 'yan, sa Ingles? Ganoon nga."

"Kumpidensyal ang usaping iyon," sabi ni Hadz, na kumakaway-kaway malapit sa mukha niya habang nakahawak ang mga kamay sa kanyang balakang. Ganoon din ang ginawa ni Reiki, at hinawakan ng kanilang mga pakpak ang talukap-mata niya.

"Hoy, tigilan niyo 'yan," sabi niya, na mas malakas kaysa sa inaasahan niya.

"Okay ka lang diyan?" tanong ni Sam sa nakasaradong pinto.

"Okay lang ako," sabi niya, habang iginigiya ang kamay sa harap ng mukha niya na nagpabuwal sa mga nilalang sa kabilang dulo ng silid. Bumangga si Reiki sa pader at dumulas pababa. Sinubukan ni Hadz na mahawakan si Reiki habang bumababa rin, pero huli na ang lahat. Parehong bumagsak ang dalawang anghel at tumama sa sahig.

"Pasensya na," sabi ng binata. Inilapit niya ang wheelchair niya sa kanila. Nagtaka siya kung may mga bituin bang umiikot sa kanilang ulo na parang mga lumang karakter sa cartoon. Dati niyang gustong-gusto iyon kapag nangyayari kay Wile E. Coyote. Medyo natumba-tumba sila, kaya inilagay niya sila sa kama. Nang makabawi ang mga anghel, sinabi niya, "Pasensya na ulit. Hindi ko sinadyang batuhin kayo. Nakikiliti ang mga mata ko sa mga pakpak ninyo."

"Oo, ginawa mo!" sabi ni Reiki.

"At hindi namin iyon makakalimutan."

Naramdaman niyang mali ang nagawa niya. Napakaliit nila; hindi niya inakala na ang isang simpleng haplos lang ay makakakapagpadapo sa kanila nang ganoon. Para bang pinukpuk niya sila palabas ng parke, samantalang bahagya lang naman sila niyang nahawakan.

"Tungkol doon..." sabi ni Reiki.

Sumabat si Hadz, "Habang natutulog ka, nagsagawa kami ng isang ritwal sa iyo. "

Muling pinigilan ni E-Z ang kanyang sarili, ngunit hirap na hirap. "Isang ritwal ang sabi mo?" Tumingin sila sa kanya, na parang may malaking kasalanan. "Kung tao ka lang, ipakulong ka nila dahil sa ginawa ninyo sa akin nang walang pahintulot. Pananakit ito sa menor de edad. Ikukulong ka..."

Nanlambigit ang mga anghel at niyakap ang isa't isa.

"Wala kaming ibang pagpipilian. Ginawa namin ito para sa ikabubuti mo."

"Naiintindihan ko 'yan, pero sa sandaling ito ay HINDI ko tinatanggap ang inyong paumanhin."

"Makatarungan naman," sabi ng mga anghel.

"Sa ngayon."

Nagkanta sila, "Tinawag namin ang mga kapangyarihan, ang dakila at mailap na mga kapangyarihan sa itaas at sa paligid mo. Hiningi namin sa kanila na tulungan ka sa pamamagitan ng pagpapalakas ng iyong lakas, tapang, at karunungan. Sa madaling sabi, naniniwala kaming kailangan mo pa ng mas marami kaya't hinango namin ito para sa iyo. "

"Nakita ko. Hindi pa rin tinatanggap ang paumanhin."

"Ginawa namin ito nang may pinakamaliit na abala para sa iyo," sabi ni Hadz.

Pinag-isipan ni E-Z ang bagong impormasyong ito. Kasabay nito, tinitingnan niya ang kanyang wheelchair. Tila nga iba na ito ngayon, bukod sa halatang pagbabago ng kulay ng mga sandalan.

"Ano na bang nangyayari sa upuan ko nitong mga nakaraan?" tanong niya. "Parang may sariling isip."

Nanlalamig muli ang mga anghel.

"Ano'ng ginawa mo? Exactamente? Kasi hinala ko hindi lang ako ang inatake mo, pati ang silya ko."

Sa wakas, ipinaliwanag ng mga anghel ang lahat tungkol sa diamond dust at sa dugo. Tungkol sa mga kapangyarihang ipinagkaloob sa kanya at sa silya. "Habang tumitindi ang kahirapan ng mga gawain, kailangan mong gumaling."

"Alam ko na 'yan, kaya nga sumisiklab ang mga pakpak ko. Tumataas ang init nito sa bawat gawain. Pero sinasabi ko sa sarili ko na sulit din naman ito pag muling makita ko ang mga magulang ko."

"Kung matatapos mo ang mga pagsubok sa itinakdang panahon. At susundin mo nang eksakto ang mga patakaran," sabi ni Hadz.

"Sandali," sabi ni E-Z habang pinapalo nang malakas ang mga braso sa sandalan.

"Walang nagsabi na may deadline. Hindi sa Puting Silid. Hindi kailanman. At kung may libro ng patakaran na dapat kong sundin, ipakita ninyo para mabasa ko. At saka, wala pang pangako mula sa alinmang panig. Walang nagsabi kung ilang pagsubok ang kailangan matapos para maisara ang kasunduan. Kailangan ba nating isulat lahat? Mayroon bang tinatawag na Abogado ng Anghel o mas mabuti pa, Tulong Legal ng Anghel?"

Tumawa si Hadz. "Siyempre, mayroon kaming mga Abogadong Anghel, pero kailangan maging isang Anghel ka para maging karapat-dapat na magkaroon ng isa."

Sinabi ni Reiki, "Natapos mo ang unang gawain nang walang tulong mula sa kahit sino. Nailigtas mo ang buhay ng batang babae na iyon sa pamamagitan ng inisyatiba ng iyong upuan, lakas ng loob, at swerte. Ang tatlong bagay na iyon ay hanggang doon lang ang mararating nila, kaya binigyan ka namin ng mas maraming lakas. Ang pinakamarami na kaya naming hilingin."

"Ang pinakamarami na kaya naming ipagsapalaran na ibigay sa iyo."

"Hoy, ano'ng ibig mong sabihin, ipagsapalaran? Sinasabi mong maaaring makasama sa akin ang ritwal na ito?"

"Gumawa kami ng pabor para sa'yo. Inilagay namin sa panganib ang aming mga sarili para tulungan ka. Kung hindi mo kami mapapatawad ngayon, darating ang araw na mapapatawad mo rin kami."

"Ang galing mong umiwas sa tanong ko! Napag-isipan mo na bang pasukin ang pulitika ng mga Anghel – kung mayroon mang ganoon?" wika ni Hadz. "Maaaring mapansin ng mga tao sa paligid mo ang ilang pagbabago sa itsura mo."

"Oo, maaaring mapansin nila," sagot ni Reiki na may ngising-aso.

"Ano'ng ibig mong sabihin, pisikal na pagbabago?" sigaw niya.

POP.

POP.

At nawala na sila.

Mag-isa na naman si E-Z. Habang papalapit siya sa pinto, iniisip niya kung ano ang ibig nilang sabihin. Kahit ano pa iyon, malalaman din niya agad. Samantala, naisip niya na ang kanyang upuan ay may dugo na niya. Na ang upuan ay isang bahagi ng kanyang sarili. Pumasok siya sa kusina kung saan naghihintay si Tiyo Sam.

***

"WELL, HINDI NAMAN NAGING eksakto ang kinalabasan ng plano natin," sabi ni Reiki. "Sobrang nagalit siya sa atin. Sa tingin ko, hindi na niya tayo kailanman mapagkakatiwalaan muli."

"Mas kailangan niya tayo kaysa sa kailangan natin siya."

"Pwede nating burahin ang alaala niya, tulad ng ginawa natin sa iba."

"Kung hindi niya tayo mapapatawad, wala tayong magagawa tungkol doon. Hindi puwedeng burahin ang isip niya. Kung malalaman niya—hindi kung kailan—na wala ang kanyang pahintulot, tuluyan na siyang malalayo sa atin magpakailanman. At alam mo naman kung sino ang hindi magugustuhan niyan."

"Tama ka, gaya ng dati," sabi ni Hadz.

"Sa tingin mo ba mapapansin ng iba ang mga pagbabago sa itsura niya ngayon?"

"Napansin nga natin, hindi ba!"

"Siguro dapat sinabi natin sa kanya, kahit tungkol sa buhok niya. Baka mas nagustuhan niya tayo. Kung ipinaliwanag natin."

"Sa tingin ko mas maganda ang mga pagbabago kung galing ito sa iba at hindi sa atin."

"Kakaiba talaga ang mga tao," sabi ni Reiki.

"Talaga namang ganoon sila. Pero ang pakikipagtrabaho sa kanila ang tanging paraan para ma-promote tayo bilang tunay na anghel."

"Buti na lang at mabait siya."

KABANATA 12

TINUSOK NI E-Z ANG tinidor niya sa isang plato na puno ng pancake. Nanghihina siya sa gutom, para bang ilang araw na siyang hindi nakakain. At nauuhaw. Sunod-sunod siyang uminom ng baso ng orange juice. Puno't-puno niya ng pancake ang plato, at patuloy siyang kumain hanggang maubos ang lahat.

Natawa si Sam nang makita ang pamangkin niya, pagkatapos ay ipinagpatuloy ang pag-i-dip ng isang hiwa ng toast na may mantikilya sa kape niya.

"Ano'ng nakakatawa?" tanong ni E-Z.

"Uh, wala naman siguro."

Ang tanging tunog sa kusina ay ang pagsisipsip, paghihiwa, at pagnguya. Maliban sa tik-tak ng orasan sa pader sa likuran nila.

"Ano?" tanong ni E-Z, nang mapansin niyang ngumingisi ang tiyuhin niya at tinatago ito sa likod ng kamay.

"May kakaiba sa'yo, alam mo na, ngayong umaga. May gusto mong ikwento sa akin? Bakit?"

Biglang lumitaw ang dalawang nilalang at bumukod silang umupo sa balikat ni E-Z. Nanakaw nila ang usapan at hindi niya nagustuhan ang hindi niya inimbitang pakikialam nila, kaya pinukpok niya sila palayo.

POP.

POP.

Nawala sila.

"Hindi ko maintindihan ang sinasabi mo."

Nagpakarga si Sam ng isa pang tasa ng kape para sa sarili. "Para ba ito sa isang babae? Kasi dapat kahit sinong babae, tatanggapin ka kung ano ka man."

Tumawa si E-Z. "Hindi babae. Malayo ka sa totoo."

Naging tahimik silang dalawa ng ilang sandali pa, tanging ang tik-tak ng orasan ang maririnig.

"Nag-impake ako ng bag at pupunta ako sa parke pagkatapos kong magsulat ng kaunti ngayong umaga. Magdadala ako ng notepad at ilang panulat kung sakaling magbigay sa akin ng inspirasyon ang parke."

"Mukhang maganda ang plano pero una, tutulungan mo akong mag-ayos," sabi ni Sam habang bumabangon mula sa mesa.

Inyangat ng binata ang silya niya pabalik, at mabilis silang naglinis. Pumunta si E-Z sa opisina niya at sinara ang pinto sa likod niya nang tumunog ang kampanilya sa harap.

Pinasok ni Sam sina Arden at PJ. "Nasa opisina siya, nagwo-work. Inaasahan ka ba niya? Kung oo, wala naman siyang sinabi sa akin tungkol diyan."

"Nag-text ako sa kanya, pero hindi siya sumagot," sabi ni PJ.

"Kaya naisip naming dalawin siya at samahan siyang lumabas ngayon. Para naman mag-enjoy siya nang konti. Sobrang pagod na ng tao 'yan sa trabaho. Sabi ni Mom, siya na ang magda-drive papunta roon. Kailangan ko lang kausapin si E-Z tapos tawagan si Mom."

"Interesado kasi ang pamangkin ko sa librong sinusulat niya. Baka tutol siya."

"Kahit ano pa man, lalabasin natin siya ngayon," sabi ni PJ.

"Plano niyang pumunta sa parke, pagkatapos niyang magsulat nang kaunti. Pero sige na, puwede kayong magkita doon mamaya?" Bumalik si Sam sa kusina, kumuha ng giniling na baka mula sa freezer. Tiningnan niya ang kabinet para sa sarsa, spaghetti, itlog, sibuyas, breadcrumbs, at spinach. Mayroon na siyang lahat ng kailangan para magluto ng spaghetti at meatballs mamaya.

Naglakad ang dalawang lalaki sa pasilyo matapos nilang isabit ang kanilang mga amerikana.

Isinuot ni Sam ang kanyang amerikana. Matagal na niyang ipinagpapaliban ang paggupit ng damo. Ngayon ang araw na aayusin niya iyon.

Pinipilit ni E-Z na magsulat, pero hindi dumadaloy ang kanyang pagkamalikhain. Nang dumating ang kanyang mga kaibigan – natuwa siya sa istorbo. Binuksan niya ang Facebook, nagkunwaring tinitingnan ang mga update. "Uh, hi mga guy." Iniharap niya sa kanila ang kanyang upuan.

"Grabe pre, anong nangyari sa buhok mo? Pumunta ka pala sa salon nang wala kami?"

"Pinakita mo ba yung litrato at hiningi mo yung kabaligtaran ng itsura ni Pepe Le Pew?"

"At pati kilay mo! Hindi ko nga alam na pwede palang kulayan yun?"

Pinaikot ni E-Z ang mga daliri sa buhok niya, wala siyang ideya sa pinag-uusapan nila. Sandali – iyon ba ang tinutukoy ni Sam?

"At ang mga mata niya, iba rin."

Yumuko si Arden, "Oo, may mga piraso ng ginto sa mga mata niya. Ang astig!"

"Uy, tigilan niyo nga," sabi ni E-Z. "Kayo dalawa, kinakabahan ako sa inyo. Hindi cool ang pagsakop niyo sa espasyo ko."

"At least hindi siya mabaho ng Pepe," sabi ni Arden habang umatras. Sumali si PJ sa kanya sa kabilang dulo ng silid kung saan sila'y nagbulong-bulongan.

"Pwede ba kaming kumuha ng litrato?"

Ngumiti si E-Z at sinabi, "Mozzarella."

Ipinakita ni PJ kay Arden ang litratong kuha niya. "Kita mo!" sabi nila habang ipinapakita nila ito.

Hindi makapaniwala si E-Z sa nakikita niya. Ang gintong buhok niya ay may guhit na itim sa gitna, at may kulay-abo itong mga batik sa gilid ng ulo. Abó! Nag-zoom in siya, tama sila, may mga batik na ginto ang mga mata niya. Biglang naalala niya ang diamond dust, ganyan ba talaga ang itsura ng diamond dust? Ginawa ito ng dalawang hangal na anghel na iyon! At sana alam nilang ayusin ito! Sa susunod na makita niya sila, papabayaran niya sa kanila.

Samantala, sinubukan niyang pakalmahin ang sitwasyon.

"Wala 'yun. Mahirap lang ang gabi ko."

Tinanong ni Arden, "Ano 'yung hindi ninyo sinasabi sa amin?"

Dagdag ni PJ, "Naglilimang-buhok ka tapos nasa high school ka pa lang. Sa tingin mo ba normal 'yan?"

"Sa tingin ko tama siya; ginagawa lang nating malaki ang wala. Ano sabi ng tito mo tungkol diyan?"

"Hindi niya napansin – o kung napansin man niya, wala siyang sinabi."

"Ano? Ibig mong sabihin, Sam, hindi man lang niya napansin?"

"Bukas ba ang mga mata niya?"

Sinubukan ni E-Z na alalahanin. Una, tinanong siya ni Tito Sam kung may sasabihin siya rito. Iyon ba ang ibig niyang sabihin?

"Sandali lang," sabi ni E-Z, habang papunta siya sa banyo. Ginamit niya ang sampung beses na pagpapalaki ng salamin para masusing tingnan. Nasinghap siya. Iba ang mga batik o bituin sa mata niya. Hindi naman nakasasama, sa katunayan, mas astig nga ang dating niya. Inusisa niya ang mga kulay-abo niyang buhok sa gilid ng kanyang ulo.

Ano ngayon? Marami na siyang napagdaanan nang mamatay ang kanyang mga magulang. Dagdag pa ang araw-araw na pressure sa high school. At ang pag-aadjust sa wheelchair. Hindi pa kasama ang pakikipag-areglo sa mga arkanghel at sa mga pagsubok.

Hindi problema ang maagang pag-uubos ng buhok niya. Inikot niya ang salamin, hinahaplos ang kanyang buhok. Iba ang tekstura nang madampi niya ang itim na guhit. Parang magaspang, parang brotsa. Hindi problema, maglalagay na lang siya ng gel dito at...Sa labas, umandar na ang makinang pangputol ng damo. Sa wakas, ginagawa na ni Sam ang kinatatakutang gawain. Bago ang aksidente, ang pagputol ng damo ang pinakakinamumuhian ni E-Z na gawain.

"YEOW!" sigaw ni Sam nang bumagâl at huminto ang makinang pangputol ng damo.

Biglang tumilapon ang wheelchair ni E-Z patungo sa pintuan sa harap na kusang bumukas. Tumakbo siya, hindi tumama sa baitang at bumagsak sa damuhan sa likod ni Sam.

"Naku!" ang sigaw ni Sam. Nabangga niya ng lawn mower ang isang bato, at tumilbog ito pataas at tumama sa kanya malapit sa mata. May mga patak ng dugo na tumutulo sa pisngi niya at nagtitipon sa damuhan.

Gumalaw ang wheelchair papunta sa kinaroroonan ng dugo, sinisipsip ito ng mga gulong.

"Ayos ka lang ba?"

"Ayos lang ako," sabi ni Sam. Hinalungkat niya ang kanyang bulsa, inilabas ang isang panyo at itinapat sa kanyang sugat.

Dumating sina Arden at PJ. "Narinig namin ang sigaw."

"Ayos lang talaga ako," sabi ni Sam. "Munting aksidente lang. Hindi na kailangang mag-alala o mag-abala. Pumasok na tayo."

Hinablot niya ang mga hawakan ng wheelchair at itinulak ito. Napakahirap itong igiya sa damuhan.

Samantala, dinala ni Arden ang pang-gupit ng damo at itinago ito sa kubo.

"Tumaba ka ba?" tanong ni PJ nang mapansin niya ang hirap na dinaranas ni Sam.

"Nakakain ako ng mga dalawampung pancake ngayong umaga."

"Baka mas mabigat ang itim na guhit kaysa sa karaniwang buhok mo?" sabi ni Arden nang maki-sama muli sa kanila na may ngising aso.

"Ah, napansin nila," sabi ni Sam.

"Oo, pinagtatawanan nila ako tungkol diyan mula pa nang dumating sila. Bakit hindi ka nagsabi ng kahit ano?"

Ngayon, sa loob, kumuha si E-Z ng band-aid at inilagay ito sa sugat ng kanyang Tiyo.

"Banayad lang ang pagbabago," sabi ni Sam.

"Hindi naman!" ngumiti siya.

"Ah, at naisip mo na bang pasukin ang propesyon ng pagiging nars? Marahan ka kasi ng kamay."

Tumawa nang malakas sina PJ at Arden.

KABANATA 13

BUMALIK SINA E-Z AT ang kanyang mga kaibigan sa opisina niya. Nagpasya siyang manatili malapit sa bahay sakaling kailanganin siya ni Sam. Sobrang abala si Sam sa pagluluto ng hapunan kaya hindi niya naisip kung ano ang maaaring nangyari sa lawnmower.

"Luto na ang hapunan," sigaw niya makalipas ang ilang oras. "Halina kayo."

Nanguna si E-Z, "Ang bango! Ang sarap amoy!"

Umupo sila at ipinasa-pasa ang pagkain at mga sawsawan.

"Malaki na ang pasa mo," sabi ni Arden kay Sam.

Si Sam, na hanggang ngayon ay hindi alam na may kitang-kitang sugat siya, ay ipinagmalaki na ito. Tinusok niya ang isa pang meatball at inilagay ito sa kanyang plato.

"Ano nga ba ang nangyari diyan?" tanong ni PJ.

"Bato iyon. Naipit sa makina at tumama sa akin." Patuloy niyang itinutulak-tulak ang pagkain sa kanyang plato. "Paano na ang pagsulat mo?" tanong niya sa pamangkin niya, upang ilihis ang usapan mula sa sarili niya.

"Hindi ako nakapag-umpisa kaninang umaga."

Binaligtad ni Sam ang usapan at nagtanong kung may nangyayari sa paaralan o sa koponan.

"May practice kami ngayong gabi," sabi ni PJ.

"At umaasa kaming si E-Z ang mag-ca-catch sa laro bukas."

Umiling si E-Z, bilang tiyak na hindi, at nagpatuloy sa pagkain.

"Isang inning lang, isa lang at kung ayaw mong magpatuloy sa paglalaro, ayos lang sa amin," sabi ni Arden.

"Magandang ideya," sabi ni Tiyo Sam. "Subukan mo muna. Kung hindi mo nagustuhan, huminto ka na. Ano'ng mawawala sa'yo?"

Bumuka ang bibig ni PJ para magsalita pero nagpasyang hindi na. Sinaksak niya ng meatball ang bibig niya. Ngumuya siya, uminom. "Kapag nandiyan ka, E-Z, tumataas ang morale ng lahat. Mataas ang pagtingin ng mga kasama sa'yo. Lagi na't laging ganoon."

"Sige," sabi ni E-Z. "Uupo na lang ako sa bangko kung sa tingin ninyo makakatulong iyon. Pagkatapos ng hapunan, punta tayo sa parke at mag-praktis nang kaunti. Tingnan natin kung ano ang mangyayari."

"Sige na," sabi ni PJ.

Pinasalamatan nila si Sam para sa napakasarap na hapunan.

"Ikaw ang nagluto, kaya kami na ang maglilinis," alok ni Arden.

Nagkatinginan sina E-Z at PJ.

Nang hindi na sila marinig ni Sam, sabi ni PJ, "Ang kapal mo naman."

Nagbuhos si Arden ng kaunting tubig papunta kay PJ, pero si E-Z ang nakatanggap ng karamihan nito sa mukha.

Binalikan ni PJ ang pagsaboy at tumalsik ito sa sahig ng kusina, tumama sa sapatos ni Sam.

"Nasa aparador ang mop at timba," sabi niya, habang kinukuha ang kanyang amerikana sa paglabas.

Natapos na silang maglinis, at halos tuyo na sila noon, maliban kay E-Z na nagpalit ng kamiseta. Sa wakas, nakarating sila sa diamante ng baseball, at may tao na roon.

"Ayos," sabi ni E-Z. "Tara na."

Sa gilid ng larangan, may ilang babae mula sa cheerleading squad ng kalabang koponan. Ang isa, isang babaeng pulang buhok, ay sumilip sa direksyon ni E-Z. Gumawa siya ng cartwheel at madaling lumapag.

"Mukhang pwede pa tayong manatili ng sandali," sabi ni E-Z.

Tumawid sila sa larangan papunta sa mga bangko. Kailangan nilang bumati kahit papaano, kung hindi mukhang bastos sila.

May binulong ang maliit na batang babaeng may pulang buhok sa kaibigan niya, at nagkikikik sila.

Sigurado si E-Z na siya ang pinagtatawanan nila.

"May kasama tayo," sabi ng batang babaeng may pulang buhok.

"Oo, isang lalaking may wheelchair na kulay-zebra ang buhok at dalawang nerd," sigaw ng third baseman. Inaasahan niyang tatawa ang lahat sa pangit niyang biro, pero wala.

"Huwag mo siyang pansinin," sabi ng kaibigan ng babaeng may pulang buhok. "Kaawa-awa siya."

"Umalis ka nga," sigaw ng ang manlalaro ng baseball sa kaliwang patlang. "Walang puwang dito para sa isang pilay."

Hindi pinansin ni E-Z ang lahat ng komento. Pero ang upuan niya, hindi. Itinutulak nito, umuungal na parang toro na gustong makalabas sa kulungan. "Whoa!" sabi niya, nang umatras ang upuan, na parang ligaw na kabayo.

Hinablot ni Arden ang mga hawakan ng upuan, at bumalik sa normal na gamit nito.

Sa likod ng plate, nahulog sa catcher ang isang fly at nagkamali siya sa isang pitch. "Mukhang kailangan ninyo ng maayos na catcher," sabi ni E-Z.

Natawa nang malandi ang mga tagapagpalakas-loob.

"Bigyan mo ako ng limang minuto sa likod ng plate, lima lang. Kung mahuli ko ang bawat pitch na ipapadiretso mo sa akin, saka tutulungan ka namin at mananatili kami."

"At kung hindi?" tanong ng pitcher.

Tinanggal ng catcher ang maskara niya. "Ikaw ang bibili sa amin ng burger at fries."

"At mga milkshake," dagdag ng first baseman.

"Bukás," sabi ni E-Z habang sumulong ang upuan niya.

Maingat siyang umupo habang isinusuot ni Arden ang kanyang mga kneepads. Inyangat ni PJ ang pang-proteksyon sa dibdib sa ibabaw ng kanyang ulo at isinusuot ang maskara ng catcher sa kanyang mukha. Isiniksik ni E-Z ang kanyang kamao sa guwantes ng catcher.

"Sige, ihagis mo na sa akin ang bola," utos ni E-Z.

"Sana alam mo ang ginagawa mo, pare," sabi nina Arden at PJ.

"Magtiwala kayo sa akin," sabi ni E-Z. Ipinuwesto niya ang sarili gamit ang wheelchair sa likod ng plate.

"Maghanda sa pagbat!!"

Sumenyas ang pitcher kay Arden na tumama. Pumili siya ng bat at lumapit sa plate.

Sumenyas si E-Z sa pitcher na mag-high fastball. Sa halip, nag-curve ball ang pitcher, at nasa zone ito. Hindi tumama si Arden, pero bahagya niyang nahawakan ang bola kaya naging foul ito. Tumayo si E-Z sa kanyang upuan at kinuha ito.

"Whoa!" sigaw ng pitcher. "Maganda ang save."

"Swerte lang," sabi ng first baseman.

Lumapit pa ang mga cheerleader.

Sa ikalawang pitch kay Arden, um-pop up siya papunta sa right field.

Lumapit si PJ para tumama at na-strike out. Madaling nahuli ni E-Z ang lahat ng bola, pero ang huling pitch ay lumipad nang malayo, at muntik na niyang hindi mahawakan ito. Tumakbo na si PJ papunta sa first base, pero inihagis ni E-Z ang bola pababa at siya ay out.

Naglaro sila hanggang sa masyado nang madilim para makita pa ang bola.

Pagkatapos ng laro, napagpasyahan nilang tabla. Pumunta sila sa isang karindiyan sa malapit at nagbayad ang bawat isa para sa sarili nilang pagkain.

"Papabagsakin namin kayo sa laro bukas," nagmayabang si Brad Whipper, ang kapitan ng koponan.

"Makakalaro ba si E-Z?" tanong ni Larry Fox, ang first baseman.

"Oo, makakalaro siya," sabi nina Arden at PJ.

"Siyempre."

Si Sally Swoon ang babaeng may pulang buhok at may binulong siya kay Arden, na umiling. "Ikaw na lang ang magtanong sa kanya," sabi niya.

"Tanungin ko ng ano?"

Namumula ang pisngi niya.

"Gusto mong malaman kung ano ang nangyari, hindi ba?"

Tumango siya. "Pinagawa mo ba 'yan sa hairdresser mo, o sila ba ang..."

"Magkamali?" sabi niya.

Tumango siya.

"Nagising ako ngayong umaga, at ganito na. Wakas na ng kuwento."

"Biro mo," sabi ng isang manlalaro. "Ngayon, sabihin mo sa amin kung bakit ka nasa wheelchair."

Ikinuwento ni E-Z ang nangyari. Nanahimik ang lahat habang siya ay nagsasalaysay. Walang kumain o uminom. Nang matapos siya, nag-alala siyang baka iba na ang pagtrato sa kanya ng lahat, pero hindi naman.

Pinag-usapan nila ang nalalapit na Serye ng Mundo at iba pang usapang may kaugnayan sa sports.

Nang huli, nang ihatid siya ng kanyang mga kaibigan pauwi, tahimik silang lahat. Nagpaalam siya sa kanila at bumalik sa kanyang silid. Sinubukan niyang manood ng telebisyon, at magsulat nang kaunti, pero kahit ano pa ang gawin niya, paulit-ulit niyang naiisip ang lahat ng kanyang nawala. Bumagsak siya sa kama at nakatitig sa kisame, at sa huli ay nakatulog din.

KABANATA 14

NATUTULOG SI E-Z, NANANAGINIP.

"Gising ka, E-Z! Gising ka!" sabi ni Reiki, habang tumatalon-talon sa dibdib niya.

"Tigilan mo 'yan!" sigaw niya.

Sinabugan siya ni Hadz ng tubig sa mukha.

Pinatuyo niya ito. "May kailangang ipaliwanag kayo at ayusin ninyo. Ibabalik ninyo ang buhok ko sa dati. At pati ang mga mata ko!"

"Wala nang oras!" sabi nila, habang umikot ang upuan niya, nahulog siya rito, at saka lumipad palabas ng nakabukas nang bintana.

"Hindi pa nga ako nakasuot!" sigaw ni E-Z.

Natawa si Reiki at Hadz at sinabi kay E-Z na ipagdasal kung ano ang gusto niyang isuot. Nang muling tumingin siya pababa, nakasuot na siya ng maong, sinturon, at t-shirt. Tiningnan niya ang kanyang mga paa, kung saan ang kanyang sapatos pangtakbo ay tinatali ang sarili nilang sintas. Habang lumilipad sila sa kalangitan, pinasalamatan sila ni E-Z.

"Kaya, pinapatawad mo kami?" tanong ni Hadz.

"Bigyan mo kami ng panahon," sabi ni Reiki.

Tumango si E-Z, habang lalo pang tumataas ang kanyang upuan. Sa itaas ng isang eroplano, nilampasan ang eroplano. Malinaw na hindi iyon ang kanilang destinasyon. Patuloy silang lumipad, hanggang sa biglang huminto nang todo ang kanyang wheelchair, at itinuon nito ang sarili pababa.

"Nandiyan na," sabi ni Reiki.

Sa ibaba, isang grupo ng mga tao ang nakatayo sa labas ng isang matangkad na gusali ng opisina.

"Nararamdaman mo ba iyan?" tanong ni E-Z, napapansin na kakaiba ang hangin sa paligid ng pangyayari. Nanginginig ito sa enerhiya.

"Oo," sabi ni Hadz.

"Mabuti at napansin mo ito ngayon," sabi ni Reiki.

"Ibig mong sabihin, may mga panginginig noong mga nakaraang beses?"

"Oo, pero habang lumalakas ang kapangyarihan mo, mas matututukan mo ang mga lokasyon."

"At hindi lang ikaw, kaya rin itong madama ng silya mo."

"Ibig mong sabihin, may super-duper talino ang silya ko? Alam kong na-modify ito, pero ang galing naman!"

Tumawa ang mga anghel.

Pumaspas ang wheelchair habang sa ibaba nila ay pumutok ang mga baril. Nakita nila ang mga taong tumatakbo, sumisigaw, at nahuhulog.

Tumilad si E-Z at ang kanyang wheelchair patungo sa kaguluhan, sa papalapit na pag-ulan ng bala. Nangilid ang kanyang mga mata nang mapalingon ang wheelchair sa mga ito. Nagtaka siya kung ano ang mangyayari kung may isang bala na hindi mapalingon ng wheelchair.

"Sigurado kaming hindi ka tinatablan ng bala," sabi ni Reiki nang hindi na niya kinailangan pang itanong. "Bahagi iyon ng ritwal."

"At dapat ay epektibo ang alikabok ng diyamante."

"Sigurado?" ani niya, umaasang tama sila. "Kung gagana ito, sulit naman ang kapalit para sa sitwasyon ng buhok ko!"

Tumawa ang mga wannabe na anghel.

KABANATA 15

IPINAGPATULOY NG KANYANG WHEELCHAIR ang pag-usad, nakatutok sa isang lalaki sa bubong ng gusali. Nagpapaputok siya sa karamihan sa ibaba, at sa kanila habang papalapit sila sa kanya. Biglang sumirit pasulong ang wheelchair; narinig ni E-Z ang kakaibang tunog, parang eroplano na ibinababa ang landing gear. Mula sa wheelchair iyon nang bumagsak ang isang metal na kahon at tumapat sa ibabaw ng lalaki.

Tumilipad palabas ng kamay niya ang baril, tumawid sa bubong bago pa man makapit ang aparato. Sinubukan ng lalaki na itulak sina E-Z at ang wheelchair pababa mula sa likod niya, ngunit wala siyang nagawa.

May narinig na sirena sa kalayuan na unti-unting lumakas habang papalapit ito.

"Kung ibaba kita," tanong ni E-Z, "magpapakabuti ka ba?"

Bagaman tumango ang lalaki bilang pagsang-ayon, ayaw kumilos ang wheelchair.

Kailangan ni E-Z na sirain ang baril at umalis na agad doon bago dumating ang mga pulis. Nagtanong siya sa sarili kung may nasaktan sa ibaba. Inaasahan niyang papunta na ang mga ambulansya. Gayunpaman, mas mabilis niyang maihatid sa ospital ang mga malubhang sugatan gamit ang kanyang silya-luksong-lupa.

Tinitigan niya ang baril sa kabilang dulo ng bubong. Nagpokus siya, pagkatapos ay iniunat ang kanyang kamay. Parang magneto ang kamay niya, lumipad papunta rito ang baril, at pinutol ni E-Z ang baril sa pamamagitan ng pagbubuklod nito. Hinubad ni E-Z ang sinturon niya at ginamit ito para itali ang mga kamay ng mamamaril sa likod niya.

Umakyat ang silya at lumipad na parang raketa, habang kusang nabuksan ang mga pinto sa bubong. Ang binagong aparato ay lumutang sa ere habang pinapanood ni E-Z ang isang SWAT team na lumapit sa mamamaril at dinakip siya. Hindi matatawaran ang itsura ng opisyal na nakakita sa baril na nakatali.

Sandali siyang nag-atubili, iniisip ang kanyang utos, ngunit may mga taong nasaktan sa ibaba at mas mabilis niyang matutulungan sila kaysa sa iba, at iyon ang ginawa niya. Pag-iisipan na lang niya ang mga kahihinatnan mamaya at sana'y maintindihan nila.

Lumapag si E-Z malapit sa madla. Tinipon niya ang apat na pinakamalubhang nasugatan at dahil sila ay walang malay, ginamit niya ang bahagi ng kanyang pakpak upang ligtas silang mapanatili sa kanyang upuan habang lumilipad sila sa kalangitan.

Sinipsip ng upuan ang dugo ng mga sugatang pasahero habang tumutulo ito mula sa kanilang mga sugat. Ang kanilang dugo ay nahalo sa dugo nina E-Z at Sam Dickens. Ang pinaghalong ito ang nagtulak palabas ng mga bala mula sa kanilang mga katawan, at nagsimulang gumaling ang kanilang mga sugat.

Ilang minuto ang lumipas bago sila makarating sa ospital. Pagdating nila, gumaling na ang lahat ng pasyente, na para bang hindi kailanman nangyari ang kanilang mga sugat. Yumakap sila kay E-Z at pinasalamatan siya.

Sa paradahan ng ospital, bumaba sila mula sa wheelchair.

May mga attendant na nakatayo sa pasukan na may dalang mga stretcher na nakahanda.

Tumingin si E-Z sa kanilang direksyon. Kumaway siya, pagkatapos ay nilipad patungo sa langit. Sa ibaba niya, sinalubong ng mga taong nasagip niya ang kanyang kumaway. Inaasahan niyang maiinis ang mga attendant na naghihintay dahil hindi na pala sila kinailangan.

"Salamat," sigaw ng isang binata, habang kumakaway.

"Sana magkita tayo muli," wika ng isang babaeng nasa gitnang edad.

"Isang tunay na bayani ka!" sabi ng isang lalaking nagpapaalala sa kanya kay Uncle Sam.

"Pinaalala mo ako sa apo kong lalaki - maliban sa kakaibang hibla ng buhok mo!" sabi ng isang matandang babae.

Lumapit ang mga attendant sa apat at nagtanong, "May kailangan ng tulong?"

Sabi ng binata, "Hindi niyo maniniwala, pero binaril ako - dalawang beses kanina lang. Sa tingin ko, nawalan ako ng malay. Nang magising ako," itinaas niya ang harap ng kanyang kamiseta na may mantsang dugo, "nawala na ang mga sugat."

Ipinaliwanag ng matandang babae, na may mantsang dugo ang damit, kung paano siya barilin malapit sa puso.

"Namatay na sana ako, kung hindi lang iniligtas ng binatang naka-wheelchair ang buhay ko."

May katulad ding kuwento ang dalawang pasyenteng iyon. Pinuri nila si E-Z at muling pinasalamatan siya, kahit na wala na siya sa kanilang piling.

"Sa tingin ko, dapat kayong lahat ay pumasok pa rin sa ospital," sabi ng unang tagapag-alaga.

Sinabi ng pangalawang tagapag-alaga, "Oo, nakaranas kayo ng isang traumatikong karanasan. Dapat kayong magpakita sa doktor at kumuha ng pahintulot na ligtas na kayo."

Pinayagan ng apat na dating nasugatang mamamayan ang mga tagapag-alaga na tulungan silang pumasok. Sinubukan nilang ilagay sa stretcher ang pinakamatanda sa apat.

"Fit as a fiddle ako!" sigaw ng nakatatandang babae.

Sinundan nila siya papasok sa ospital.

***

"MAS MABUTI GAWIN NA natin ito ngayon," sabi ni Reiki.

"Nakakalungkot nga. Nakagawa siya ng napakagandang mga bagay at ngayon ay wala nang makakaalala."

Binawi nila ang alaala ng lahat sa paligid.

"Talaga namang kahanga-hanga ang ginawa niya."

"Oo, tama ang pinili," sabi ni Hadz.Umuwi si E-Z, lumipad nang kasing bilis ng kanyang makakaya. Alam niyang darating ang sakit, pero hindi niya alam kung gaano ito kalala sa pagkakataong ito. Halos hindi na niya nagawang makapasok sa bintana at makahiga sa kama nang magliyab ang kanyang mga balikat, na naging dahilan upang mawalan siya ng malay.

Bumalik ang mga anghel, bumulong ng mga nakapagpapakalma nang salita nang siya'y sumigaw sa kanyang panaginip. Nang maging hindi na matiis ang sakit, pinagaan nila ito sa pamamagitan ng pagsalo rito para sa kanilang sarili.

"Natapos na ang ikatlong pagsubok," sabi ni Reiki. "Madali lang niyang nalalampasan ang mga ito."

"Tama, pero dapat nating siguraduhin na hindi siya matutukoy. Maaari siyang makita, pero dapat nating burahin ang mga alaala. Nag-aalala ako, baka may makaligtaan tayo."

"Kung buburahin natin ang isipan ng lahat sa paligid, ayos lang ang lahat."

KABANATA 16

KINABUKASAN, KUMAKAIN SI E-Z ng cereal nang pumasok si Sam sa kusina.

"Ang bango ng kape," sabi ni Sam.

Pinuno ng pamangkin ang tasa ng tiyo niya. "Ano?" tanong niya, na may pakiramdam ng déjà vu.

"Ano, ano?" tanong ni Sam habang naglalagay ng kaunting gatas sa tasa.

"Tinititigan mo ako," sabi ni E-Z. Umiling siya. Nasa Groundhog Day ba siya? Yung pelikula tungkol sa araw na paulit-ulit, kasama si Bill Murray?

"Ah, yun. May gusto ka bang sabihin sa akin?" Naghulog siya ng isang pirasong asukal sa kape niya.

Hindi pinansin ang tiyuhin, humukay siya ng cornflakes papunta sa bibig niya. "Hindi ko maintindihan ang sinasabi mo."

Nag-antay si Sam na matapos mag-almusal ang pamangkin niya. "Tiningnan kita kagabi at bakante ang kama mo, at nakabukas ang bintana. Hindi ko alam kung paano ka nakalabas kasama ang silya mo. Sa anumang kaso, kung lalabas ka, dapat sabihan mo ako. Ako ang may pananagutan sa'yo at sa kinaroroonan mo. Sa susunod, pangako mong sasabihin mo sa akin kung saan ka pupunta at kung kailan ka babalik. Karaniwang magalang gawin iyon."

"Ako..."

POP.

POP.

Lumitaw sina Hadz at Reiki. Nilipad ni Reiki si Sam, na nagwawagayway sa harap ng mga mata nito. Sa loob ng ilang segundo, tila naging zombie si Sam. Pagkatapos ay bumalik siya sa pag-inom ng kape. Itinaas ang baso, uminom, inilapag ito. Paulit-ulit.

Naalala ni E-Z ang isang laruan na ibon – kung saan itinatama ng ibon ang ulo nito sa baso at umiinom. Ano nga ba ang tawag doon?

"Dippy bird," sabi ni Sam. Tumingin siya sa relo niya.

Ano ba 'to? Nababasa na ba ng isip ng tito niya?

"Sino ang hindi makabasa ng isip niya?" sabi ni Hadz na nakangiti.

Tumayo si Sam at sa malabong mga mata at galaw na parang robot, pumunta siya sa lababo, hinugasan ang tasa niya at inilagay ito sa dishwasher. Pagkatapos, kinuha niya ang susi ng kotse niya at umalis nang hindi man lang nagsalita.

Nakabuka ang bibig ni E-Z habang pinoproseso niya ang impormasyon, saka siya nag-utos, "Sige, kayong dalawa. Ano'ng ginawa niyo kay Tito Sam ko? Wala kayong karapatang... na... gawin ang kahit ano man ang ginawa niyo." Sobrang inis niya kaya namumula ang mukha niya at nakakurong ang mga kamao niya.

POP.

POP.

Kinamumuhian niya iyon. Sa tuwing may nagagawa silang mali, naglalaho sila, at kailangan niyang humingi ng paumanhin sa kanila para bumalik sila kahit na wala naman siyang nagawang mali.

"Pasensya na," sabi niya. "Pakiusap, bumalik kayo."

POP

POP.

"Ang nangyari ay nangyari na," sabi niya nang kalmado. "Talaga bang nabasa niya ang isip ko?"

Sabi ni Reiki, "Oo, pero isang beses lang iyon."

"Mabuti nga. Hindi ko kailanman magagawa ang kahit ano."

"Kami ang backup mo, habang nasa pagsubok ka. Nasa amin ang tungkulin na protektahan ka at ang mga kaibigan mo, kasama si Uncle Sam."

"Ano ang ginawa ninyo sa kanya?" tanong niya muli, nang tumunog ang doorbell. Hindi siya gumalaw, naghintay siyang sagutin nila ang tanong niya. Tumunog muli ang kampana. "Sandali lang," sabi niya. "Sabihin mo sa akin kung ano ang ginawa mo sa kanya. NGAYON NA!"

"Bura ko ang alaala niya," bulong ni Reiki.

"Ano'ng ginawa mo!"

"Kinailangan naming gawin iyon, para protektahan ka at ang misyon mo," dagdag ni Hadz.

Pumasok sina PJ at Arden sa kusina. "Hindi naka-lock ang pinto," sabi ni Arden.

"Oo, sinabi namin kay Sam kahapon na sunduin ka namin ngayong umaga."

"Magandang umaga rin sa inyo." Hinihila niya ang sarili palabas ng mesa.

"Kailangan nating mag-usap, pare. Pero nagmamadali kami."

Kinuha niya ang kanyang backpack at baon. Pumunta sila sa harapang pinto. Sa tuktok ng hagdan, biglang sumulong pasulong ang upuan – na para bang gusto nitong lumipad pababa. Hiniling niya sa kanyang mga kaibigan na tulungan siyang pababa ng rampa. Tinulungan siya nina Arden at PJ na makapasok sa likurang upuan ng kotse. Inayos ni Arden ang wheelchair sa likod ng kotse.

"Kumusta, Mrs. Lester," sabi ni E-Z, habang pumapasok ang tatlong lalaki sa likod ng kotse.

"Magandang umaga," sabi niya, pagkatapos ay tinaas niya ang radyo. Ang tagapagbalita ay nagsasalita tungkol sa isang bagong recipe.

"Nasa daan na sila," bulong ni PJ, "Ano'ng ginawa mo kagabi?"

"Wala namang masyado. Kumain. Natulog. Yung dati."

"Ipakita mo sa kanya."

Inaabot ni PJ ang telepono niya at pinindot ang play.

Isang video sa iyon. Tungkol sa kanya, na nasa wheelchair niya at lumilipad sa kalangitan, bitbit ang mga taong sugatan. Pula-dugo ang upuan niya, gumagalaw nang napakabilis na parang malabong bagay na nasusunog. Kitang-kita ang kanyang mga puting pakpak. At ang kontraste ng itim na guhit sa kanyang gintong buhok ay lalo pang nagpatingkad sa kanyang itsura.

"Di ko alam," sagot ni E-Z, habang kinakamot ang ulo nang walang maibigay na paliwanag. Inantay niya na dumating ang mga anghel para burahin ang alaala ng mga kaibigan niya – pero hindi sila dumating. Inantay niyang tuluyang huminto ang mundo – pero hindi ito nangyari.

Nagtanong-tanong siya kung makikita pa ba niya uli ang mga magulang niya? Pagsusulit ba ito? Isinara niya ang telepono at ibinalik ito.

"Pre," sabi ni Arden, habang inaatras ng kanyang ina ang sasakyan sa isang paradahan.

"Bilisan mo, baka malate ka," sabi niya habang binubuksan ang trunk.

"Ingat," sabi ni Arden habang papalayo na ang kanyang ina.

Hindi nagsalita ang tatlong magkaibigan habang papasok sila sa paaralan. Malapit nang tumunog ang huling kampana ng babala.

Gumalaw si E-Z gamit ang wheelchair sa pasilyo, nakangiti sa sarili habang sabik na nag-aalala kung sino pa ang makakakita sa clip. Kahit na kamangha-mangha siyang makita sa aksyon. Parang mas astig na Superman. Isang tunay na bayani. Nakapagligtas siya ng mga tao. Nakasalba ng buhay. Siya at ang kanyang wheelchair ay hindi matatalo. Sila ay isang dynamic duo. Nagtaka siya kung kailangan pa ba nila ang tulong ng dalawang nagpapanggap na anghel. Maganda ang pakiramdam.

Bawat sandali nito. Ang pagliligtas. Ang pagsagip. Ang matagumpay na pagkumpleto ng isa na namang pagsubok. Ang galing. Sana nga ay maibahagi niya sa kanyang mga matalik na kaibigan ang kanyang lihim.

"E-Z Dickens!" tawag ni Mrs. Klaus, ang kanyang guro.

"Opo, Ma'am," sagot ni E-Z, habang nililipat ang pahina para basahin ang aralin. Nagtaka siya kung bakit siya nasasayang lang ng oras sa paaralan. Hindi na niya ito kailangan.

***

SINUBUKAN NIYANG HUWAG MAKATULOG sa klase. Mas binabantayan siya ni Mrs. Klaus kaysa sa dati. Sa tuwing mapapadpad ang kanyang isip, tumataas ang boses nito na para bang napansin nito iyon.

Pagkatapos tumunog ang kampana at matapos ang klase, nagbigay-daan ang mga estudyante para siya ang unang makalabas ng pinto. Nag-angat siya ng tingin sa ilan sa kanyang mga kaklase, bilang pasasalamat. Iilan lang ang nakipagpalitan ng tingin. Karamihan ay lumingon. Hindi pa sila sanay sa bagong katayuan niya.

Sa pasilyo, may nakahandang grupo ng mga kaklase at mga humahanga. May mga flash ng litrato habang kinukuhanan siya ng litrato ng mga kamera at camera phone. Inaasahan niyang naroon ang pahayagan ng paaralan. Magtatype pa nga sila ng artikulo tungkol sa kanya. Sandali. Hindi na niya makikita ulit ang mga magulang niya – hindi kung malalaman ito ng lahat! Paano nangyari ito!? Tinulak niya ang mga tao para makalusot. Nagpatuloy sila sa pagpalakpak, na lalo pang tumahol habang tumatagal. May ilan na sumigaw, "Talumpati!"

Lumapit si PJ at tanong, "Nakita mo na ba ang panlipunang midya kamakailan?"

Tumango-tango si E-Z.

"Silipin mo ang pinakabago," sabi ni PJ, habang ipinapakita niya sa kaibigan ang mga headline.

"Babaying Bayani sa Wheelchair." Tumigil siya sa paggalaw at pinindot ang clip.

Nakasaad dito na nag-aral ang lokal na bayani sa Lincoln Mataas na Paaralan sa Hartford, Connecticut. Agad na napagtanto ni E-Z na inakala ng mga estudyante na siya ang bayani—at siya nga—pero hindi nila dapat malaman iyon. Dapat ay nabura ang alaala nila, gaya ng ginawa nila kay Uncle Sam. Pero hindi iyon mahalaga—hindi siya nakatira sa Hartford, Connecticut. Mali sila. Bakit nga ba kumakaway ang mga kaklase niya?

Tumagos siya, at tumabi sila. Diretso siyang lumabas sa bumubuhos na ulan. Nagtaka si E-Z kung magagamit ba niya ang bagong kapangyarihan ng kanyang upuan para sa kanyang sariling kapakinabangan. Kahit na walang krisis o pagsubok, kaya ba niyang gumawa ng mahika, o gumawa ng ritwal para makauwi siya? Iniisip niya ito habang patuloy siyang nagro-roll sa bangketa. Noong una, tinulungan siya ng kanyang upuan na mailigtas ang isang batang babae, bago pa man ito nagkaroon ng anumang espesyal na kapangyarihan.

Naalala niya ang mga salitang mahika tulad ng bibbidi-bobbidi-boo at expelliarmus. Sinubukan niya ang dalawa sa kanyang wheelchair, pero wala sa dalawa ang gumana. Lumlingon siya nang marinig ang yabag na papalapit sa kanya. Inaasahan niya na isa sa kanyang mga kaibigan iyon - pero sa halip, isang mas batang estudyante ang lumapit at nagtanong, "Nasaan ang mga pakpak mo?"

Tumawa si E-Z, "Wala akong pakpak."

Agad namang lumabas ang kanyang mga pakpak at dinala siya pataas sa kalangitan. Sa una, naisip niya, "Ay naku," pero nagpasya siyang sumabay na lang at kumaway sa batang nasa bangketa. Sobrang tuwa ng bata kaya hindi na niya naisip na kunin ang kanyang cellphone para kuhanan ng litrato ang sandali. "Uwi!" ang utos niya. Isang kisap ng pulang ilaw ang nagdala sa kanya sa kalangitan, dumaan sa harap mismo ng bahay niya dahil may ibang pupuntahan pa ang upuan.

Patuloy silang lumipad hanggang sa nasa ibabaw na sila ng isang shopping centre. Nararamdaman na niya ang panginginig ng hangin, na humihila sa kanya papalapit sa kinaroroonan ng kanyang kailangang puntahan. Tumuro pababa ang upuan, ibinaba siya nito sa loob ng isang bangko, at huminto sa ere. Nagpapatuloy ang mga kostumer sa ibaba sa kanilang pag-iikot - wala na siya sa kanilang paningin. Wala pa rin siyang ideya kung bakit siya narito.

Isa na namang pagsubok ba ito? tanong niya. Naghintay siya pero walang sumagot. Kung isa na namang pagsubok ito, nangangahulugang unti-unti nang gumagaba ang oras sa pagitan nila. Nasaan na ang dalawang anghel na iyon - hindi ba dapat sinu-soportahan siya nila? Naalala niya ang ibang mga pagsubok. Karamihan sa mga iyon ay nangyayari sa gabi. Sa dilim. Paano kung ang mga wannabe na anghel ay hindi makalabas sa liwanag, tulad ng mga bampira? Tinawanan niya ang kakaibang koneksyon na iyon at sana nga ay totoo.

Sa paanuman, hindi niya alintana na siya at ang kanyang upuan na lang ang magkasama ngayon. Bumalik si E-Z sa kasalukuyan. May mga sumisigaw sa loob ng mall. Lumipad siya pasulong, palabas ng bangko at pumasok sa isang kalapit na department store. Walang tao sa lugar.

Nang tumapat siya sa lupa, umikot nang kusa ang mga gulong at hinila siya nito. Sinubukan ni E-Z na kontrolin ito. Ngunit gusto ring magkontrol ng kanyang wheelchair. Bumilis ito, lalo pang bumibilis. Sa huli, hinayaan niyang mangibabaw ito, dahil natakot siyang baka mapuwersa ang kanyang mga daliri.

Napatigil nang tuluyan ang upuan nang makita niyang nakakalat sa lupa mga apat na talampakan sa unahan ang mga kostumer. Karamihan ay nakabukaka at nakaharap sa lupa. Ang iba ay nakahawak ang mga kamay sa likod ng ulo, ang iba naman ay nakapulupot ang mga kamay sa likuran.

Sa iba't ibang posisyon, napansin niya ang mga security camera na static lang ang ipinapakita. Hindi magandang senyales.

Biglang sumirit pasulong muli ang wheelchair patungo sa isang dalagang babae. Naka-unipormeng camouflage siya at nakababa ang sumbrero hanggang sa mga mata. Maganda ang kutis niya, malamang natural na blonde ang buhok at asul ang mga mata, tipong modelo. May hawak siyang riple sa isang kamay at kutsilyong pang-hunting sa kabila.

Ang kanyang katahimikan habang hawak ang mga sandata ang nag-alala sa kanya. Ganoon din ang sobra niyang paggamit ng pulang lipstick na kulay candy apple. Napahiran ito, na ginagawang nakakatakot na ngiti ang nakakatakot na ngiti.

Inisip ni E-Z ang mga taong nanganganib sa sahig. Gaano na sila katagal doon? Ano ang hinihintay niya? Nanghingi na ba siya ng pera? Sino sa labas ng tindahan ang nakakaalam na nagaganap ang eksenang ito ng pagho-hostage dahil hindi naman gumagana ang mga kamera?

Napansin niya ang isa sa mga lalaki sa sahig. Tinakpan ni E-Z ng daliri ang kanyang labi. Tumalikod ang lalaki, at doon niya nakita ang isang telepono sa sahig na kumikislap ang pulang ilaw. Nire-record nito ang tunog. Sana'y hindi ito mapansin ng babae - mukhang baka mawalan siya ng kontrol anumang sandali.

Biglang sumirit ang upuan ni E-Z, na parang putok ng kanyon, at agad itong dumating sa babae. Tumilip ang baril niya sa isang direksyon at ang kutsilyo sa kabila. Bumaba ang metal na balangkas ng upuan.

"Tumawag kayo ng 911," sigaw ni E-Z. At sa mga kostumer sa sahig, "Umalis kayo rito!" Tumakbo sila nang hindi lumilingon. Nasa kanya na lang ngayon ang baliw na babae. "Bakit mo ginawa 'yan?" tanong niya.

Inawit niya nang malumanay ang mga salita ng kantang narinig na niya dati, "Hindi ko gusto ang mga Lunes.," saka siya ngumiti, nag-ikot ng mata, at sinabi, "Tsaka, laro lang naman ito." Bumalik siya sa pag-ungol ng kanta nang ilang segundo, nakapikit ang mga mata. Pagkatapos ay binuksan niya ang mga ito, at sa ligaw na titig at tawa ay sinabi, "Oh, at kung kailangan mo ng propesyonal para kulayan nang maayos ang buhok mo, may kilala ako."

"Uh, salamat," sabi niya, habang hinihimas-himas ang buhok niya.

Naalala niya ang kantang kinanta ng nanay niya. Isang totoong kuwento, tungkol sa pamamaril. Ang pangalan ng banda ay hango sa daga, o ilaga.

Umiling siya. Ang babaeng nasa harap niya ay kamukha ng isang karakter mula sa isang laro na ilang beses na niyang nilaro. Pati na ang kupas na lipistik ay kapareho. Hindi niya maalala kung alin, pero sigurado siyang ginagaya niya ang isang manlalaro. "Iba ang naglalaro ng laro – walang nasasaktan. Totoo ang buhay na ito. Kung ayaw mo ng isang bagay – tigilan mo na! Huwag mong saktan ang iba."

"Umalis ka nga," sagot niya, "parang may magagawa pa ako sa bagay na ito."

Biglang pumasok ang mga pulis, at kinailangan na niyang umalis.

Nakita nila ang babae na nakatali gamit ang mga sandata niya sa isang gaming console sa security aisle.

Umuwi siya, hinihintay ang nakakatakot na pagkasunog sa kanyang mga pakpak. Nakarating siya nang ligtas, ayos pa ang lahat. Pero sobrang gutom niya, kaya hindi na niya mapigilang kumain ng kahit ano mang makuha niya.

Nakahanda sa ref ang kalahating manok na kinain niya habang hinihintay na matunaw ang keso sa kawali. Nilunok niya agad ang Sandwich na may keso na inihaw. Pagkatapos ay gumawa siya ng isa pa habang nginunguya ang mansanas. Nang matapos niya ang mansanas, kumuha siya ng sorbetes mula sa lalagyan gamit ang kutsara. Hindi kailanman dumating ang sakit, pero magkakaroon siya ng seryosong problema sa timbang kung magpapatuloy siyang kumain nang ganito.

"Tito Sam?" ang tawag niya, tinitingnan kung nandiyan siya sa bahay - wala siya. Pumasok siya sa opisina niya at gumawa ng ilang takdang-aralin, pagkatapos ay naglaro ng ilang laro. Wala pa ring bakas ni Sam. Walang SMS. Walang tawag o voice message. Palagi siyang pinapaalam ni Sam kapag mauuna siyang umuwi. Kakaiba. Saan kaya siya?

KABANATA 17

MAKALIPAS NA ANG HATINGGABI at wala pa ring bakas ni Tiyo Sam. Ito ang unang beses na hindi siya naghanda ng hapunan, at hindi pa niya sinabi kay E-Z kung nasaan siya. Alam niya kung gaano kabalis ang pamangkin niya kapag hindi niya makontrol ang mga bagay. Sa ganitong pagkakataon, parang nangati ang balat ng binatilyo, na para bang kumukulo ang dugo sa ilalim nito.

Nakaupo sa kanyang wheelchair, ginaya niya ang pag-aalben-alben. Iini-ikot niya ang upuan sa pasilyo pataas at pababa. Ang mahirap ay ang pag-ikot, na ginagawa niya sa loob ng opisina. Pabalik sa kusina, binuksan niya ang telebisyon para magkaroon ng ingay. Tumigil siya para manood bago bumalik sa pasilyo at doon ay parang hindi na siya ang nasa katawan niya.

Nasa sala siya, nakaupo sa wheelchair, pinapanood ang sarili sa telebisyon na nakaupo rin sa wheelchair. Umiling si E-Z, sinusubukang intindihin ito. Bakit hindi binura nina Hadz at Reiki ang kanilang mga alaala? Nangyari nga – sinabi ng mamamahayag ang pangalan niya at ang tunay niyang tirahan, kasama ang suburb. Tama siya sa lahat ng sinabi niya ngayon – at hindi siya tumigil doon.

"Si E-Z Dickens, labing-tatlong taong gulang, ay gustong maging isang propesyonal na manlalaro ng baseball. At taglay niya ang kakayahan. Pagkatapos, isang aksidente ang kumuha sa kanyang mga magulang - pati na rin ng kanyang mga binti. Ang ulilang - naging superhero - ay ngayon ay nakatira sa kanyang nag-iisang kamag-anak, si Samuel Dickens."

Gusto niyang sipain ang screen ng telebisyon. Sinabi nila iyon, basta na lang. Parang lahat ng superhero ay kailangang ulila. Parang iyon ay isang kinakailangan. Nang tumunog ang kanyang telepono, inasa niyang si Sam iyon - si Arden pala.

"Pinapanood mo ba?" tanong niya. "Sinabi nila sa LAHAT kung saan ka nakatira!"

"Alam ko," sabi ni E-Z. "Ang mas masahol pa, nawawala si Tiyo Sam. Palagi niya akong tinatawagan, kahit ano pa man."

Nakipag-usap si Arden sa kanyang ama. "Manatili ka diyan, pupunta agad kami ni Tatay. Pwede kang manatili sa amin, hanggang sa maisip niyo ni Sam kung ano ang gagawin ninyo. Mag-iwan ka ng sulat para sa kanya."

"Salamat, pero ayos lang ako dito."

"Sabi ni Dad, walang 'kung, at, o pero.' Sabi niya, sasabik ka agad ng mga reporter—kahit ano pa ibig sabihin niyan."

"Hindi ko naisip na pupunta rito ang mga reporter. Sige, maghahanda na ako."

Pumunta siya sa kwarto niya, nag-impake ng bag para sa isang gabi, tapos sa kusina para magsulat ng sulat at idikit sa ref. May sasakyang biglang huminto sa labas, na nag-iingay ang mga gulong. May sumara nang malakas na pinto, saka may putok ng baril habang ang mga piraso ng salamin ay lumipad palabas ng mga bintana. Nabuwag sa mga bisagra ang harapang pinto nang tumakbo ang upuan niya patungo sa mamamaril, na tumigil sa pagbaril nang papalapit na ito.

"Bata pa lang siya," sabi ni E-Z, sinamantala ang pag-aatubili nito. Kinuha niya ang baril, binuo ito sa isang buhol at itinapon sa kabilang gilid ng damuhan.

Ginamit ng batang mas bata kay E-Z ang ilang segundo habang hinahagis nito ang baril para itumba siya sa lupa.

"Hindi mo pwedeng gawin 'yan," sabi ni E-Z, habang itinulak siya ng upuan papalayo at nahulog ang metal na hawla sa batang umiiyak at humihingi ng nanay niya. "Tumigil ka," sabi ni E-Z sa upuan.

Nakaburda ang bata na parang fetus, nanginginig at umiiyak. Inurong ng upuan ang hawla: hindi gumalaw ang bata.

Si E-Z, na nasa wheelchair na muli, ay nagtanong, "Sino ang nagdala sa'yo rito? At bakit puro barilan?"

"Wala itong personal," paliwanag ng bata. "Kailangan kong gawin. May boses sa isip ko, sinabi sa akin na kailangan kong gawin. Kung hindi, papatayin nila ako at ang pamilya ko. Kaya ninakaw ko ang susi ng tatay ko at natuto akong magmaneho – nang mabilis."

"Hindi ka pa nakapagmaneho dati?"

"Sa laro lang."

Laro na naman. "Sino ang tinutukoy mo? Ano ang mga pangalan nila?"

"Hindi ko alam. Naglalaro ako ng ilang laro online. May babaeng pumapasok sa laro, sinasabing papatayin niya ang kapatid kong babae. Lilipat ako sa ibang laro; may ibang babae namang sasabihin na papatayin niya ang mga magulang ko. Sa larong nilalaro ko ngayon, sinabi ng ikatlong babae na kung hindi ko papatayin ang batang nakatira sa address na ito, magkakaroon ng malubhang kahihinatnan." Tumakbo ang bata papunta kay E-Z pero hindi nakalayo. Itinulak siya ng upuan at bumaba ang malaking bar.

"Labas mo ako rito!" utos ng bata.

Tumawa si E-Z; may tapang ang bata. "Tigil," utos niya sa upuan at tinulungan ang bata na makatayo. Bilang pasasalamat, umubo nang malakas sa mukha ni E-Z ang bata. Nanginig ang mga kamao niya at naisipang putulin ang ulo ng bata, pero hindi niya ginawa. Sa halip, niyakap niya ito. Umiiyak na naman ang bata, ang mga luha ay tumutulo sa balikat at pakpak ni E-Z.

"Salamat, Pare," sabi ng bata. Umatras siya, tinakpan ang dibdib at naglaho.

Nang sa wakas ay dumating ang mga pulis, nakaupo si E-Z sa kanyang upuan sa gilid ng bangketa. Pagkatapos ay wala na siya. Nasa loob na naman siya ng silo, nakararamdam ng klaustrobohiya sa ganap na kadiliman.

***

NOONG UNA, NANG NASA metal na lalagyan siya, nakakagalaw pa siya. Ngayon, nasa wheelchair siya at halos hindi makagalaw. Sinubukan niyang igalaw ang kanyang mga daliri sa paa sa loob ng sapatos – hindi niya ito nararamdaman. Kung hindi gumana ang kanyang mga binti rito, mas mabuti na lang na nasa wheelchair siya. Sila ay isang koponan: parang si Batman at ang Batmobile. Bilang tugon sa kanyang mga iniisip, biglang sumirit pasulong ang wheelchair na parang mastiff na nakatali sa tali.

"Labas mo kami rito," utos ni E-Z.

Naramdaman niyang gumalaw ang nasa itaas niya. Isang paggalaw ng liwanag na parang ulap na sumusulong sa kalangitan. Sana'y makalipad siya pataas at makatakas sa bubong, pero wala nang puwang para kumalat ang kanyang mga pakpak.

Nagsimulang bumula ang balat niya, at nangati siya. Nasaan na ngayon ang nakapapreskong spray na mabango ng lavender?

PFFT.

"Uh, salamat," sabi niya. Kahit itong bagay na ito ay nababasa na ang isip niya ngayon.

Nakapagrelaks ang mga balikat niya, habang binubuo niya ang isang listahan ng mga hinihingi:

Unang numero. Gusto niyang ikwento kay Tiyo Sam ang lahat. At ibig niyang sabihin, lahat talaga. Wala nang iiwanang detalye.

Pangalawang numero. Gusto niyang malaman nina PJ at Arden. Hindi lahat, tulad ng kay Tiyo Sam. Pero sapat para maintindihan nila ang pressure na nararamdaman niya. Sapat para masuportahan at maengganyo siya nila. Kinamumuhian niyang magsinungaling sa kanila. Kailangan niyang malaman nila ang tungkol sa mga pagsubok. Bakit niya ito ginagawa. Na para bang may magagawa siya tungkol dito.

Pangatlo. Gusto niyang humingi sila ng permiso sa kanya bago siya dinukot. Sa ganoong paraan, malalaman niya kung ano ang susunod na aasahan. Kinamumuhian niya ang basta na lang siya itinatapon sa bagay na ito.

Pang-apat. Gusto niyang malaman kung nasaan siya. Bakit palagi siyang itinatapon sa iisang lalagyan na ito. Bakit minsan gumagana ang mga binti niya at minsan hindi. Bakit minsan kasama niya ang upuan niya, at minsan hindi.

"Labindalawang minuto ang paghihintay," sabi ng isang babae. "Gusto mo bang uminom?"

"Tubig," sabi niya, nang ang metal sa kanan niya ay naglabas ng isang estante na may baso ng tubig. "Salamat." Itinapon niya ito pabalik. Muling napuno hanggang dulo ang baso. Inilapag niya ito para sa huli.

Mas nakarelaks na ngayon, may kantang biglang pumasok sa isip niya. Dati, paborito iyon ng tatay niya.

Umuga-uga ang wheelchair pasulong at paatras habang inaawit niya ang mga liriko. Nagtitipon ng lakas ang upuan – na para bang sinusubukang kumawala.

Ilang segundo lang, nasa bahay na siya muli, nasa silid niya na may nabasag na salamin sa lahat ng sulok. Kumikislap sa dingding ang asul at pulang ilaw. Ngayon, sa tabi ng sirang bintana, tumingin siya palabas.

"Nasa itaas siya!" sigaw ng isang reporter.

***

"HINDI NA NAMAN!" SIGAW niya, na ngayon ay nasa loob na muli ng metal na lalagyan. "Labas ninyo ako rito!" Sinipa niya ang paa niya sa pader ng silo. "Aray!" sigaw niya. Pagkatapos ay ngumiti siya, masaya na muling maramdaman ang kanyang mga binti at tumayo. Itinaas niya ang kanyang kamao sa ere, "Sino ka ba para dalhin mo ako rito, sa bawat kapritso mo!"

"Anim na minuto na ngayon ang paghihintay, mangyaring manatili kayong nakaupo."

Lumabas mula sa mga pader sa harap niya, sa likod niya, at sa magkabilang gilid niya ang mga strap. Napigilan siya sa puwesto. Labanan niya ang pagtakas, ngunit lalo lang humigpit ang mga strap na katad. Hindi nagtagal, ang tanging naiigaalaw na lang niya ay ang ulo at ang leeg.

PFFT.

"Ah, lavender," sabi niya. Sa ilalim niya, nagsimulang umuga at manginig ang wheelchair niya. "Ayos lang 'to."

"Mga duwag ba kayo na natatakot bumaba rito at harapin ako?"

PFFT.

PFFT.

Nakatulog siya.

***

MAHIMBING SIYANG NATULOG HANGGANG sa bumuklat ang bubong ng silo na parang Houston Astrodome. At isang bagay ang nilunok ang liwanag. Naramdaman niya ito bago pa man niya ito nakita. Inalis nito ang liwanag sa kanyang mundo. Sa ilalim niya, nanginig ang wheelchair nang pabagsak nang malaya ang bagay sa itaas.

Bigla itong tumigil, na parang gagamba sa dulo ng lubid nito.

Lucifer?

Satanas?

Naghintay siya, natatakot magsalita.

"Kumusta," ang ungol ng nilalang na may pakpak, na bumabalik-balik ang tinig sa mga pader.

Nais sana niyang takpan ang kanyang mga tenga.

Ngumisi ang nilalang, na nakalantad ang matutulis na ngipin habang naglalabas ng mabahong samyo.

Nahihirapan siyang huminga, umuubo, at nanaisin sanang takpan din ang kanyang ilong.

Tumawa ang halimaw na parang kulog, na umugong pataas-baba sa metal na kulungan nito na para bang nagpaputok ng popcorn. Yumuko pa ito nang husto sa mukha ng binatilyo, at sumigaw, "Hindi ba wikang sinasalita ninyo ang sinasabi ko, ginoo?"

Hindi sumagot si E-Z. Hindi niya magawa. Hindi siya pakiramdam na bayani. Ang katotohanang nanginginig ang wheelchair niya sa ilalim niya ay hindi nakapagdagdag ng kumpiyansa sa kanya.

"HINDI MO BA AKO NAIINTINDIHAN?" sigaw ng nilalang, na yumanig ang metal na kulungan hanggang sa pinakapundasyon nito. Lalong lumapit ang nilalang, "BA. BA. MO. BA. AKO. RINIG. INO?"

Para itong kumukulog na ulap na may ulo sa gitna, na naghahandang magbagsak sa kanya ng kulog at kidlat. Habang kinakawit ang kuko sa mga sandalan ng upuan, nagkaroon siya ng lakas ng loob na sabihin, "Opo." Inulit-ulit niya sa isip ang listahan ng kanyang mga hinihingi.

Umalaruga ang halimaw at may lumipad na apoy mula sa bibig nito. Sa kabutihang-palad ni E-Z, umaakyat ang init. Bigla siyang nakaramdam ng matinding gutom, para sa bacon.

"Mahilig ako sa bacon," pag-amin ng nilalang.

Nagtaka si E-Z kung nasabi ba niya nang malakas ang tungkol sa bacon. Kahit na sobrang takot na niya, alam niyang hindi niya iyon sinabi. Ibig sabihin, isang bagay lang iyon: kaya basahin ng lahat ang isip niya! Tumuwid siya at sinubukang protektahan ang sarili sa pamamagitan ng pagsara ng kanyang isipan. Ang mga iniisip niya ay puro pagkain: pancake sa Ann's Café, isang malapot na chocolate shake, at syrup na may mantikilya. Kahit ano para mawala ang takot at maibsan ang pagkabahala. Ito ay pagpapahirap, kaya nitong basahin ang kanyang mga iniisip at ikulong siya magpakailanman. Mayroon bang Unyon ng mga Superhero na maaari niyang salihan?

"Bah, ha, ha!" ang ungol ng nilalang habang tumatawa.

Talagang hinangad ni E-Z na maabot nito ang kanyang mga tenga, pero dahil hindi niya magawa, nagpakalma na lang siya sa isip na kahit papaano ay may sense of humor ito.

"Bakit ako nandito?"

Hindi agad sumagot ang nilalang, kaya sinubukan niyang guluhin ito sa pamamagitan ng matalim na titigan. Lalo itong naging mahirap dahil paulit-ulit siyang sinusubukang itapon ng upuan. Pinakunot niya ang kanyang mga kamao hanggang sa dumugo.

Gumalaw ang nilalang nang may liksi na parang ahas, ang bula nitong dila ay mabilis na kumikilos pasulong at paatras habang dinidilaan ang mga kamao ni E-Z.

"Ewww!" sigaw niya. "Nakakadiri talaga!"

"Dagdagan pa!" hiling ng nilalang, habang ang dugo sa dila nito ay kumikislap na parang patak ng ulan.

Natakot na si E-Z dati, pero ngayon, lampas na siya sa takot. Parang natulala na nga siya - pero isa siyang superhero. Kailangan niyang kumuha ng lakas mula sa kahit saan - kahit na walang silbi ang upuan.

"Nah, nah, nah, nah, nah," ang awit ng nilalang, habang lumalapit ito nang mabilis, saka biglang lumalayo, at muling lumalapit. Tumatalbog-talbog ito sa mga pader.

Pagkalipas ng ilang sandali, tumigil na ang nilalang. Ipinag-krus niya ang kanyang mga binti sa ere. Pagkatapos ay inilagay niya ang kanyang mahaba at buto-butong daliri sa pisngi nito. Para bang inaasahan niyang makikipagkwentuhan ito nang magiliw.

"Tinanggal na sina Hadz at Reiki sa kaso mo," bulong ng nilalang. "Hangal ang dalawa. Mas mababa pa sa walang silbi. Ako ang bagong mentor mo."

Binuksak ng madilim na nilalang ang kanyang mga binti. Lumipad-lipad ito sa itaas, yumuko nang kalahati na may palamuti at tumaas pa sa loob ng lalagyan.

Naisip ni E-Z nang ilang segundo bago siya sumagot. Matapat sa kanya ang dalawang nilalang na iyon. Tinulungan siya nila at inalagaan - at ang pinakamahalaga, hindi sila umiinom ng dugo ng tao.

"P-pwede ba nating pag-usapan ito?" tanong ni E-Z. Sinubukan niyang ngumiti. Hindi niya alam kung ano ang itsura nito mula sa kabilang panig.

"HINDI!" sabi ng nilalang, habang itinutulak ang sarili papalapit sa labasan.

Pinanood ni E-Z habang ito ay lumulutang pataas. Walang magawa. Walang pag-asa.

"Sandali!" sigaw niya, kalahati nang nakalabas at kalahati pang nakapasok ang nilalang sa lalagyan. "Iniutos ko sa'yo na maghintay!" sabi ni E-Z, habang nagsimulang magsara ang bubong, at sa isang kisapmata ay nasa harap na ng mukha niya ang nilalang.

"O-O-O?" tanong nito.

"Gusto kong kausapin ang boss mo, tungkol sa pagbabalik nina Reiki at Hadz. Mas angkop sila sa aking, aking mga pagsubok. Para sa tagumpay ng mga pagsubok."

"H-hindi mo ba ako g-gusto?" sigaw ng nilalang nang may tinig na parang kuko na kumikiskis sa pisara.

"Tigil! Pakiusap!"

"Hindi pwede ibalik ang dalawang tanga na iyon," umikot-ikot ang nilalang na iyon na parang hamster sa gulong.

"Tigilan mo na! Nahihilo ako! Ilabas mo ako rito!"

"Sige," sabi nito, habang ipinakrus ang mga braso at kumikurap na parang babae sa lumang palabas sa telebisyon na Pinapangarap ko si Jeannie.

Nawala ang silo, habang si E-Z at ang kanyang silya ay naiwan na bumabagsak patungo sa lupa.

"Ahhhh!" ang sigaw niya.

Pagkatapos ay nawala ang kanyang wheelchair.

At habang patuloy siyang bumabagsak, pinag-uga niya ang kanyang mga kamao sa nilalang sa itaas niya. Handa na siya sa pagbagsak.

"Siyanga pala, ako si Eriel."

"Arrggghhhh!" ang sigaw niya.

Pagkatapos ay nasa kanyang wheelchair na naman siya at kumakapit nang todo. Patuloy pa rin silang bumabagsak.

KABANATA 18

BOG!

Diretsong tumagos sa bubong ng bahay niya. Tumumba ang wheelchair niya pasulong at nahulog siya sa kama. Pagkatapos ay gumulong papunta sa sahig. Ayos lang silang pareho. Wala namang masamang nangyari.

Sa itaas niya, kusang napuno ang butas na nagawa nila.

"Ah, nandiyan ka pala!" sabi ni Sam. "Uh, maligayang pag-uwi."

Hindi man lang siya napansin ni E-Z. Mahimbing siyang natutulog sa upuan sa sulok.

Nag-unat si Sam at bumahing-bahing. Pagkatapos ay nag-alimpuyu siyang tumawid sa silid patungo sa isang pitsel ng tubig na nakahanda. Agad niyang inubos ang isang baso, pagkatapos ay inabot niya ang tasa sa pamangkin niya.

"Ano na ang tungkol sa masamang nilalang na si Eriel!" sabi ni Sam.

Halos naitusok ni E-Z ang tubig sa labas.

"Sino? ANO?"

Nagpatuloy si Sam. "Si Eriel na iyan, ang pinakabastos, pinakakadiring higanteng lumilipad na nilalang na hindi ko kailanman inaasahang makakasalamuha!" Piniga niya ang kanyang mga kamao. "Sana marinig mo ako, kahit saan ka man naroon! Hindi kita takot!"

Halos nahulog sa sahig ang panga ni E-Z.

Nagpatuloy si Sam. "Hinuli niya ako sa loob ng isang metal na lalagyan. Ngayon alam ko na kung bakit nagkaroon ka ng masamang panaginip. Talaga ngang parang silo iyon. Sinabi niya sa akin na kailangan kong ipasa sa kanya ang pag-aalaga sa iyo, kung hindi ay papaputukan ka."

"Ah, 'yon," sabi ni E-Z. "Siguro nakita mo 'yung mga nabasag na salamin. Bata 'yon, sinubukan akong patayin."

"Alam ko 'yon lahat. Pinanood ko ang lahat mula sa loob ng silo. Alam mo ba na may malaking TV silid? At maganda rin ang sistema ng tunog."

"Ano? Nandito lang ako kanina, at wala namang sinabi si Eriel sa akin tungkol sa'yo o sa pagkuha ng kustodiya." Tumawid siya sa silid, tumingin sa kisame, "Pagsusulit ba ito, Eriel? Kung magsabi ako ng kahit ano, bawiin mo ba ang alok? Magbigay ka ng senyales."

"Sino ang kinakausap mo? Wala rito si Eriel. Kung nandito siya, mababauhan na natin ang amoy niya kahit isang milya pa ang layo. Hindi, mag-isa tayo – kahit na itinaas ko pa ang mga kamao ko sa kanya. Hindi ko inasahan na maririnig niya ako."

"Malamang may mata at tenga siya kahit saan."

"Sinasabi nilang ang Diyos ay may mata at tenga kahit saan. Kung siya nga ay umiiral."

"Ano pa ang sinabi niya sa'yo, tungkol sa akin?"

"Sinabi niya sa akin na dapat kang mamatay kasama ng mga magulang mo. Siya at ang mga kasamahan niya ang nagligtas sa'yo – at ngayon, kailangan mong kumpletuhin ang isang serye ng mga pagsubok."

"Tama. Nanumpa akong mananahimik, kaya nagtataka ako kung bakit ibinunyag niya ang impormasyong ito sa iyo."

"Noong una, sinubukan niya akong takutin, pero nakalabas ka sa gipitan kasama ang bata. Iniwan niya ako rito sa bahay at hindi ko ka nakita kahit saan."

"Oo, kasi nasa container ako noon."

"Papasok-labas niya akong ilang beses, pero tumanggi akong isuko ang pagiging tagapangalaga mo. Pagkatapos ng pangalawa o pangatlong beses, sinabi niyang hiniling mo raw na sabihan ako ng lahat ng bagay at..."

"Naghanda ako ng plano para itanong iyon sa kanya. Hindi ko sinabi sa kanya kung ano iyon – pero siya, tulad ng karamihan sa iba kamakailan lang, ay nakakabasa ng isip ko."

"Ano'ng ibig mong sabihin, 'karamihan sa iba'?"

"Uh, bago si Eriel, may dalawang anghel na nagpapanggap na tinatawag na Hadz at Reiki."

"Ah, nabanggit nga niya ang dalawang hangal. Sabi niya na na-demote sila para magtrabaho sa mga minahan ng diamante."

"May minahan ba sa langit?"

"Pinagdudahan ko na galing iyon sa langit – kung mayroon mang ganoong bagay."

"Pwede ba tayong pumunta sa kusina para kumain ng meryenda?" tanong ni E-Z. Naglakad sila sa pasilyo, sinindihan ni Sam ang grill at naghanda ng tinapay na may keso at mantikilya. "Habang natutulog ka, nag-research ako tungkol kay Eriel. Medyo nahirapan akong hanapin siya, pero nang napaliit ko na ang paghahanap, nakatuklas ako ng ginto." Binaliktad niya ang mga sandwich sa mga plato at dinala ang mga ito sa mesa.

"Salamat, sabik na akong marinig ang lahat tungkol dito. Pwede ba akong kumain na?"

"Hindi, sige lang." Pinanood ni Sam ang pamangkin niyang kumagat ng apat na beses at naubos na ang sandwich. Inabot niya ang sa kanya, dahil hindi siya ganadong kumain. "Sinimulan ko ang paghahanap gamit ang salitang Eriel. Wala itong lumabas. Kaya, tiniype ko ang Archangels at ang pangalang Uriel ang agad na lumabas sa itaas ng pahina."

"Sa tingin mo ba pareho sila?" Kumagat siya ulit.

"Yun ang inakala ko noong una. Tapos nakakita ako ng listahan ng mga Arkanghel at ang pangalang Radueriel sa Mitolohiyang Hudyo. Nang tingnan ko ang kanyang paglalarawan, sinasabi roon na kaya niyang lumikha ng mas mababang uri ng mga anghel sa pamamagitan lang ng isang salita."

"Ibig mong sabihin, katulad nina Hadz at Reiki? Sandali, kung siya ang lumikha sa kanila, malamang kaya niya silang naipadala sa mga minahan."

"'Yun nga ang nasa isip ko. Kaya, sa tingin ko, base sa impormasyong iyon, alam na natin ngayon na si Eriel, alyas Radueriel, ay isang arkanghel."

Tumango si E-Z.

"Kaya, nagpatuloy ako sa paghuhukay at nahanap ko ito. 'Isang prinsipe na tumatanaw sa mga lihim na lugar at lihim na hiwaga. Gayundin, isang dakila at banal na anghel ng liwanag at kaluwalhatian.'"

"Grabe, astig siya talaga!

"Maaari rin siyang lumikha ng isang bagay mula sa wala, na pinapamalas ito mula sa hangin."

"Kaya, inaakala kong kaya niyang baguhin ang sarili niyang anyo, pati na rin ang anyo ng iba."

"Tama. At may isinulat akong ilang salita." Itinulak niya ang piraso ng papel sa mesa. "Huwag mo lang silang sabihin nang malakas. Kapag ginawa mo, mapapatawag mo siya." Ang mga salita sa papel ay:

Rosh-Ah-Or.A.Ra-Du,EE,El.

"Isalaysay mo sa isip mo ang mga salitang nakasulat sa papel na ito, sakaling kailangan mo siyang tawagin."

"Paano natin malalaman na gagana sila?"

"Gamitin mo lang kung kailangan mo talaga. Hindi sulit na tawagin siya rito - maliban kung ito na ang huling paraan."

"Sang-ayon ako." Habang inuulit-ulit niya ang mga ito sa kanyang isipan, nakaramdam siya ng ginhawa sa kaalaman na hindi naman patuloy na binabasa ng arkanghel ang kanyang isipan.

"Sabi ni Eriel na tutulungan kita sa mga pagsubok. Hula ko, ang pagligtas sa batang babaeng iyon ang unang kailangang mong gawin?"

"Sa ngayon, nakagawa na ako ng ilang beses. Una, oo, yung batang babae. Pangalawa, nailigtas ko ang isang eroplano na muntik nang bumagsak."

"Wow! Gusto kong malaman pa kung paano mo ginawa iyon. Nakakagulat na hindi ka lumabas sa balita."

"Oo, pero hindi mo masasabing ako iyon. Ang pangatlo, pinigilan ko ang isang barilero sa bubong ng isang gusali sa downtown. Pang-apat, isa pang barilero sa isang mall na may mga bihag at panglima, ang batang iyon sa labas na sinusubukang patayin ako."

Kinuha ni Sam ang mga plato at dinala sa pingganhugas. "Hindi ko maipaliwanag kung gaano ako ipinagmamalaki sa'yo. Lahat ng ito ay nangyayari at wala talaga akong ideya."

"Nanumpa akong mananahimik. Kung sasabihin ko sa kahit sino, sila'y..."

"Sisiguraduhin nilang hindi mo na muling makikita ang mga magulang mo – oo, sinabi niya sa akin. Medyo kahina-hinala iyon sa akin. Hindi sentimental si Eriel; para siyang malaking bola ng galit na naghihintay lang ng target."

"Nasaktan ko ang damdamin niya, noong inakala niyang hindi ko siya gusto."

Tumawa si Sam. "Isipin mo, ang bagay na iyan, may pakiramdam pa." Tumayo siya. "Gusto mo ng kape?"

"Mas gusto ko ng tsokolate." Yawn siya. "Ang tagal na ng araw na ito."

"Pwede nating pag-usapan pa ito bukas, pero ano sa tingin mo sa deadline? Nakumpleto mo na ang limang pagsubok, sa ilang araw?"

"Paminsan-minsan lang iyon. Wala akong alam tungkol sa isang tiyak na takdang oras."

"Sinabi sa akin ni Eriel na kailangan mong tapusin ang labindalawang pagsubok sa loob ng tatlumpung araw. Kung dalawang linggo ka na rito, kailangan nilang pabilisin ito – nang malaki."

"Ngayon ko lang iyon narinig."

"Sabi niya kung hindi mo sila matatapos sa takdang oras - mamamatay ka."

"Ano?"

"At saka, lahat ng taong nasagip mo ay mamamatay din." Tumigil si Sam, naisip niyang mawala si Eriel ngayon samantalang kakapagsimula pa lang sila. Muling magiging walang laman ang buhay niya, puro trabaho, bahay, trabaho, bahay. Nakatingin sa kanya si E-Z, naghihintay.

"Pasensya na, naiisip ko lang kung gaano ka kahalaga sa akin, kiddo. Pero may isa pa siyang sinabi sa akin; sabi niya mamamatay ka kasama ng mga magulang mo. Ibig sabihin nun, mawawala ang lahat ng nagawa natin, lahat ng oras na magkasama tayo. At hindi ko sinasabing kaya ko o kailanman mapapalitan ang mga magulang mo, pero alam mong ano ang sinasabi ko, di ba? Mahal kita, kiddo!"

"Ako rin," sabi ni E-Z. Gusto niyang yakapin si Sam at gusto rin siyang yakapin ni Sam, ramdam niya iyon, ngunit hindi sila gumalaw. Huminga siya nang malalim, "Masyadong mabigat 'yan. Parang si Eriel nga ang nagsabi."

"Isa pa, sinabi niya na sa tuwing makakakumpleto ka ng pagsubok, lumalaki ang kaluluwa mo. Pag umabot ka na sa labindalawang taon, nasa pinakamataas na halaga na ito. Pera ng kaluluwa na magagamit mo para makita at makausap muli ang mga magulang mo."

Kusa nang umatras ang upuan ni E-Z mula sa mesa nang matanggal sa bisagra ang harapang pinto at siya'y lumipad patungo sa langit.

"Arrgghhhhh!" sigaw ni Sam mula sa likuran niya. Nakakapit siya sa upuan at sa mga pakpak ng pamangkin niya na parang isang ligaw na saranggola.

"Sandali!" sabi ni E-Z. "Sa tingin ko, tinatawag si Eriel."

At patuloy silang lumipad.

KABANATA 19

"HOY, TEKA — LULAPAG na tayo." Nagsimulang bumaba ang wheelchair niya.

"Kailang-kailangan ko ng seatbelt!" sigaw ni Sam, habang niyayakap niya ang leeg ng pamangkin niya.

"Huwag kang mag-alala, ligtas ang paglapag."

"Kung hindi ako makalabas muna rito! Aaah!"

Habang pababa sila, napansin ni E-Z ang isang bilog ng mga estatwa. Wala na siyang magawa kaya binilang niya ang mga ito — may isang daang estatwa na may isang bagay sa gitna. Kakaiba, ilang beses na siyang napunta sa sentro ng lungsod, pero hindi niya naaalala ang grupong ito ng mga bloke ng kongkreto. Tumapat na sa lupa ang mga gulong ng upuan, pero nakakapit pa rin si Sam nang todo.

"Ayos na ngayon," sabi ni E-Z. "Pwede mo nang imulat ang mga mata mo."

Ginawa niya. "Papaten ko si Eriel sa susunod na makita ko siya!"

"Shh. Baka mangyari iyon nang mas maaga kaysa sa inaakala mo." Ang nakita niya sa gitna ng mga eskultura ay si Eriel sa anyong tao, pisikal na magkapareho pero hindi kasing laki. Bukod pa rito, nakaupo siya sa isang wheelchair na lumulutang na parang mahiwagang trono.

Ang buhok niya ay kasing-itim ng uling at bumabagsak sa kanyang mga balikat hanggang sa kanyang baywang.

Ang mga mata niya ay parang uling, at ang balat niya ay kasing puti ng alabastro. Ang baba niya ay may manipis na balbas, na parang anino ng alas sais ng gabi, kahit na malapit na itong tanghali. Napakapanis ng mga labi niya, na para bang kakalagay lang ng bagong lipstick. Ang ilong niya ay mukhang ilong ng manlalaro ng football na nasira na ito nang paulit-ulit. Naka-puting T-shirt siya, itim na maong, at nakasuot ng sandalyang pang-Jesus sa kanyang mga paa.

Umikot si E-Z nang paikot, muling tinitigan ang isang daan at sampung lalaki.

Nakasulot silang lahat ng makabagong damit. Karamihan sa kanila ay may suot na salamin at naka-tailor na amerikana. Doon niya naunawaan ang katotohanan: ginawang estatwa ni Eriel ang isang daan at sampung lalaking buhay at humihinga.

At hindi lang iyon. Napagtanto niya na kahit na nasa isang business district sila, walang karaniwang tunog.

Sa isang normal na araw, ang mga kotse na naipit sa trapiko ay tutunog ng busina at ang amoy ng usok ng sasakyan ang pupuno sa hangin.

Nakakabagabag ang katahimikan, ngunit ang sariwa at malinis na hangin ay nagpabigat ng kanyang paghinga. Pinakalma siya nito. Alam niya na ito ang katahimikan bago ang bagyo.

Tumingin siya sa langit. May isang eroplano ng pasahero na nakalutang sa hangin. Tumigil ang paglipad ng mga ibon. Sa likuran, ang mga ulap ay nakatigil na walang galaw.

Pagkatapos, ang lahat sa itaas niya ay naging itim mula sa asul.

Nasira ang kakaibang katahimikan.

Pinalitan ito ng mga ungol at daing, na para bang hinihila ang mga ugat ng puno mula sa lupa.

Sumiksik ang hangin at binalot ang kanilang mga lalamunan, ninakaw ang kanilang hininga.

At sa ibaba, sa ilalim ng kanilang mga paa, nagsimulang yumanig ang lupa. Nabitak ito. Pagyanig. Pagkabiyak. Pagkabasag.

At ang araw at ang buwan at ang mga bituin ay sabay-sabay na nagniningning, ngunit sandali lamang. Pagkatapos ay sumabog sila at nabasag sa isang milyong piraso.

"Bakit mo ginawang estatwa ang mga tao? At bakit mo sinusubukang wasakin ang mundo?" tanong ni E-Z. "At bakit ka nakalutang doon sa wheelchair?"

"Oh hindi," sigaw ni Sam, habang iginigiya ang mga kamao sa ere.

Tumawa si Eriel, "Oras na para sumunod ka, alagad. Ang kapal ng mukha mong kausapin ako, magtanong sa akin. Ako ang pinakadakila at pinakamakapangyarihan, ngunit totoo ako, hindi peke tulad ng Mabingwit ng Oz. Umiral ka lamang dahil pinili kitang iligtas."

"Nang kinausap ako ni Ophaniel sa Aklatang Anghel, hindi ka man lang nabanggit."

Tumawa si Eriel at itinuro ang buto-butong daliri pababa sa ilong ni E-Z. "Na-transfer sa akin ang kaso mo nang mabigo ang dalawang hangal na iyon, sina Hadz at Reiki, sa kanilang misyon."

"Huwag mo akong hipuin!" Umatras ang daliri.

"Tinanong ulit kita, ano'ng ginagawa mo rito, sa teritoryo ko, at bakit ka nasa wheelchair?"

"Ipapaliwanag ang lahat," sabi ni Eriel. Itinaas niya ang kanyang mga paa at ngumiti rito. "Gustong-gusto ko ang sapatos na ito, napakakomportable nito."

"Hindi iyon sapatos, sandalyas iyon," sabi ni Sam, habang lumalapit sa lumulutang na upuan.

"Sandali, Kuya Sam, tumayo ka sa likod ko."

Inawi ni Eriel ang ulo niya at natawa. "'Ang katotohanan ay isang aso na kailangang gapusin' — iyon ay isang sipi mula kay Shakespeare, na ang ibig sabihin ay kailangan mong sanayin ang tiyuhin mo."

"Ikaw!" sigaw ni Sam, itinaas ang kamao niya sa ere.

"Mahirap talunin ang taong hindi sumusuko" — iyon ay isang sipi mula kay Babe Ruth, isa sa mga pinakasikat na manlalaro ng baseball sa lahat ng panahon. Umangat mula sa lupa ang upuan ni E-Z at lumipad papalapit kay Eriel.

"Ang baseball ay isang laro ng balanse," sabi ni Eriel. "Iyon ay isang sipi mula sa may-akda na si Stephen King."

Nag-aatubili siya, saka ngumiti nang napakalapad na halos pumutok ang pisngi niya, habang ang upuan ni E-Z ay bumagsak na parang gawa ito sa tingga.

"Oops," sabi ni Eriel, na tumatawa nang malakas.

Hindi siya nagtagal para makontrol muli ang upuan niya, at umakyat siya na parang elevator. Sinubukan niyang kontrolin ang kanyang mga pakpak, pero huli na ang lahat, at umikot-ikot siya na parang tansan.

"Aaa!!!"

"Makipag-away ka sa kapantay mo!" sigaw ni Sam.

May tumutulong dugo sa mukha niya, at ibinalik ni Eriel ang tiyuhin ni E-Z sa kanyang upuan.

"Hindi!" sigaw ni E-Z habang patuloy siyang umiikot. Nang tuluyang huminto siya, nakabaliktad, hindi niya maaaring ikamali ang nakita niya sa ibaba.

Naging isa na si Uncle Sam sa mga estatwa sa bilog: nakatayo roon ang isang daan at labing-isang lalaki. Nahihilo siya, pero may sumagi sa isip niya, at dahil iyon lang ang meron siya, sumigaw siya nang buong lakas: "Hindi pa tapos hangga't hindi pa talaga tapos!"

POP.

POP.

Nakaupo si Hadz sa balikat ng isa sa mga batang lalaki, at si Reiki sa balikat ng isa pa.

"Iyon ay kasabihan ni Yogi Berra, at akin iyon at kay Uncle Sam!"

Hawak na niya ngayon sa kanyang mga kamay ang pinakamalaking bat sa mundo, isang replika ng 54-onsang bat ni Babe Ruth, at kumikislap ito sa alikabok ng diamante.

Hindi niya alam kung gaano kabigat ang bat nang iwagayway niya ito patungo kay Eriel na nasa wheelchair at ipadpad ito sa himpapawid. Kumanta siya, "Batiin mo ang lalaki sa buwan kapag nakita mo siya!"

Mula sa malayo, umalingawngaw ang boses ni Eriel, "Tapos na ang paglilitis!"

Nagtapik sina Hadz at Reiki. Ganoon din ang ginawa ng 110 na taong bumalik sa anyong tao, kasama si Tiyo Sam.

"Siyempre alam mong babalik siya," sabi ni Hadz. "At galit na galit siya!"

"Salamat sa tulong mo!" sabi ni E-Z, habang lumilipad sila ni Sam pauwi.

Binawi nina Reiki at Hadz ang alaala ng 110 katao, pagkatapos ay bumalik sila sa trabaho sa minahan, umaasang walang nakapansin na nalaman na nila kung paano tumakas.

Nagpatuloy si Ariel sa paglilibot nang walang patutunguhan, habang bumubuo ng plano para maghiganti.

KONKLUSYON

PAGKATAPOS NG ILANG ARAW na puro abala, sa wakas ay nakatulog nang mahimbing si E-Z. Nangangarap siyang naglalaro ng baseball at kinabukasan ay dumalaw sina Arden at PJ para isama siya sa isang laro. "Hindi ako trip maglaro ngayon, pero sasama na lang ako para sa moral," sabi niya.

"Sige," sagot ng kanyang mga kaibigan.

Nang mailapag nila si E-Z sa field, pinilit nila siyang maglaro. Kailangan nila siya para mag-catch, at pumayag naman siya. Nang unang siya ang magba-bat, gusto niyang siya mismo ang mag-hit. Kinuha niya ang paborito niyang bat at iginilid niya ang wheelchair niya papunta sa plate. Mataas ang unang pitch, at hindi niya nahampas. Napakaliit ng pitching zone para sa kanya dahil nakaupo siya.

"Unang strike!" ang sigaw ng hukom.

Iginilid ni E-Z ang wheelchair niya palayo sa plate. Nag-practice swing pa siya ng ilang beses, saka bumalik muli. Na-hit niya ang susunod na pitch, at ito'y naging foul.

"Pangalawang strike!," sigaw ng umpire.

"Walang batter, walang batter," ang ingay ng mga lalaki sa field.

Nag-throw ng curve ball ang pitcher at inihanda ni E-Z ang sarili sa pitch at na-hit ito. Tumilapon ito palabas ng field. Lampas sa bakod. Labas ng parke.

"Kunin mo ang mga base," sabi ng umpire. "Karapat-dapat ka rito, bata."

Gumilid si E-Z sa mga base habang hinihila niya ang kanyang upuan para hindi ito lumipad. Nang tumama ang kanyang upuan sa home plate, pumalibot sa kanya ang kanyang mga kasama sa koponan at nagche-cheer. Nagsaya siya habang tumatagal iyon.

Hanggang sa bumagsak siya pabalik sa loob ng metal na lalagyan muli – sa pagkakataong ito ay nakapulupot siya na parang bola – at wala na siyang upuan. Tulad ng isang bagong silang na sanggol, huminga siya nang malalim dahil iyon lang ang nagawa niya. Sandali. Kaya ng mga sanggol na gumulong. Ang kailangan lang niyang gawin ay magpokus.

Oo, nagawa niya. Ang problema lang, wala pa rin siyang pinagkaiba. Nakapulupot pa rin siya, sa dilim. Nakakulong sa isang lugar na walang liwanag o halos walang pagkakataong gumalaw. Sa katunayan, iba ang hugis ng metal na lalagyan ngayon. Mas payat ito sa isang dulo, hugis bala.

Hindi nakatulong ang kaalamang ito dahil lalo pang tumindi ang kanyang klaustrofobia at pagkabalisa. Nagtanong siya sa sarili kung gaano siya katagal makakahinga sa makipot na espasyong ito. Hindi matagal. Mauubos agad ang kanyang hininga, at mamamatay siya. Malalim siyang huminga, sinusubukang pakalmahin ang kanyang pagkabalisa.

Isang bagay ang tiyak, walang paraan na magkasya si Eriel sa bagay na ito kasama siya. Maliban kung pasabugin niya nang malapad ang mga pader - na maaaring hindi masamang ideya.

Kumatok si E-Z sa mga pader at kisame. Sumigaw siya. Nangigiyag. Naalala niya ang kanyang telepono. Makukuha ba niya ito? Wala ito roon. Inilagay niya ito sa sports bag para sundin ang patakaran na bawal ang telepono sa field.Sa labas ng container, may mga nakakabahalang tunog. May kumukurog. Bato? Hindi, hindi bato. Kaya niyang harapin ang maraming bagay, pero hindi ang mga bato. "Palabasin ninyo ako!" sigaw niya.

Umiingay ang isang makina. Isang lumang sasakyan, parang trak. Nagsimulang kumilos at kumalampag ang sahig sa ilalim niya habang umiikot-ikot at tumatalbog ang bala pasulong.Sa labas ng lalagyan, tumatalbog ito sa mga pader. Sa loob, nasa napakasikip na espasyo siya kaya hindi siya gaanong makagalaw. Isa iyon sa mga bentahe ng pagkakakulong sa isang bala.

Nabangga ang sasakyan sa isang bagay, at tumama ang ulo ni E-Z sa itaas nito. Sumigaw siya, ngunit nawala rin agad ang tunog. Gumalaw muli ang metal na lalagyan, pahalang. Nabangga ito sa isang bagay, pagkatapos ay bumalik sa orihinal nitong posisyon. Sumakit ang balikat niya dahil sa tama.

Nagtaka si E-Z kung ito ay isang utos ni Eriel ngunit napagpasyahan niyang hindi ito maaaring mangyari. Nagsimulang mangatuwiran siya na siya ay dinukot at bihag. Pero bakit ngayon?

"Hoy!" sigaw niya habang ang metal na bagay ay umiikot at bumagsak sa patag na ilalim - kung saan naroroon ang puwitan niya. Ngayon, mas pantay na ang timbang. Kumportable siya. O kung gaano man siya kumportable sa ilalim ng kalagayan. Kaya, nanatili siyang hindi gumalaw hanggang sa tuluyang huminto ang sasakyan at siya ay natumba nang paulit-ulit.

Huminga siya nang malalim, pinakalma ang sarili, at binigkas nang malakas ang mga salitang,

"Roch-Ah-Or, A, Ra-Du, EE, El."

Habang naghihintay, tanong niya, "Nasaan ka, Eriel? Roch-Ah-Or, A, Ra-Du, EE, El?"

"Tinawag mo ako?" ani Eriel. Malinaw at malutong ang boses niya, ngunit hindi siya nakikita.

"Oo, Eriel, sa tingin ko ay dinukot ako. Nasa loob ako ng isang container. Matutulungan mo ba ako?"

"Alam ko kung nasaan ka palagi," sabi ni Eriel. "Ang tanong na dapat mong itanong ay TATULUNGAN BA KITA."

"Hindi ko alam na sinusubaybayan mo ako 24-7!" sigaw ni E-Z, na lalo pang nagagalit habang lumilipas ang bawat sandali. Huminga siya nang malalim nang ilang beses at pinakalma ang sarili. Kailangan niya ang tulong ni Eriel, at hindi iyon papadaliin ng arkanghel para sa kanya. "Hindi ko makita ang drayber ng bagay na ito at hindi ko maunat ang aking mga pakpak. At nasaan ang upuan ko? Nauubusan na ako ng hininga rito. Kung gusto mong tapusin ko ang mga pagsubok na iyon para sa'yo, mas mabuti pang ilabas mo na ako rito agad."

"Una mo akong ininsulto, sa pagtatanong kung anghel ba ako o hindi, tapos mamamakaawa ka naman sa akin na tulungan ka. Ang mga tao nga ay talagang pabagu-bagong nilalang."

"Alam ko. Pasensya na. Pakiusap, tulungan mo ako."

"Napag-isipan mo na ba," mungkahi ni Eriel. "Na ito AY isang pagsubok? Isang bagay na kailangan mong malampasan nang mag-isa?"

"Sinasabi mo ba sa akin, na tiyak na isang pagsubok ito?"

"Hindi ko sinasabing ganoon. At hindi ko rin sinasabing hindi," sabi ni Eriel na may halakhak.Nag-aalab si E-Z sa galit. Namimiss niya talaga sina Hadz at Reiki.

"Nakakalungkot na iniisip mo pa rin ang dalawang hangal na iyon. Ngayon E-Z, kung ito ay isang pagsubok, paano mo makakaligtas ang sarili mo rito?"

"Una sa lahat, tinulungan nila ako noong muntik mong patayin ang mundo. Pangalawa, hindi ito maaaring pagsubok dahil wala namang tao akong matutulungan."

Tumawa si Eriel. "Ipinagkakaila mong wala kang pakinabang?" Tumigil si Eriel. "Ngayon inililigtas mo ang sarili mo at wala nang iba. Gamitin mo ang mga kasangkapang nasa iyong kapangyarihan." Nag-atubili siya, saka muling tumawa. "Mag-isip ka lampas sa metal na lalagyan." Napakalakas ng tawa niya sa loob ng metal na lalagyan na sumakit ang tenga ni E-Z. Tinakpan niya ang kanyang mga tenga. Pagkatapos, hindi na niya narinig si Eriel.

Pinikit ni E-Z ang kanyang mga mata at nagpokus. Nagpasya siyang igulong ang kanyang mga kamao at subukang itulak ang mga pader. Kahit anong pagsisikap niya, hindi ito gumalaw. Ang Planong B ay ang tawagin ang kanyang upuan, na ginawa niya. Inisip niya na hindi ito malayo. Nasa ere ba ito, naghihintay na tawagin siya ni E-Z? Napakatindi ng kanyang konsentrasyon sa pagtawag sa kanyang upuan, kaya hindi niya napansin na may taong naglalakad sa labas. Mga yabag sa semento.

Isang lalaki, malalakas ang paghakbang ng bota. Palibot sa sasakyan ang lalaki, papunta sa likuran. May ipinasok na susi. Umangat ang pinto.

"Nag-iikot-ikot siya rito," sabi ng lalaki.

Isang tawa. Hindi ang tawa ni Eriel. Tawa ng ibang lalaki.

Pagkatapos ay isang sigaw.

Sunod ay mas maraming sigaw.

Pagkatapos ay pagtakbo. Tumakbo palayo.

Mas maraming sigaw.

Pagkatapos ay may gumalaw. Gumalaw ang lalagyan. Inaangat papunta sa kanyang wheelchair.

Pagkatapos ay pataas, mas mataas, at mas mataas pa. Papalayo patungo sa kaligtasan.

"Salamat," sabi ni E-Z sa kanyang upuan. "Ngayon, iuwi mo na ako kay Tiyo Sam."

Alam ni E-Z na kaya siyang ilabas ni Tiyo Sam mula sa lalagyan. Kailangan niya ng napakalaking pambukas ng lata, pero kung mayroon man, hahanapin iyon ni Tiyo Sam.

Ngunit ang kanyang wheelchair ay mabilis na tumakbo sa kabaligtaran na direksyon.

AKLAT DALAWA:

ANG TATLO

KABANATA 1

MALAYO, MALAYO SA TINITIRHAN ni E-Z Dickens, may isang batang babae na sumasayaw. Ang kanyang mga leksyon sa ballet ay sa isang maliit na studio sa sentral na distrito ng negosyo ng Netherlands.

Maganda siyang bata, may gintong buhok, at may mga pekas na umaabot sa kanyang ilong at pisngi. Ang pinaka-natatandaang bahagi ng kanyang mukha ay ang kanyang kulay-hazel na berdeng mga mata. Ang kulay nito ay eksaktong kapareho ng kay Lola niya. Ang pangarap niya ay balang araw maging pinakasikat na mananayaw ng ballet sa Netherlands.

Ang kanyang pink na tutu ay gawa sa tulle. Ito ay isang magaan na tela na parang lambat na ginagamit ng mga designer para sa mga propesyonal na mananayaw. Ang tutu niya ay dinisenyo at tinahi para sa kanya ng kanyang yaya. Ang kasuotan—isang likhang-sining sa sarili nito—ay napakaganda kaya't lahat ng bata sa klase ay nagnanais ding magkaroon nito.

Si Hannah, ang yaya ni Lia, ay nakatanggap ng maraming kahilingan mula sa ibang mga magulang na gawaran ng parehong tutu ang kanilang mga anak na babae. Matatag niyang sinabi sa mga bata, sa kanilang mga magulang, mga guro, at sa marami pang iba, na wala siyang oras para tanggapin ang karagdagang trabaho. Bagaman kailangan niya ng pera.

Lahat ng ginagawa ni Hannah, ginagawa niya iyon dahil mahal niya ang inaalaga niya, si Lia. Si Lia, na tinatawag niyang kleintje na ang ibig sabihin ay munting isa.

Nang malapit nang matapos ang balletles (salin: klase sa ballet), inayos ni Lia ang kanyang mga sapatos. Hinimas niya ang masakit niyang mga paa.

Lahat ng balletdansers (salin: mga mananayaw ng ballet) - kahit pa mga pitong taong gulang na tulad ni Lia ay kailangan mag-ensayo nang hindi bababa sa dalawampung oras kada linggo.

Ang karagdagang trabahong ito, bukod pa sa buong kurikulum sa paaralan, ay nangangailangan ng dedikasyon at komitment. Ang sinumang batang hindi makasabay ay agad na pinapaalis. Kahit gaano karaming pera pa ang inaalok ng kanilang mga magulang para manatili sila sa programa.

Umaasa si Lia na balang araw ay makikilala niya ang kanyang idolo na si Igone de Jongh, ang pinakasikat na mananayaw ng ballet sa kasaysayan ng Netherlands. Simula nang magretiro ang kanyang idolo, pinapanood ni Lia ang kanyang mga pagtatanghal sa telebisyon.

Si Hannah ang nag-aalaga kay Lia tuwing Lunes hanggang Biyernes. Naglalakbay para sa negosyo ang ina ni Lia na si Samantha tuwing Lunes hanggang Biyernes.

Sa labas ng dance studio, sumakay sina Hannah at Lia sa Volkswagen Golf. Malapit na silang makauwi.

"May takdang-aralin ka ba?" tanong ni Hannah.

Tumango si Lia.

"Goed," na nangangahulugang mabuti. "Sige, magsimula ka na habang naghahanda ako ng hapunan," sabi ni Hannah.

"Oke," na nangangahulugang sige, ang sagot ni Lia.

Agad na umakyat si Lia sa kaniyang silid kung saan niya isinabit ang kaniyang kasuotang pang-ballet, pagkatapos ay nagtrabaho siya sa kaniyang mesa.

Sa paaralan, pinag-aaralan nila ang alamat ng Ang Punong Bruha. Ang kanilang gawain ay iguhit ang puno at lumikha ng isang mahiwagang bagay tungkol dito. Balak niyang iguhit ang balangkas gamit ang tsalk. Pagkatapos ay gagamit ng pipe cleaners para sa mga ugat at glitter sa mga dahon para sa mahiwagang elemento.

Bagaman may likas siyang talento sa sining, hindi niya kinagigiliwan ang paglikha nito. Mas gusto niya ang sayaw. Hindi siya nagrereklamo o hindi pinapansin ang mga gawaing hindi niya gaanong gusto. Hindi nasa ugali niya ang pagsuway o pagiging pasaway.

Bagaman nakatira si Lia sa Zumbert, Netherlands, nag-aaral siya sa isang internasyonal na paaralan. Mahusay siya sa Ingles. Ang Zumbert mismo ay kilala sa buong mundo bilang lugar na pinanganakan ni Vincent Van Gogh. Alam ni Lia ang lahat tungkol kay Van Gogh dahil pareho silang may daloy ng iisang dugo sa kanilang mga ugat.

Pagkatapos makumpleto ang kanyang takdang-aralin, binuksan niya ang kanyang kompyuter. Binuksan niya ito at naglaro. Ilang sandali lang ang kailangan para makapasok sa susunod na level. Malalagay na si Hannah para tawagin siya para sa avondeten (hapunan).

Walang dapat makakaalam, sabi ng isang munting tinig sa likod ng kanyang isipan. Pinakinggan ni Lia ang tinig, ngunit para masiguro na walang makakaalam, isinara niya ang pinto ng kanyang silid.

Habang nagta-type ang mga daliri niya sa keyboard, biglang namatay ang bombilya sa ibabaw ng mesa niya nang may tunog na 'pop'. Isinara niya ang laptop at binuksan muli ang pinto. Tiningnan niya ang pasilyo patungo sa kinaroroonan ng mga ekstrang bombilyang halogen. May tinatagong reserba si Nanny sa aparador ng mga lampin sa itaas ng hagdan. Ang kailangan lang gawin ni Lia ay mabilis na lumabas, kumuha ng isa, bumalik, at siya mismo ang magpalit ng bombilya. Pagkatapos, magkakaroon pa siya ng mas maraming oras para maglaro.

Pagbalik sa silid niya, sinuri niya ang sitwasyon. Kailangan niyang tumayo sa silya sa mesa niya – na may gulong. Itutulak niya ito nang matatag laban sa kama, para hindi ito gumalaw. Oo, gagana iyon.

Nang makasiguro na ang silya sa ilalim ng ilaw, umakyat siya rito. Hawak ang bagong bombilya sa ilalim ng baba niya, inikot niya para matanggal ang luma. Ang nasunog na bombilya ay itinapon niya sa kama. Kinuha niya ang isa pang bombilya mula sa ilalim ng kanyang baba at sinukot ito.

CRACK!

Sumabog ang bagong bombilya.

Mga piraso ng salamin, karamihan ay maliliit, ang kumalat mula rito. Sa mukha at mga mata ng munting batang babae.

Hindi agad sumigaw si Lia, sapagkat isang asul na liwanag ang pumuno sa silid na nagpahinto sa oras. Binalot siya ng liwanag habang unti-unti itong tumataas patungo sa kanyang mukha.

SWISH!

Lumitaw ang isang munting nilalang na parang anghel na sinuri ang mga mata ng munting batang babae. Nang magpasya siyang sira na ang mga ito at hindi na maaayos, bumulong siya, "Ikaw ba ang magiging isa sa tatlo?"

"Ja," na nangangahulugang oo, ang sagot ni Lia habang humihinto ang oras.

Dumating ang anghel na ang pangalan ay Haniel. Umawit siya ng nakapapayapang himig-pampatulog para kay Lia, habang tinatanggal niya ang mga piraso ng salamin.

Sa Ingles, ang liriko ng kanta ay:

"Isang malungkot na munting batang babae ang naupoSa pampang ng mabilis na ilog.

Ang batang babae ay umiiyak sa dalamhati

Dahil parehong patay na ang kanyang mga magulang."

Sa Ingles, ang liriko ng kanta ay:

"Isang malungkot na batang babae ang naupo sa pampang ng mabilis na ilog.

Ang batang babae ay umiiyak sa dalamhati

Dahil wala na siyang magulang."

Sa Olandes, ang liriko ng kanta ay:

"Asn d'oever van de snelle vliet

Eeen treurig meisje zat.

Het meisje huilde van verdriet

Omdat zij geen ouders meer had."

Sa kabutihang-palad, natutulog si munting Lia kaya hindi siya natakot sa mga salita ng himig-pampatulog.

Nang matapos ni Haniel ang pinakamalubhang bahagi ng mga sugat ni Lia, inilagay niya ang kanyang mga kamay sa kanyang mga balakang at tumigil sa pag-awit. Halos tapos na ang kanyang gawain; ang natitira na lang niyang gawin ay ihanda ang pundasyon para sa mga bagong mata ng kanyang protehido.

Ang dalawang maliliit na kamay ni Lia ay nakabola. Mahigpit na maliliit na kamao. Hinihimas-himas ni Haniel nang marahan ng kanyang mga pakpak ang mga nakasarang daliri, pinipilit silang bumuka.

Nang mabuksan na ang mga palad ni Lia, ginamit ng anghel na si Haniel ang kanyang hintuturo upang iguhit ang hugis ng isang mata sa magkabilang palad. Sa mga daliri naman, gumuhit siya ng tig-isang linya, na umaabot mula sa palad papunta sa dulo ng daliri. Nang matapos ang kanyang gawain, banayad na hinalikan ng anghel na si Haniel si Lia sa noo, saka siya naglaho nang may

SWISH!

Umalpas muli ang oras at ang ating matapang na maliit na si Lia ay hindi pa rin sumigaw. Ganito ang epekto ng pagkabigla sa iyong katawan bilang mekanismong pangdepensa at sa paghinto ng oras, tumigil din ang sakit. Nang sa wakas ay sumigaw si Lia, hindi na niya mapigilan. Hindi nang dumating ang ambulansya. O nang siya ay inangat palabas sa stretcher papunta sa sasakyan na ang sirena ay sumali sa koro ng kanyang mga sigaw. O nang siya ay itinulak sa gurney papasok sa ospital.

Hindi nang itutok nila ang malaking ilaw sa kanyang mukha, na nararamdaman niya pero hindi nakikita.

Tumigil siyang sumigaw nang siya ay i-sedate. Pagkatapos, ginamit nila ang pinakabagong teknolohiya para alisin ang natitirang piraso ng salamin. Gayunpaman, naalis na pala ang lahat ng piraso ng salamin. Nagpatuloy ang mga siruhano at binalutan ng bendahe ang kanyang mga mata, pagkatapos ay dinala siya sa kanyang silid para magpagaling.

Pagkatapos ng operasyon, dumating si Samantha, ang ina ni Lia. Sumakay siya ng red eye flight mula London. Nakipagkita siya sa siruhano habang natutulog pa ang anak niya.

"Pasensya na, pero hindi na siya makakakita muli," sabi niya.

Iniharang ng ina ni Lia ang kanyang kamao sa bibig upang pigilan ang pagnanais na magwala.Sinabi ng doktor, "Maaari siyang matuto ng Braille, at mag-aral sa paaralan para sa mga may kapansanan sa paningin. Nasa tamang edad siya para matuto at madali niyang masisipsip ang kaalaman. Sa lalong madaling panahon, magiging pangalawang kalikasan na sa kanya ang pag-sign."

"Pero gusto ng anak kong maging mananayaw ng ballet. Nakakita ka na ba o nakarinig ka na ba ng isang bulag na propesyonal na mananayaw?"

"Si Alicia Alonso ay bahagyang bulag. Hindi niya pinayagang maging hadlang iyon sa kanya."

Hinaplos ng ina ni Lia ang kamay ng natutulog niyang anak. "Salamat, hahanapin ko ang mga detalye tungkol sa kanya sa internet. Masyadong bata pa si Lia para pilitin na talikuran ang isang pangarap."

"Sang-ayon ako. Ngayon, magpahinga ka na rin. Malalapit nang magising si Lia at kakailanganin niyang maging matatag ka para sa kanya. Para sa oras na sasabihin mo sa kanya. Kung gusto mong nandito rin ako, sabihin mo lang."

"Salamat, Doktora, susubukan kong asikasuhin muna ito nang mag-isa."

Nang magsara ang pinto, hinipo ng ina ni Lia ang mga marka sa mukha ng kanyang anak. Ang mga bakas na naiwan ay parang galit na patak ng ulan. Pagkatapos ay tiningnan niya ang yaya ni Lia na si Hannah na natutulog. Habang dumaraan siya rito para kumuha ng tubig, sinadyang hindi sinadya niyang sipa ang kaliwang sapatos nito para gisingin siya. "Sa labas!" sabi niya, habang bumahing-bahing si Hannah.

Ngayon sa pasilyo, hinayaan ni Samantha, ina ni Lia, ang kanyang damdamin na lumabas nang walang pagpigil. "Paano mo pinayagang mangyari ito sa anak ko? Paano mo nagawa!? Isang minuto, nasa pulong pang-negosyo ako – pagkatapos, kinailangan kong putulin ang business trip ko at sakupin ang unang flight palabas ng London! Ano ang nangyari? Paano ito nangyari?"

"Katatapos lang naming magbalik galing sa klase ng ballet. Naghahanda ako ng hapunan at tinatapos ni Lia ang takdang-aralin niya. Siguro naputok ang bombilya. Kumuha siya ng isa pa mula sa aparador sa pasilyo at sinubukan niyang palitan ito mag-isa at sumabog. Nang sumigaw siya, nandiyan na ako agad at agad ding dumating ang ziekenwagen (ambulansya). Nananalangin ako na ayos lang ang mga mata niya, na magiging ayos lang siya."

"Nananalangin ka pala kahit natutulog, ha?" tanong ni Samantha, nang hindi na naghintay ng sagot. "Sabi ng mga doktor, hindi na siya makakakita muli," wika ni Samantha nang may malupit na lason sa kanyang boses.

***

SAMANTALA, NASA PANAGINIP SI Lia, lumilipad kasama ang isang anghel. Nakapalupot ang kanyang mga braso sa leeg nito, habang nakayakap siya sa dibdib nito. Ang paggalaw ng wheelchair sa ere ang nagpaginhawa at nagpaginhawa sa kanya.

Biglang nagbago ang kanyang paningin at nakatingin siya pababa sa isang metal na lalagyan mula sa itaas. Nakatapat ang lalagyan sa upuan ng isang wheelchair na may pakpak. Ito ay dinadala sa isang lugar na hindi niya alam.

Inaangat niya ang kanang kamay at saka ang kaliwa, at dito niya nakita na may anghel/lalaki na nakakulong sa loob nito. Magiliw ang mukha nito, na may mga matang mas asul pa sa kalangitan na may bahid ng ginto na nagpapakislap rito kahit na nasa dilim. Ang buhok nito ay karamihang gintong-ginto maliban sa kaunting pag-abuhin sa gilid ng mga templo. Ngunit ang pinaka-kakaiba ay ang itim na guhit sa gitna. Nagmumukhang mas matanda ang lalaki dahil dito.

Ang anghel/lalaki sa lalagyan na nakasakay sa upuan ng wheelchair ay lumipad nang mas malapit sa munting batang babae sa kanyang panaginip. Hinawakan niya ang lalagyan, at nang gawin niya iyon, naramdaman at narinig niya ang tibok ng puso ng anghel/lalaki sa loob. Hindi lang iyon, kundi nabasa rin niya ang kanyang mga iniisip at emosyon.

Nagising si Lia at sumigaw, "Nanay! Hannah! Halina agad!"

"Nandito na ako, mahal," sabi ng kanyang ina, habang bumabalik siya sa tabi ng kama ng anak.

Pinunasan ni Hannah ang kanyang mga mata at muling pumasok sa silid.

"Walang oras para sisihin mo si Hannah, Ina. Aksidente lang ito. Bukod pa rito, kailangan natin ng tulong. Pakikuha mo ako ng papel at lapis—NGAYON NA."

"Delirious siya!" sigaw ni Samantha. Tiningnan niya ang noo ng anak para sa lagnat. Mukhang ayos lang.

Kinuha ni Hannah mula sa kanyang bag ang mga hininging gamit at inilagay ang mga ito sa mga kamay ni Lia.

Walang pag-aatubili, nagsimulang mag-drawing si Lia. Kiniskis niya ang papel, na parang isang artistang may inspirasyon. Pinanood nina Samantha at Hannah nang may pagkamausisa.

Ang unang drawing na ginawa niya ay isang batang lalaki sa loob ng isang metal na lalagyan na hugis bala. Ang lalagyan ay nakapatong sa upuan ng isang wheelchair at ang wheelchair ay may pakpak. Pakpak ng anghel. Pinasok ni Lia ang pahina at iginuhit ang pangalawang larawan ng batang lalaki/anghel mula sa lahat ng anggulo. Mula sa lahat ng panig. Pagkatapos ng unang larawan, marami pa siyang iginuhit nang parang baliw, at pagkatapos ay itinapon niya ang mga ito sa ere.

Ang mga larawan, na para bang nahuli ng isang bugso ng hangin – ay sumayaw sa paligid ng silid, lumilipad pataas, pababa, at sa paligid-ligid. Parang may mahiwagang salamangka sa kanila. Hinabol ng isa sa mga larawan ang yaya, kaya tumakbo ito palabas ng silid habang sumisigaw.

Mahigpit na pinikit ni Lia ang kanyang mga kamao, saka bumuntong-hininga ng ilang hindi maintindihang salita.

"Tatawagan ko ba ang Doktor?" tanong ng kanyang nanay na parang mababaliw. "Anak ko, ay hindi, kawawa kong anak!"

Bumalik si Hannah, nanginginig habang pinagmamasdan si Lia na muling nakatulog.

Naupo ang dalawang babae sa tabi ng higaan ng bata. Pinanood nila siyang natutulog nang payapa hanggang sa sa huli ay nakatulog na rin sila.

Hindi nakakakita si Lia gamit ang kulay-hazel na mga mata na ipinanganak siya. Napalitan na ang mga ito ng mga mata sa palad ng kanyang mga kamay.

Ang mga bagong mata sa palad niya ay may lahat ng normal na bahagi ng mata. Tulad ng pupil, iris, sclera, cornea, at daluyan ng luha. Bawat mata sa palad ay may talukap. Nagsisimula ang sa itaas kung saan nagtatapos ang mga daliri. Nagtatapos naman ang sa ibaba kung saan nagsisimula ang pulso.

Tungkol naman sa pilik-mata, bawat daliri ay may tatu na linya ng buhok. Mula sa itaas ng talukap hanggang sa kung saan nagsisimula ang kuko, gayundin ang hinlalaki.

Na isang magandang bagay, dahil walang batang babae ang maghahangad ng mga daliring may tumutubong buhok.

Lalo na hindi isang batang babaeng tulad ni Lia na umaasang balang araw ay maging isang mahusay na mananayaw ng ballet.

KABANATA 2

NANG MAGISING SIYA, SOBRANG pangati ng palad niya. Sa katunayan, mas nangati pa ito kaysa dati. Naalala niya ang sinabi ng kanyang lola. Sabi ni lola, kapag nangati ang kanang palad, mangangahulugang makakatanggap ka ng pera at marami pa. Kung nangati naman ang kaliwang palad, mangangahulugang mawawalan ka ng pera.

Hindi niya kailanman sinabi kung ano ang mangyayari kung mangati ang palad ng magkabilang kamay nang sabay.

Isang kisapmata ng anghel/lalaki na nakakulong sa lalagyan ang nagbalik sa kanya sa realidad. Binuksan niya ang kanyang mga palad, naghahandang mangati. Sa halip, nagulat siya nang makita ang sarili niyang repleksyon sa mga ito. Ngumiti siya, na para bang nagpo-pose para sa isang selfie.

Hindi pa rin siya sigurado kung nanaginip siya, kaya inilayo niya ang palad ng magkabilang kamay sa sarili. Ang intensyon niya ay makita nang malapad ang silid.

Nakaayos ito na para bang lumalangoy siya sa loob ng isang aquarium. Abala ang mga isdang clown at isda-ginto sa paghahabulan ng kanilang mga buntot. Ipinasikot niya ang kanyang mga kamay sa buong silid hanggang sa makita niya si Hannah. Pagkatapos ay nakita niya ang kanyang ina. Sumigaw siya sa tuwa.

Si Samantha, ang ina ni Lia, ay biglang tumalon, gayundin si Hannah.

"Ano'ng nangyayari, baby?"

"Mama? Nakikita kita."

"Siyempre, kaya mo iyan, mahal ko."

"Maniniwala ka sa akin?"

"Oo, siyempre maniniwala ako sa'yo. Pero sabihin mo sa akin, bakit dati kang gumuhit ng wheelchair na may pakpak? Ang mga wheelchair ay walang pakpak."

Hindi niya nakikita ang bagong mga mata ko, naisip ni Lia. "Mahal kita, mama, pero may mga wheelchair na nga na may pakpak at may mga anghel na lumilipad sa wheelchair na may pakpak."

"Mahal din kita, baby," ang sagot niya. "Anong batang anghel? Nanaginip ka ba?"

"May batang anghel," sabi ni Lia.

"Bata/anghel? Saan, baby?"

Binuksan ni Lia ang palad niya at inisip ang batang anghel. Sobrang tindi ng pag-iisip niya, kaya nakita niya ito, narinig, at naramdaman ang presensya nito sa isip niya. "Papunta rito ang anghel na lalaki para makita ako," sabi niya.

"Rito, mahal?" tanong ng kanyang ina, habang tinitingnan ang yaya na nag-angat lang ng balikat.

"Oo, kailangan ng tulong ko ng anghel na lalaki. Mula pa sa Hilagang Amerika siya pupunta para makita ako."

"Nang gumuhit ka ng mga larawan," tanong ni Hannah, "gumuguhit ka ba mula sa alaala mo sa anghel na lalaki?"

"O mula sa panaginip?" tanong ng kanyang ina.

"Nagsimula ito bilang panaginip, pero ngayon nakikita ko na rin siya kapag gising ako."

"Kung nakikita mo ako, baby, ano ang suot ko?"

"Nakikita kita, mommy, hindi sa aking lumang mga mata. Kundi sa mga bago kong mata. Naka-suot ka ng pulang bestida, na may mga perlas sa iyong leeg."

Isang matandang pasyente na dumaraan sa kanyang silid ang tumigil nang makita niya ang batang babae na nakabuka ang mga palad sa harap niya. Siya nga, naisip niya, at hindi na siya naghintay nang matagal para makumpirma ito. Sapagkat si Lia, na naramdaman ang presensya ng isa pang tao, ay itinuro ang kaliwang palad patungo sa pinto. Nakita ng matanda na kumurap ang palad niya, pagkatapos ay nawala siya sa paningin. "Huhulaan niya," mungkahi ni Hannah, na inalis ang pansin ni Lia mula sa pinto.

Dumating ang isang nars at si Lia, na hindi pa siya nakita dati, ay nagsabi, "Kamusta, Nurse Vinke."

"Nagkita na ba tayo dati?" tanong ni Nurse Heidi Vinke.

Tumawa si Lia. "Hindi, pero nababasa ko ang nametag mo."

"Sabi niya nakikita niya, gamit ang kanyang mga bagong mata," sabi ng ina ni Lia."

"'Yan, 'yan," ang pakli ni Nurse Vinke, habang inaalagaan ang ina sa halip na ang batang babae. Hindi na nag-alala ang bata nang dalhin ni Nurse Vinke ang kanyang ina sa labas upang kausapin nang pribado.

"Karaniwan lang na gumamit ng imahinasyon ang anak mo sa kalagayang ito, nawalan siya ng paningin. Masayahin siyang bata, kahit na may nangyaring masamang bagay sa kanya."

Tumango si Samantha at bumalik silang dalawa kay Lia.

"Mabuti pa sigurong matulog ka na, anak," sabi ni Nurse Vinke, habang hinahawakan ang pulso ng batang babae.

"Hindi ako pagod," sabi ni Lia. "Kakatapos ko lang gising at ayaw kong matulog ulit. Kung matutulog ako ngayon, baka hindi ko siya makita."

"Makita sino?" tanong ni Vinke, habang iniaayos ang kumot ng batang babae.

"Yung batang lalaki/anghel," sabi ni Lia. "Papalapit na siya ngayon. Halos nandito na - at kailangan niya ang tulong ko. Sabik na akong makilala siya. Naglakbay siya ng napakahahabang distansya, para lang makita ako."

"Tahimik na, tahimik na, anak," lambing ni Vinke. Itinurok niya ang karayom na puno ng gamot pampatulog sa braso ni Lia.

Sumalungat si Lia, ngunit agad siyang nakatulog.

"Tulog na, tulog na, baby," lambing ng kanyang ina.

***

BUMALIK ANG MATANDANG LALAKI sa kanyang silid at kinuha ang telepono. Pagkatapos ay humiling siya ng linya palabas.

"Nandito siya," bulong niya sa telepono. "Nakita ko siya ng sarili ko – dito mismo sa ospital, sa dulo ng pasilyo mula sa silid ko."

May katahimikan, saka may tunog ng click sa kabilang linya. Humiga ang matanda sa kama. Binuksan niya ang telebisyon gamit ang remote.

Ang paborito niyang programa: Ngayon o Kailanman (na kilala rin bilang Salik ng Takot) ay kakapagsimula pa lamang. Gusto niyang makita kung ano ang gagawin ng mga baliw na hangal na iyon sa episode ngayong linggo.

KABANATA 3

MASIKIP PA RIN SA loob ng pilak na bala, hindi na gaanong nag-iisa si E-Z. Sapagkat sa kanyang isipan, nakikipag-usap siya sa isang munting batang babae.

Pumasok siya sa isipan niya kasabay ng isang ningning ng liwanag at isang sigaw. Nasaktan siya. Pinanood niya si anghel Haniel na tinutulungan siya. Pinakinggan niya si Haniel nang umawit ito ng kanta para sa munting batang babae habang tinatanggal nito ang salamin.

Hindi inaasahan ang sumunod. Gumuhit si anghel Haniel ng mga linya sa palad at mga daliri ng munting batang babae. Binigyan ni Haniel ang bata ng bagong uri ng paningin. At mga mata sa palad.

Agad niyang nalaman na ang kapalaran ng munting batang babae ay konektado sa kanya.

Sa simula, kahit na nakikita niya ito sa kanyang isipan, hindi niya ito nakausap. Para siyang nanonood ng palabas sa telebisyon sa kanyang isipan na walang tunog. Pagkatapos, nang mag-umpisa ang bata sa kanyang panaginip, lumapit siya rito at inilagay ang kanyang mga kamay sa ibabaw ng bala na kinukulong siya. Nang sandaling iyon, nalaman niya ang nalalaman ng bata, at nalaman ng bata ang nalalaman niya, at sila ay nagkaugnay.

Ang unang mga salitang sinabi niya rito ay, "Hindi ko gusto ang madilim."

Sumagot si E-Z, "Huwag kang matakot. Nandito ako. Ako si E-Z. At ano ang pangalan mo?"

"Ako si Cecilia," sagot ng bata. "Pero tinatawag ako ng mga kaibigan kong Lia. Maaari mo akong tawaging Lia. Pitong taong gulang ako. Ilan ka na?"

Akala ni E-Z ay mas bata ang bata. "Labing-tatlo ako," sabi niya. "Taga-Hilagang Amerika ako."

"Nakatira ako sa Netherlands," sabi ni Lia.

Hindi nagsalita ang dalawa habang ginamit ni Lia ang palm eyes niya para tignan siya sa loob ng bakal na bala.

"Ano'ng ginagawa mo doon?" tanong niya.

Naisip muna ni E-Z bago sumagot. Ayaw niyang takutin ang bata sa pamamagitan ng pagsasabi ng totoong kuwento na siya ay dinukot bilang isang pagsubok ng isang arkanghel. Gusto niyang sabihin sa kanya ang totoo, pero hindi siya sigurado kung kaya ng bata ang katotohanan dahil napakabata pa niya.

Sinabi niya, "Hindi talaga ako sigurado kung bakit ako inilagay dito, pero sa tingin ko, inilagay ako rito para makilala ka." Nag-atubili siya, kinamot ang ulo, at nagtanong, "Kilala mo ba si Eriel?"

Napamula si Lia sa tuwa na siya ay pinunta para makita siya, ngunit nag-alala siya na siya ay inilipat sa ganoong paraan para sa kanyang kapakinabangan. "Pasensya na talaga kung ikaw ay pinipilit laban sa iyong kalooban na bumiyahe nang ganito para makita ako. Ay, at hindi, hindi ko kilala ang pangalang iyon."

Sobrang mausisa si E-Z kay Lia. Dahil sinabi niyang Dutch siya, namangha siya sa husay ng Ingles nito.

"Nararamdaman kita, pero hindi kita nakita hanggang sa tumubo ang aking mga mata, ang aking mga bagong mata. Bago iyon, nababasa ko ang iniisip mo. Nabasa mo ba ang sa akin? Ah, at salamat sa Ingles ko."

"Nakita ko ang nangyari sa'yo, ang aksidente. Taos-puso akong nagpapalusot na nasaktan ka. Hindi kita matulungan dahil sa bagay na ito." Pinukpok niya ang mga kamao sa mga pader. Tinakpan niya ang kanyang mga tenga habang umalingawngaw ang malakas na tunog. "Nang nangangarap ka, kasama mo ako. Sa loob ng isip ko."

Ipinikit ni Lia ang kanyang kanang kamao, iniwan ang kaliwa na nakabukas at hinipo ang panlabas na pader. Bumukas at nagsara ang palad niya, paulit-ulit. Wala siyang sinabi kundi nakatitig sa unahan na parang nasa trance.

Nagpasya si E-Z sa oras na iyon na ikwento sa kanya ang kanyang kuwento.

"Namatay sa aksidenteng sasakyan ang mga magulang ko. At nawalan ako ng pakiramdam sa aking mga paa."

Doon siya tumigil. Nagtataka kung gaano karami ang dapat niyang ikwento sa kanya.

Ang pag-aatubili na ito ang nagpasiya para sa kanya.

Mahimbing siyang natutulog.

KABANATA 4

PABALIK SA OSPITAL, MAY bagong doktor na naka-duty. Maikli niyang tiningnan ang tala ni Lia. Nang makita niyang natutulog pa si Cecelia, bumulong siya sa ina nito.

"Kailangan nating dalhin ang anak mo sa ikalawang palapag para sa isa pang scan."

"Madali ba ito?" tanong ng ina ni Lia. "Payapa siyang natutulog; sayang naman kung gigisingin natin siya."

Ngumiti ang doktor na natakpan ng kwelyo ng kanyang medical jacket ang nametag. "Hindi na kailangang gisingin siya. Maaari nating ipasok siya sa makina habang natutulog siya. Mas gusto ng ibang pasyente, lalo na ng mga bata, ang ganitong paraan."

Tumingin si Samantha sa kanyang relo. "Sige, sasama ako sa kanya pababa."

"Hindi na kailangan," sabi ng doktor. "May mga katulong ako na darating sandali na. Samantalahin mo na ang oras para kumuha ng sandwich o isang tasa ng tsaa na chamomile - naniniwala talaga ang asawa ko rito. Nakakatulong ito sa kanya para mag-relax at makatulog."

"Salamat," sabi ni Samantha, nang dumating ang dalawang attendant. Itinaas ng dalawang matitipuno at naka-sibilyan na lalaki si Lia mula sa kama at inilagay siya sa gurney na may gulong. Hinila ng doktor ang isang kumot mula sa ilalim ng gurney at inilatag ito kay Lia. "Panatilihin naming mainit siya at babalik kami agad-agad. Huwag kalimutang samantalahin ang oras na ito para mag-teh o kape ka."

Habang natutulog si Hannah, pinanood ni Samantha ang mga attendant at ang doktor habang itinutulak nila ang kanyang anak sa pasilyo. Ngayon na naghihintay sila sa elevator, mas pinagmasdan niya sila. Habang nagsasara ang pinto ng elevator, naglakad-lakad siya sa pasilyo at hindi pinansin ang kutob ng kanyang puso na patuloy na kumikilos sa kanya. Binalewala niya ito, sinabing nagugutom lang siya, at nagtungo sa kantina. Napakasigla roon. Karamihan ay mga staff na nakasuot ng scrubs.

Habang inihahanda at hinihigop niya ang kanyang tsaa, naisip niya na walang staff na nakasuot ng pang-sibilyan na damit.

"Patawad," sabi niya sa isa sa mga doktor. "Ano ang nasa ikalawang palapag? Doon ba ginagawa ang x-ray at body scan?"

Umiling siya, "Ang ikalawang palapag ay ang silid-panganak."

Tumayo si Samantha mula sa kanyang upuan, natapakan ang mainit niyang tsaa at natapon ito sa kanyang kandungan. May mga tumulong mula sa iba't ibang direksyon nang sumigaw siya.

"Ang anak ko!" sigaw niya. "Isang doktor na may dalawang katulong ang kakakuha lang sa anak kong si Lia gamit ang gurney. Sinabi nila na dadalhin nila siya sa ikalawang palapag para sa ilang pagsusuri. Kung ang ikalawang palapag ay para sa mga manganak, bakit nga ba nila siya dinala roon?"

Nakakaakit ng masyadong maraming pansin ang kanyang pagsigaw. Kaya, inanyaya siya ng doktor na unang niya kausap palabas.

Bumalik sila sa silid ni Lia. Ipinaliwanag ni Samantha nang mas detalyado ang lahat. Buti na lang at tiningnan niya ang kanyang relo kaya nasabi niya sa kanila ang eksaktong oras kung kailan nangyari ang lahat.

"Seriyosong bagay ito," sabi ni Doctor Brown. "Hayaan ninyo sa akin. May kamera ng seguridad kami sa buong ospital. Baka mali ang narinig ninyo tungkol sa ikalawang palapag? Baka nasa ikapitong palapag siya ngayon at nagpapascan habang tayo'y nag-uusap. Hayaan ninyo sa akin. Maghintay kayo rito at babalikan ko kayo sa lalong madaling panahon."

Umupo si Samantha at ipinaliwanag ang lahat kay Hannah. Pinaghati nila ang tuna sandwich at pinilit na huwag mag-alala.

***

HABANG NATUTULOG PA SI Lia, umalis sa gusali ang lalaking hindi naman talaga doktor at ang mga intern na hindi naman talaga intern. Pumunta sila sa nakahandang sasakyan. Iniwan nila ang gurney sa paradahan.

Tumawag si Doctor Brown ng pagpupulong kasama ang Administrator. Gamit ang Video na pagmamanman, nasaksihan nila ang pagdukot kay Lia. Inabisuhan nila ang pulisya, at ibinigay ang paglalarawan ng sasakyan. Sa kasamaang palad, hindi nakuha ng mga kamera ang detalye ng plaka.

"Maghintay muna tayo," sabi ni Helen Mitchell, ang Tagapamahala ng Ospital. Magreretiro na siya sa loob ng ilang araw. "Bago natin ipaalam sa ina ng batang babae. Ayaw nating ikabahala siya."

"Hindi ko magagawa iyon," sabi ni Doctor Brown.

"Baka maibalik ng pulisya ang bata agad-agad."

"Sana nga ay tama ka. Pero nakakaalala pa rin. Sana hindi sila makalayo."

Tumunog ang telepono, mula sa pulisya. Naglabas sila ng paunawa sa lahat ng punto para sa batang babae. Humiling sila ng kamakailang litrato niya.

"Kamakailang litrato ang gusto nila," sabi ni Helen Mitchell.

"Ang tanging paraan para makakuha ay itanong sa ina niya," sabi ni Doctor Brown.

Tumango si Helen nang humarap si Brown para umalis.

"Sabihin mo sa kanila na ipa-fax namin ito agad."

"Magpapadala ako ng tao mula sa koponan sa trauma," sabi ni Helen. Pagkatapos ay sa pulis sa telepono, "Bulag siya at pitong taong gulang pa lang. Bakit nga ba gagawin ng tatlong lalaking ito ang ganoong kahirap na paraan para ilabas siya ng ospital nang ganito?"

"Hindi ko masabi," sabi ng pulis sa kabilang linya.

KABANATA 5

AGAD NA NARAMDAMAN NI E-Z na may hindi tama sa bagong kaibigan niyang si Lia. Dapat ay natutulog siya sa kanyang kama sa ospital, pero ang kama niya ay gumagalaw. Ano 'to?

Naisipan niyang gisingin siya, pero ano'ng magagawa niya kahit gisingin pa niya? Hindi, mas mabuting hayaan na lang siyang matulog - hanggang sa mahanap at mailigtas niya siya. Sa totoo lang, siya ay masayang nananaginip na siya ay gumaganap ng isang ballet. Hindi siya gaanong nakapansin sa ballet dati, pero sa tingin niya ay talentado ang batang babaeng ito. At sumasayaw siya gamit ang mga mata sa kanyang mga kamay habang gumagalaw sa entablado.

Inilipat ni E-Z ang sarili sa kanyang isipan papunta sa kinaroroonan niya nang walang gaanong kahirap-hirap. Naroon siya, mahimbing ang tulog sa likurang upuan ng isang gumagalaw na sasakyan. Napakatahimik ng kanyang mukha, dahil nasa isip niya ay nasa ibang lugar siya at ginagawa ang gustong-gusto niya - ang sumayaw.

Pinalawak niya ang kanyang pananaw, at nakita niya ang tatlong ulo. Ang nagmamaneho ay normal ang laki at pangangatawan. Samantalang ang dalawang lalaki ay mukhang mga manlalaro ng football.

"Pabilisin mo!" utos ni E-Z sa kanyang upuan, pero ginawa na nito iyon.

Paano niya siya matutulungan, kung siya ay nakakulong pa rin sa loob ng pilak na bala? Kailangan niyang durugin ito nang lubusan - at mas maaga kaysa sa huli. Hanggang ngayon, hindi pa rin nagtagumpay ang lahat ng pagtatangka na basagin ito.

Nagtaka siya kung bakit siya kinuha ng mga lalaki. Alam kaya nila ang kanyang kapangyarihan? Paano nila iyon malalaman? Karamihan sa mga ospital ay may CCTV, baka pinapanood siya nila? Pero wala itong katuturan. Siya ay isang pitong taong gulang na bulag na batang babae. Ano kaya ang gusto nila sa kanya?

Habang nagliliyab si E-Z sa bilis sa kalangitan, hindi niya maiwasang magtaka kung bakit nila siya dinukot. Nagbabalak ba silang maningil ng ransom?

Sa anumang kaso, kung iyon ang hinahanap nila, mas may katuturan iyon sa kanya. Mas mabuti kaysa malaman nilang may kapangitan siya. At may espesyal pang kapangyarihan. Gayunpaman, ang kanyang pangunahing prayoridad ay makalabas sa bala.Sumigaw siya. Tulad ng maraming beses na niyang nagawa dati, "TULONG!"

POP.

"Kamusta," sabi ni Hadz, habang nakaupo sa balikat ni E-Z. "Ano'ng ginagawa mo rito? Masyadong maliit ang lugar na ito para sa'yo." Nag-roll ang mga mata ni Hadz.

Sobrang tuwa si E-Z nang makita si Hadz. Hinawakan niya ang munting nilalang at mahigpit itong niyakap sa kanyang dibdib.

"Uh, ingat mo ang mga pakpak," sabi ni Hadz.

Bitiwan ni E-Z ang nilalang. "Salamat sa pagdating at pagsagot sa tawag ko. Kailangan kitang tulungan para makalabas ako sa bagay na ito. Alam kong inalis ka na sa kaso ko, pero may isang batang babae na nagngangalang Lia at siya ay nanganganib at kailangan niya ako. Kailangan mo talaga akong tulungan. Sigurado akong mauunawaan ni Eriel."

"Ah, so ayaw mong nandito?" tanong ni Hadz.

"Hindi, ayaw kong nandito. Gusto kong makalabas, pero paano?"

"Gawin mo na lang," sabi ni Hadz.

"Sinubukan ko na lahat. Hindi gumagalaw ang mga gilid. Tinawag ko si Eriel para tulungan ako, pero sabi niya ako lang ang bahala rito."

"Ah, hindi niya iyon magugustuhan. Hindi ako dapat tumulong, pero isang bagay ang masasabi ko sa'yo: pag-isipan mo ang iyong paligid."

"Walang silbi iyan," sabi ni E-Z, pinipilit na hindi tuluyang mawalan ng pasensya. "Hiningi ko sa upuan na dalhin niya ako kay Uncle Sam. Siguradong makakalabas ako rito sa tulong niya. Pero hindi pinansin ng upuan ang gusto ko. Ngayon, may isang batang babae na nasa panganib, at kailangan niya ng tulong ko. Kung hindi ako makalalabas, hindi ko matutulungan ang sarili ko, at kung hindi ko matutulungan ang sarili ko, hindi ko rin siya matutulungan. Pakiusap. Sabihin mo sa akin kung paano ako makakalabas dito. I-zap mo akong palabas o kung ano man."

Umiling ang nilalang, pagkatapos ay lumipad pataas sa tuktok ng bala. Dinampi nito ang dulo. "Isipin mo ang pisika.

Kung nasa loob ka ng isang bala, na siyang kahawig ng bagay na ito, kailangan kang mailabas. Mabaril. Tama?"

Pinag-isipan ni E-Z ang kanyang mga pagpipilian. Maaari niyang utusan ang upuan na ibaba siya, na magpapalipad sa kanya patungo sa lupa. Sisihin ng lupa ang kanyang pagkahulog. Bubuksan ba nito nang todo ang bala? Napagpasyahan niyang sulit ang panganib. "Sige," sabi ni E-Z, "kailangan kong utusan ang upuan na ibaba ako, tama?"

Tumawa ang nilalang. "Nakakatawa ka, E-Z. Kung mahuhulog ka mula sa ganitong taas, tatagos ang bagay na ito sa lupa. Kung hindi ito sumabog pag tumama. At kasama ka sa loob." Tumawa uli ito. "O hindi ka namatay sa pagkahulog. Kung namatay ka, hindi mo maililigtas ang batang babae. Uy, anong batang babae ba ang pinag-uusapan mo?"

"Ang pangalan niya ay Cecelia, Lia at nasa Netherlands siya, hindi kalayuan sa kinaroroonan natin ngayon."

Nararamdaman ni Hadz ang dulo ng lalagyan na hindi nakita ni E-Z, at hindi rin niya maaabot. Itinulak ng nilalang ito. Bumitaw ang silindro at bumukas na parang tulip. Tinulungan ni Hadz si E-Z na lumabas sa bala at hindi nagtagal ay nakaupo na siya sa kanyang upuan, hawak ang bagay sa kanyang kandungan. Bumuka ang mga pakpak ni E-Z. Maganda ang pakiramdam na maunat ang mga ito.

Tumilay si E-Z sa kalangitan, dala ang silindro na ibinaba niya sa Dagat Hilaga.

Ang tatlo, sina E-Z, ang upuan at si Hadz ay lumipad nang mabilis patungong Hilagang Holland kung saan mabilis na nagmamaneho ang kotse.

"Salamat," sabi ni E-Z.

"Walang anuman," sagot ni Hadz. "Manatili muna ako kung sakaling kailanganin mo ako."

"Ang galing!"

KABANATA 6

NAKAHAHABOL NA SI E-Z sa kotse, na papalapit na sa Zaandam. Tiningnan niya at natutulog pa rin nang mahimbing si Lia sa likurang upuan. Hindi na siya nananaginip, kaya nag-alala siyang baka magising na siya.

Binaligtad ng wheelchair niya ang direksyon, pinabilis, at tinutok sa kotse, pagkatapos ay lumutang sa itaas nito. Napansin ng huwad na doktor na nagmamaneho ang wheelchair sa likuran nila sa panig na salamin.

"Wat is dat vliegende contraptie?" tanong niya. (Salin: Ano 'yang lumilipad na gamit na iyan?")

Tumalikod ang dalawang tulisan.

Sabi ng isa, "Ik weet het niet, maar versnel het!" (Salin: Hindi ko alam, bilisan mo lang!")

Tumawa ang pangalawang tulisan, saka kumuha ng baril mula sa glove box ng dashboard. Inusisa niya kung may bala. Mabilis niyang isinara ito at pinindot ang catch para buksan.

Lumapag ang wheelchair ni E-Z sa bubong ng kotse nang malakas.

Matindi ang pagpreno ng driver, kaya tumilapon pasulong ang wheelchair. Dumulas ito pababa sa harapang salamin ng kotse, saka tumawid sa hood.

Lumipad si E-Z, lumutang, at humarap sa kanila.

"Ano'ng?" sigaw ng drayber, nang mawalan siya ng kontrol sa kotse, na naging sanhi upang madulas ito at mag-zigzag.

Lumipad si E-Z at ang wheelchair, bumalik sila, at hinawakan ang bumper ng kotse na naging dahilan upang tuluyang huminto ito.

Agad na nabuksan nang malakas ang pinto ng pasahero at nagpaputok sila.

Sa likurang upuan, patuloy na hinihilik ni Lia.

Ang tulisan na may baril ay bumaba sa labas ng pinto, pagkatapos ay lumuhod at naghanda nang barilin si E-Z.

Biglang lumitaw si Hadz at pinukpok palabas ng kamay ng tulisan ang baril. Pagkatapos ay tinali niya ang mga kamay nito sa likuran at pati ang mga paa, na para bang isang guya sa rodeo.

Diretsong sinugod ng pangalawang tulisan si E-Z, na sinabit siya gamit ang sinturon nito. Nadapa ang tulisan, kaya madali niyang naibalot ang sinturon sa mga paa nito.

Sinubukan ng lalaki na tumalon palayo pero hindi siya nakalayo. Nang mapigilan na siya, sinugod nila ang doktor gamit ang mekanismong parang kulungan ng upuan. Nahuli ang doktor at hindi makagalaw.

Hindi nagising si Lia sa buong pangyayari, kahit na buhatin siya ni Hadz palabas ng sasakyan at dalhin sa isang ligtas na lugar.

Pinigil ni E-Z ang tatlong lalaki nang magkatabi sa likurang upuan ng kotse.

"Sino ang pinagtatrabahoan ninyo?" ang sigaw niya.

Lumipad si Hadz papunta sa kanya, "Hindi nila maintindihan ang Ingles." Sa mga lalaki, isinalin niya ang tanong ni E-Z. Nang sumagot ang pekeng doktor, isinalin ito ni Hadz. "Sabi niya, hindi nila alam kung kanino sila nagtatrabaho."

"Kalokohan 'yan. Dinukot nila ang isang bata mula sa ospital. Itanong mo sa kanila kung saan nila siya dadalhin noon? At paano nila nalaman tungkol sa kanya?"

Inisalin ni Hadz. Muling sumagot ang huwad na doktor, "Sinabihan kaming dalhin siya sa pantalan, at may maghihintay doon sa kanya. 'Yun lang ang alam namin.'"

Hindi naniwala si E-Z sa kanila, pero kinumpirma ni Hadz na nagsasabi nga sila ng totoo. "Ano ang gusto mong gawin sa kanila?" tanong niya.

"Maaari mo bang burahin ang alaala nila? At pati na rin ang alaala ng mga taong konektado sa kanila. Ang tatlong ito ay mga pihitan sa makina. Gusto naming burahin ang alaala ng taong nasa pantalan. Para makalimutan nila lahat ang tungkol sa kanya – magpakailanman."

"Ginawa ko na," sabi niya.

"Wow, ang bilis mo!"

Umalis sina E-Z at Hadz sa upuan at bumalik sa ospital, kasabay ng pagmulat ni Lia. Iginiling niya ang ulo, naramdaman ang hangin na humahaplos sa buhok niya at yumakap nang mahigpit sa dibdib ni E-Z. Binuksan niya ang kanang palad at tiningnan ang kaibigan niyang batang-anghel. Tumawa siya at niyakap siyang mahigpit. Nang mapansin niya ang munting nilalang na parang diwata sa balikat ni E-Z, ginamit niya ang kanyang mga mata sa palad para titigan ito.

"Ang liit mo at ang cute mo," sabi niya.

"Ikinalulugod kitang makilala," sabi ni Hadz. "At salamat."

Tumilay sila patungo sa ospital.

"Ligtas ka na ngayon," sabi ni E-Z.

"At hindi ka na nasa bagay na iyon," sabi ni Lia.

"Tinulungan ako ni Hadz na makalabas," sabi ni E-Z, habang pinapagalaw ang kanyang mga pakpak.

"Saan mo nakuha 'yan?" tanong ni Lia. "Pwede ba akong mabigyan?"

Ngumiti si E-Z. Hindi siya sigurado kung gaano karami ang dapat niyang ikwento sa kanya. Nag-alala siya kung ano ang sasabihin ni Eriel kung masyado siyang maglalahad. "Nakuha ko 'yan pagkatapos mamatay ng mga magulang ko."

"Pero bakit?" tanong ng munting si Lia.

"Nagsimula akong magligtas ng mga tao," sabi ni E-Z.

"Ibig mong sabihin, hindi ako ang unang taong nailigtas mo?"

"Hindi, hindi ka."

Umakbo si Hadz, senyales kay E-Z na tumigil na sa pagsasalita.

Patuloy silang lumipad nang tahimik. Yakap ng munting batang babae ang dibdib ni E-Z. Alam ng wheelchair kung saan ito kailangang pumunta. Muling naramdaman ni Hadz na kailangan siya.

Nawala si E-Z sa kanyang mga iniisip. Nagtaka siya kung ang pagliligtas kay Lia ang pangunahing pagsubok. O kung ang pagtakas sa bala ang nakumpleto sa gawain. Baka dalawa iyon para sa isa! Ilan na kaya iyon noon? Kailangan niyang isulat ang mga iyon para masubaybayan. Iyon ang ginagawa niya sa kanyang journal, pero kamakailan lang ay wala siyang masyadong oras para magtala ng mga bagay.

"Naririnig kitang nag-iisip," sabi ni Lia. Nakabuka ang palad niya. Pinagmamasdan niya ang labas ni E-Z habang nakikinig sa iniisip nito sa loob. "Gusto kong malaman pa ang tungkol sa mga pagsubok na ito. At gusto kong malaman kung bakit nakikita ko gamit ang mga kamay ko imbis na ang mga mata ko. Sa tingin mo ba malalaman ito ng Eriel na ito?"

POP

Hindi na naghintay si Hadz ng sagot.

"Nasa ibaba ang ospital," sabi ni E-Z.

Dahan-dahang bumaba ang upuan, at pumasok sila sa ospital. Nawala si E-Z at ang mga pakpak ng upuan. Itinulak niya ito sa pasilyo at natagpuan ang silid ni Lia. Nakaantabay doon ang ina nito.

"Arestuhin ninyo ang batang ito," sigaw ng ina ni Lia.

Nabigla si E-Z. Bakit niya gustong ipa-aresto siya? Kakaligtas lang niya sa panganib ang anak nito.

"Pero Mama," bungad ni Lia.

Pumasok ang mga pulis. Inabot nila ang likod ni E-Z at ipinasok ang kanyang mga kamay sa posas.

Bago nila ito isara, sumigaw si Lia. Pagkatapos ay binuksan niya ang mga palad ng kanyang mga kamay at itinapat ang mga ito sa harap niya. Mula sa kanyang mga palad ay lumabas ang isang manlalaglag na puting liwanag na nagdulot para huminto sa oras ang lahat sa silid maliban sa kanya at kay E-Z. Pinigil ni munting Lia ang oras.

"Ang galing! Paano mo ginawa 'yan?" sigaw ni E-Z habang nahulog sa sahig ang posas nang malakas.

"E, ewan ko. Gusto kitang protektahan. Iligtas ka." Tumigil siya, nakinig. "May paparating, kailangan kang lumabas dito. Nararamdaman kong may iba pang paparating, at kailangan kang umalis na."

"May tao?" tanong ni E-Z. "Alam mo kung sino?"

"Hindi ko alam. Ang alam ko lang, may paparating pang iba, at kailangan kang umalis - agad."

"Okay ka lang ba? Saktan ka ba nila?"

"Okay lang ako – ikaw ang hinahabol nila – hindi ako. Umalis ka na dito, ngayon na."

"Kailan kita muling makikita?" tanong ni E-Z, habang binasag niya ang bintana ng ospital at lumipad palabas at naghintay ng kanyang sagot.

"Palagi mo akong makikita, E-Z. Magkaugnay tayo. Magkaibigan tayo. Lumabas ka na rito at ako na ang bahala sa iba." Hinalikan niya ito gamit ang hangin.

Humiga si Lia sa kama, itinakip ang kumot hanggang leeg at nagkunwaring mahimbing na natutulog bago niya muling pinaandar ang mundo.

"Ano ang nangyari?" tanong ng kanyang ina.

Muling naging maayos ang lahat. Nasa kama si Lia nang walang galos.

Nagpatuloy ang mundo gaya ng dati habang nilipad ni E-Z pabalik ang kanyang tahanan.

"Salamat, Hadz sa pagtulong," sabi ni E-Z kahit na umalis na siya. Sa paanuman, alam niya na kahit saan siya man naroroon, naririnig siya nito.

KABANATA 7

HABANG LUMILIPAD SI E-Z sa kalangitan, naisip niyang nagugutom na siya. Nasa ilalim niya ang Malaking Ben. Nagpasya siyang lumapag at kumuha ng Ingles na isda at patatas na pritong hiwa.

Habang pababa ang upuan, napansin niya ang isang puting van na mabilis na bumababa sa kalsada. Parallel ito sa isang paaralan. Nakita niya ang mga magulang na nasa sasakyan at naglalakad na naghihintay na sunduin ang kanilang mga anak.

Nang lumiko ang van sa kanto, lalo itong bumilis.

Biglang sumirit pasulong ang wheelchair niya, at bumagsak sa likuran ng sasakyan. Lalo pang naging pabaya ang pagmamaneho nang papalapit ito sa paaralan. Nagsimulang lumabas ang mga bata.

Hinawakan ni E-Z ang likod ng van. Gamit ang buong lakas niya, hinila niya ito hanggang tuluyang huminto nang may malakas na kulog ng gulong.

Sinipa ng driver ang gas, sinusubukang umandar. Wala siyang nagawa. Hindi nila makita kung ano o sino ang humahadlang sa kanila.

Binaklas ni E-Z ang kandado ng trunk, inabot ang loob at hinugot ang jumper cables. Tumilapon pasulong ang wheelchair at bumagsak sa bubong ng sasakyan. Ginamit ni E-Z ang jumper cables para itali ang mga pinto ng kabina. Hindi makalabas ang driver.

Pumuno sa paligid ang mga tunog ng sirena.

Tumakas si E-Z, at nang mapansin niyang may ilang tao na kinukuhanan siya ng litrato gamit ang kanilang mga cellphone, mas lalo siyang lumipad pataas.

Nangungolngol ang tiyan niya at naalala niya Ingles na isda at patatas na pritong hiwa. Dahil wala siyang perang British, hindi niya iyon mabayaran, kaya umuwi na lang siya.

Habang iniisip niya ang tiyuhin niyang nagtataka kung nasaan siya, naisip niyang mag-iwan ng mensahe at sinimulan na niya ito, "Papauwi na ako."

I-CLICK

"Nasa saan ka?" tanong ni Tiyuhin Sam.

Natutuwa si E-Z na hindi iyon isang mensahe!

"Nililiparan ko lang ang Britanya. Magandang araw para lumipad, hindi ba?"

"Ano? Paano?"

"Mahaba ang kuwento, ipapaliwanag ko pagbalik ko."

"Nasa eroplano ka ba?"

"Hindi, ako lang at ang silya ko."

Sa ibaba, nakita ni E-Z ang mga tao na kumukuha ng litrato niya. Nang makita niya ang isang lokal na eroplano na 747 na papalapit sa kanya, naisip niyang may problema na siya. Bago pa man siya makalipad nang mas mataas, kinukuhanan na siya ng mga kamera ng larawan at ipinapaskil ang mga ito sa buong panlipunang midya.

"Pasensya na, Eriel," sabi niya, habang itinaas pa niya ang sarili. "Alam mo yung kasabihan na anumang publisidad ay magandang publisidad? Aba..." Tumawa si E-Z. Kung nakikita siya ni Eriel araw-araw at bawat oras, bakit pa niya kailangang tawagin siya para humingi ng tulong? May hindi yata tama. Hindi ba gusto ng mga arkanghel na tapusin niya ang mga pagsubok?

Nanginig siya nang magbago ang langit, umiikot at kumikibot ang mga itim na ulap sa paligid niya. Nagpatuloy siya sa paglipad, pinilit niyang bilisan, pero nagsimulang bumagsak ang mga kidlat, at kailangan niyang iwasan ang mga ito. Naalala niya ang eroplano. Nakita niyang matagumpay itong lumapag, at walang nasaktan na tao. Nagpatuloy siya pauwi.

Pagkatapos ng bagyo, lumabas ang mga bituin. Patuloy na kumakaway ang mga pakpak ng kanyang upuan habang natutulog si E-Z.

"E-Z?" sabi ni Lia sa isip niya. "Nandiyan ka ba?"

Bigla siyang nagising, nakalimutan niyang nasa upuan siya at nahulog. Nagsimulang bumagsak siya, pero gumana ang kanyang mga pakpak at hindi nagtagal ay nasa upuan na naman siya.

"Ayos lang ba, munting isa?" tanong niya.

"Oo. Akala nila panaginip lang lahat, ang pakikipag-usap ko sa'yo. Ang pagguhit ko ng mga larawan mo. Alam ni Mama ang tatu, pero ayaw niyang harapin iyon."

"Ah, ikinakabahala ka ba niyan?"

"Hindi. Tumitindi ang mga kapangyarihan ko. Nararamdaman ko sila, at alam kong may darating. Isang bagay na kakailanganin mong tulungan ako. Uuwi na rin ako agad. Tatanungin ko si Mommy kung puwede tayong bumisita sa'yo. Malapit na."

"Ano? Dapat tawagan ni Mama mo si Uncle Sam ko at puwede silang mag-usap?"

"Oo, magaling na ideya iyon. Nakita na ni Manay ang mga litrato, at nakilala na ka niya, pero hindi niya maalala. Parang na-linis ang isip niya o natutulog ang mga alaala niya tungkol sa'yo."

"Sigurado ka bang ito ang tamang gawin?"

"Sigurado ako. Kailangan kong naroroon kung nasaan ka. Kailangan kitang tulungan."

Naging blangkong ang isip ni E-Z. Nawala si Lia.

Naisip ng tinedyer si Lia, na pupunta sa Hilagang Amerika. Siya ay isang maliit na batang babae, bulag ngunit may pakiramdam sa kanyang mga kamay, oo, pero paano niya siya matutulungan? Tinulungan niya siyang makatakas, pero nalilito siya sa pagkakasangkot nito. Ayaw niyang ilagay siya sa panganib. Tinawag niya si Eriel muli. Inawit niya ang mantra, ngunit walang nangyari.

Tiningnan niya ang tanawin, upang ilayo ang isip niya sa munting batang babae sandali. Halos nasa bahay na siya ngayon. Buti na lang at na-modify ang kanyang upuan at makakapaglakbay siya nang M-A-G-I-N-A-P!

KABANATA 8

SA UNAHAN, NAKITA NI E-Z ang baybayin. Huminga siya nang maluwag hanggang sa mapansin niya ang isang malaking ibon na tuwirang papunta sa kanya. Nang lumapit ito, napagtanto niyang isang swan ito. Ngunit hindi ito karaniwang laki. Napakalaki nito at ganoon din ang lapad ng mga pakpak nito na tinantiya niyang mahigit isang daang limampung pulgada. Ito ang parehong swan na nakausap niya dati.

At hindi lang iyon, napansin din niya ang isang maliwanag na pulang ilaw na kumikislap sa balikat ng ibon.

Lumihis ang swan at saka mabigat na lumapag sa kanyang mga balikat. Sumakay ito.

"Uy, kumusta," sabi ni E-Z, habang tinitingnan pataas ang magandang nilalang nang ito'y tumigil.

"Hoo-hoo," sabi ng swan. Pagkatapos ay iniling-iling nito ang ulo, binuksan ang tuka, at sinabi, "Kamusta E-Z."

"Sa tingin ko, may utang akong pasasalamat sa iyo," sabi niya.

"Oh, wala kang dapat ikabahala. At sana ay hindi mo alintana na sumakay ako," sabi ng gansa, habang inaayos ang mga balahibo nito.

"Ah, walang problema," sagot ni E-Z.

"Ito si Ariel, ang aking mentor," sabi ng gansa.

WHOOPEE

Pinalitan ng isang anghel ang pulang ilaw.

"Kamusta," sabi niya, na nakaupo sa tuhod ni E-Z.

"Uh, nice to meet you," sabi niya.

"Paano ako makakatulong?" tanong niya.

"Sana kayo, at ang kaibigan kong swan dito, ay makabuo ng isang pakikipagsosyo."

"Paano naman?" tanong niya.

"Marami nang pinagdaanan ang protégé ko. Maaari niyang ikwento sa iyo ang mga detalye kapag handa na siya, pero sa ngayon kailangan kitang tulungan siya sa pamamagitan ng pagpapahintulot na tulungan ka niya sa mga pagsubok. Kailangan mo rin naman ng tulong, hindi ba?"

"Ayon sa pagkakaintindi ko," sabi niya kay Ariel. Pagkatapos ay sa gansa, "wala kang dapat ikabahala, pare." Ngayon kay Ariel, "ay walang sinumang makakatulong sa akin sa aking mga pagsubok. Direkta iyan mula kina Eriel at Ophaniel."

"Napag-usapan ko na iyon sa kanila. Kaya, kung iyon lang ang iyong pagtutol," huminto siya sandali,

WHOOPEE

at nawala na siya.

Pagkatapos noon, nagpatuloy sina E-Z at ang gansa sa pagtawid sa Karagatang Atlantiko patungong Hilagang Amerika. Palagi niyang gustong makita ang Grand Canyon. Kailangan na lang niyang puntahan iyon sa ibang pagkakataon. Nanghilik ang gansa at yumakap nang mahigpit sa leeg ni E-Z.

Inabot ni E-Z ang kanyang bulsa at inilabas ang kanyang telepono. Kumuha siya ng selfie kasama ang swan. Hinawakan niya ang telepono, balak i-record ang swan sa susunod na magsalita ito. Kailangan niya ng patunay na hindi siya nawawala sa sarili.

Pagkalipas ng ilang sandali, nakatutok na si E-Z sa kanyang bahay. Araw ng klase iyon, pero sobrang pagod siya para pumunta. Nang magsimulang bumaba ang upuan, nagising ang swan. "Nandito na ba tayo?"

"Oo, nandito na tayo sa bahay ko," sabi ni E-Z, habang pinipindot ang record button sa telepono niya. "May gusto ka bang lugar na ihanap kita?"

"Hindi na, salamat. Mananatili ako sa'yo," sabi ng gansa, habang iniunat ang leeg para silipin ang bahay na kanyang titirhan. "Ikaw at ako, kailangan nating mag-usap."

Pinigil ni E-Z ang play pero puro katahimikan lang ang narinig. Hindi na-record ang swan. Kakaiba.

Lumapag sila sa harap ng pinto. Ikinabit ni E-Z ang susi sa kandado pero bago pa man niya ito mabuksan, nandiyan na si Uncle Sam. Binigyan niya ng mahigpit na yakap ang pamangkin at sinabi, "Maligayang pag-uwi." Hinimas niya ang baba at mukhang medyo nag-alala nang makita niya ang kasama ni E-Z, isang napakalaking swan.

"Masaya akong makabalik," sabi ni E-Z habang papasok siya.

Sumunod ang swan, na ang mga paa nitong may palikpik ay marahang tumatapak sa likuran niya.

"At sino naman itong, uh, kaibigang may balahibo mo?" tanong ni Tiyo Sam.

Napagtanto ni E-Z na hindi niya nga alam ang pangalan ng swan.

Sabi ng swan, "Alfred, ang pangalan ko ay Alfred."

Pormal na ipinakilala ni E-Z ang bago niyang kasama.

Pagkatapos, tahimik na naglakad-lakad ang swan sa pasilyo, pumasok sa silid ni E-Z at lumipad patungo sa kama nito para magpahinga nang lubos.

Pumasok si E-Z sa kusina kasama si Uncle Sam na naka-wheelchair.

"Ano ba'ng ginagawa ng swan na 'yan dito?" Tumigil siya, kumuha ng gatas mula sa ref. Pinuno niya ng gatas ang baso ng pamangkin niya. "Hindi siya pwede manatili dito. Kailangan natin siyang ilagay sa Paliguan. Kung kasya man. Siya ang pinakamalaking swan na nakita ko kailanman. Saan mo siya nakita at bakit mo siya dinala dito?"Agad na inubos ni E-Z ang gatas niya. Pinunasan niya ang gatas sa kanyang bigote. "Hindi ko siya nahanap, siya ang nahanap sa akin. At nakakapagsalita siya. Nandoon siya nang iligtas ko yung batang babae at nang iligtas ko yung eroplano. Sabi niya kailangan nating mag-usap."

Walang sumagot si Tiyo Sam at naglakad sa pasilyo. Sumunod si E-Z nang malapitan nang hindi nagsasalita.

"Magsalita ka!" utos ni Tiyo Sam.

Bumukas ang mga mata ni Alfred na laksam, nag-yawn, at pagkatapos ay muling nahimbing nang hindi man lang gumawa ng kahit isang tunog.

"Sinabi ko, magsalita ka," sabi ni Uncle Sam, mul'ing sinubukan.

Bumukas ang tuka ni Alfred na laksam at humuni siya.

"Okay lang, Alfred," sabi ni E-Z. "Tito Sam ko ito."

"Hindi niya ako maintindihan. At hindi ko sa tingin kailanman niya iyon magagawa. Nandito ako para sa'yo at para sa'yo lamang," sabi ni Alfred na gansa. Humikab, pagkatapos ay yumakap sa kumot at muling nahimbing ang tulog.

Tumitig si Tiyo Sam, habang ang gansa ay naging masigla at nakatingin nang mabuti kay E-Z.

Isinara niya at ni Tiyo Sam ang pinto palabas at bumalik sila sa kusina para mag-usap.

Pagod na pagod si E-Z, halos hindi na niya mabuhat ang kanyang mga mata.

"Hindi ba puwede ito paghintayin hanggang bukas," tanong niya.

Umiling si Sam.

"Sige, narito na. Una, tinamaan ko ng bola ng baseball ang labas ng parke. At tumakbo o umikot ako gamit ang wheelchair sa mga base. Tapos, naipit ako sa loob ng isang lalagyan na hugis bala na walang labasan. Tapos nakausap ko ang isang batang babae sa Netherlands. Pumunta ako roon para iligtas siya. Ang pangalan niya ay Lia, at tatawagin ka ng kanyang ina. Pinigilan ko ang isang sasakyan na saktan ang mga bata, sa London, England. Pagkatapos ay nakilala ko si Alfred na swan na trumpeter. At ngayon ay updated ka na - pwede na ba akong matulog?"

"Ano ang sasabihin ko kapag tinawagan niya ako?" tanong ni Sam. "Hindi naman natin kilala ang mga taong ito, pero papayagan natin silang manatili rito sa bahay kasama natin. Tayo at si Alfred na laki?"

"Oo, pakisabayan mo na lang. May plano rito at hindi ko pa alam lahat ng detalye. May kapangyarihan si Lia, may mga mata sa palad niya at nababasa niya ang iniisip ko at mapapatigil niya ang oras. May kapangyarihan din si Alfred na laki, nababasa niya ang isip ko at nakakapagsalita siya. Sa tingin ko konektado tayong tatlo sa ilang paraan, marahil dahil sa mga pagsubok. Hindi ko alam. Anumang bagay ang maaaring mangyari habang pinapanood ako ni Eriel 24-7," sabi ni E-Z.

Habang papalapit sila sa pasilyo, narinig nila ang kalampag ng mga paa ng gansa habang naglalakad-lakad ito. "Sobrang gutom ko para matulog," sabi ni Alfred na gansa.

"Anong klaseng pagkain ang kinakain mo?"

"Masarap ang mais, o kaya palabasin mo ako sa likod at kukuha ako ng damo para sa sarili ko."

"May mais ba tayo?" tanong ni E-Z.

"Nasa freezer lang," sabi ni Uncle Sam. "Pero pwede kong patakbuhin ang mga butil sa ilalim ng mainit na tubig, at handa na sila agad."

"Sabi mong salamat sa kanya," sabi ni Alfred na tagak. "Napakabait niya."

Inilagay ni Uncle Sam ang mais sa isang plato at kinain ni Alfred ang inialok. Ngunit nagugutom pa rin siya at kailangan niyang lumabas para umihi, kaya humiling din siyang lumabas. Habang nasa labas siya, kakain siya ng damo.

Pinanood nina E-Z at Uncle Sam ang swan nang ilang segundo.

"Sana hindi dumalaw ang chihuahua ng kapitbahay," sabi ni Uncle Sam. "Ang laki kasi ng swan na 'yan, baka matakot nang husto ang aso."

Tumawa si E-Z. "Isipin mo kung ano ang gagawin ng aso kung maiintindihan niya ito tulad ng sa akin?"

Nagpakasaya si Alfred na swan. Tiyak niyang magiging masaya siya rito.

KABANATA 9

KALAUNAN, HUMILING SI ALFRED na makipag-usap nang pribado kay E-Z.

"Pwede mong sabihin dito ang gusto mong sabihin," sabi ni E-Z. "Hindi ka naman maintindihan ni Uncle Sam, tandaan mo?"

"Oo, alam ko. Pero usapin ito ng magandang asal. Hindi ka dapat nakikipag-usap sa isang tao kapag nariyan ang iba, lalo na kung bisita ka sa bahay ng iba. Magiging, aba, medyo bastos iyon. Sa katunayan, napakabastos."

Ngayon lang napagtanto ni E-Z na may British accent si Alfred na hansa.

"Pwede na po ba akong umalis?" tanong ni E-Z.

Tumango si Uncle Sam at pumasok si E-Z sa kanyang silid, sinusundan ni Alfred na hansa.

"Sige," sabi ni E-Z. "Sabihin mo kung bakit ka pinadala rito ni Ariel at ano nga ba talaga ang balak mong gawin para tulungan ako?"

Ngayon na nasa kama na si E-Z, nag-ikot-ikot ang swan habang pinipisil-pisil ang kumot, sinusubukang maging komportable.

"Pwede kang matulog sa paanan ng kama," sabi ni E-Z, habang ihahagis ang isang unan doon.

"Salamat," sabi ni Alfred na swan. Tumambak-tambak siya papunta sa unan at pinukpok ito ng kanyang mga paa na may palikpik hanggang sa maging komportable ito. Pagkatapos ay lumuhod.

"Ngayon, magsimula na tayo," sabi ni Alfred.

Si E-Z, na nakasuot na ng kanyang pajama, ay nakinig habang ikinukwento ni Alfred ang kanyang kuwento.

"Noon, isang tao ako."

Nanginig si E-Z.

"Mas mabuting huwag kang mang istorbo hanggang matapos ako," saway ng gansa. "Kung hindi, magpapatuloy nang magpapatuloy ang kuwento ko at wala sa atin ang makakatulog."

"Pasensya na," sabi ni E-Z.

Nagpatuloy ang gansa. "Nanirahan ako kasama ang aking asawa at dalawang anak. Sobrang saya namin, hanggang sa dumaan ang isang bagyo at gibain ang aming bahay at pumatay sa kanila lahat. Nakaligtas ako pero dahil wala na sila, ayaw ko nang mabuhay. Pagkatapos ay may dumating na anghel sa akin, si Ariel na nakilala mo, at sinabi niya sa akin na makikita ko silang muli, kung sasang-ayon akong tumulong sa iba. Masarap ang tumulong sa iba at magbibigay iyon sa akin ng layunin. Bukod pa rito, wala akong ibang pagpipilian kaya pumayag ako."

"May mga pagsubok ka?" tanong ni E-Z. Mali ang akala niya na natapos na ang kuwento ni Alfred.

"Hindi pa natatapos ang kuwento ko," sabi ni Alfred na tagak, na medyo naiinis. Pagkatapos ay nagpatuloy siya.

"Iyon ang pinakapuso ng kuwento ko. Wala akong pagsubok, dahil hindi ako isang anghel na nagsasanay. Hindi katulad ng mga pakpak mo ang mga pakpak ko. Ako ay isang swan, bagaman mas malaki kaysa karaniwan. Ang pangalan ng aking lahi ay Cygnus Falconeri, na kilala rin bilang higanteng swan. Nawala na ang aking uri noon pang matagal na. Hindi pa natutukoy ang aking layunin. Naipit ako sa pagitan ng dalawang mundo, lumulutang sa paglipas ng panahon dahil nagkamali ako. Pero ayaw kong pag-usapan iyon ngayon. Nang makita kitang iniligtas mo ang batang babaeng iyon, tinawag ko si Ariel at tinanong ko kung maaari kitang paglingkuran. Sinita niya ako dahil tumakas ako at ibinalik ako sa pagitan ng dalawang mundo. Tumakas ako muli mula doon at tinulungan kita sa eroplano at hiniling ni Ariel kay Ophaniel na bigyan ako ng isa pang pagkakataon. Ngayon ay may layunin na ako - ang tulungan ka."

"At pumayag si Ophaniel? Pero si Eriel?"

"Hindi noong una. Dahil iniulat nila ako kina Hadz at Reiki nang tulungan kita sa pamamagitan ng pagtawag sa aking mga kaibigang ibon. Nang marinig kong ipinadala sila sa minahan, at nakatakas ulit ako, iniharap ni Ariel ang kaso ko at pumayag si Ophaniel. Hindi ko alam tungkol kay Eriel. Siya ba ang mentor mo?"

"Oo, siya ang pumalit kina Hadz at Reiki. Sila ay paminsan-minsan lang lumilitaw, samantalang sabi niya ay palagi niyang nakikita kung nasaan ako at ano ang ginagawa ko."

"Mukhang sobra naman 'yan. Gayunpaman, gusto ko siyang makilala balang araw. Sa ngayon, tayo ay isang koponan. Matutulungan kita, para balang araw, makasama ko rin muli ang aking pamilya. Kaya, kung saan ka man mapunta, E-Z, sasama ako."

Ipinahinga ni E-Z ang ulo niya sa unan at pinikit ang mga mata. Nagpapasalamat siya sa anumang tulong. Pagkatapos ng lahat, tinulungan siya noon ng gansa sa eroplano.

"Hindi kita sasagkaan," sabi ni Alfred na gansa. "Alam ko, iniisip mong hindi kami magkatugmang magkasama at pagdating ni Lia, mas lalo pa kaming hindi magkatugmang tatluhan pero..."

"Sandali," sabi ni E-Z. "Alam mo si Lia? Paano?"

"Oh oo, alam ko ang lahat tungkol sa'yo at alam ko ang lahat tungkol sa kanya at may alam pa ako. Na tayo tatlo ay magkakaugnay. Nakatadhana tayong magtulungan." Ipinagunat niya ang kanyang panga, na para bang nag-uungol siya. "Pagod na akong magsalita ngayong gabi." Hindi nagtagal, si Alfred na ang gansa ay nahihilik na.

Inulit-ulit ni E-Z sa isip niya ang lahat ng alam niya tungkol sa mga swan. Na hindi naman gaanong marami. Sa umaga, magreresearch siya tungkol sa species ni Alfred.

Nagtataka siya kung ano ang mararamdaman nina PJ at Arden tungkol kay Alfred. Kailangan ba niyang ipakilala sila o puwede bang maging lihim si Alfred?

Binitawan niya ng kamao ang kanyang unan at naghanda nang matulog.

Nagising si Alfred dahil dito, at naiinis siya.

"Kailangan mo bang gawin 'yan?" tanong ni Alfred.

"Pasensya na," sabi ni E-Z.

KABANATA 10

KINABUKASAN, NAGISING SI E-Z sa tunog ng malakas na pagtuktok ni Tito Sam sa pinto niya. "Gising ka na, E-Z! Papunta na diyan sina PJ at Arden para ihatid ka sa eskwela."

Nanghikab si E-Z at nag-unat. Nagsuot siya ng damit at saka umupo sa upuan niya. Dahil natutulog pa si Alfred, dahan-dahan siyang lumabas para puntahan siya pagkatapos ng klase.

"Hindi ka pwedeng pumunta kahit saan nang wala ako!" sabi ni Alfred. Inugoy-ugoy niya ang kanyang mga balahibo sa paligid at saka tumalon pababa sa sahig.

"Hindi ka pwedeng sumama sa akin sa paaralan. Bawal ang mga alaga."

"E-Z, tara na, bata!" sigaw ni Uncle Sam mula sa kusina. "Kung hindi, malalate ka sa almusal."

Nangungungal ang tiyan ni E-Z nang dumating sa kanya ang amoy ng toast. "Papunta na!"

Walang oras para makipagtalo, binuksan ni E-Z ang pinto. Pumasok siya sa kusina nang dumating na sina Arden at PJ. Ang busina sa labas ang nagpatunay na nandoon na sila.

"Sige na, sige na!" sigaw ni E-Z habang kumukuha ng isang pirasong tinapay na inihurno. Naglakad siya sa pasilyo na sinusundan siya sa likuran ng bago niyang kasama na may paa na parang sapot ng gagamba.

Bumaba si PJ ng kotse para tulungan si E-Z na makapasok at tinali niya ang wheelchair nito sa trunk. Habang isinasara niya ito, napansin niya si Alfred na sinusubukang makapasok sa sasakyan.

"Uh, hindi pwedeng makapasok sa kotse ang bagay na iyan," sigaw ni PJ.

Bumaba si Arden ng bintana.

"Ano ba iyan? May memo ba akong hindi nabasa na may Ipakita at Ikuwento tayo ngayon?" natawa siya.

"Swan ba iyan?" tanong ni Mrs. Handle, ang ina ni PJ.

"O siya ba ang Pangulo ng fan club ninyo?" tanong ni PJ na may ngising aso.

Pagsakay nila sa kotse, sumagot si E-Z. "Masyado na kaming matatanda para sa show and tell," natawa siya. "Ang swan ang proyekto ko. Isang eksperimento, parang asong gabay para sa bulag. Siya ang kasama ko sa wheelchair." Kinabitan niya si Alfred ng .

Umalis si PJ para umupo sa unahan sa tabi ng kanyang ina.

Sinabi ni Alfred na swan, "Hindi mo ba ako ipapakilala?"

Pinaandar ni Mrs. Handle ang kotse at sila'y patungo na sa paaralan.

"Alfred," tumingin si E-Z sa kanyang mga kaibigan, "kilalanin mo si Mrs. Handle. At ang dalawa kong matalik na kaibigan, sina PJ at Arden. Lahat, ito si Alfred, ang trumpeter swan." Ipinag-krus ni E-Z ang kanyang mga braso.

Sinabi ni Alfred, "Hoo-hoo." Kay E-Z ay sinabi niya, "Lubos akong natutuwa na makilala ka. Maaari kang mag-translate para sa akin."

"Paano mo alam ang pangalan niya?" tanong ni PJ.

"Hindi ka ba nagiging, ano nga ba ang pangalan niya, yung lalaking nakakapagsalita sa mga hayop ngayon, E-Z? Sabihin mong hindi, ha?" Bagaman, puwede itong maging tunay na pinagkakakitaan ng pera. Puwede nating i-market ang talento mo. Magtanong ng mga katanungan, at i-post ang mga sagot sa sarili nating YuTub. Puwede nating tawagin itong E-Z Dickens Swan Whisperer."

"Napakahusay na ideya!" sabi ni PJ habang humihinto ang kanyang ina sa crosswalk. "Ilang taon na ang nakalipas, malamang nakagawa na kami ng milyon-milyon online. Sa ngayon, mahirap kumita ng pera online. Talagang pinahigpitan nila."

"Huwag kang bastos," sabi ni Mrs. Handle habang nagpapatuloy sa pagmamaneho.

"Ang tinutukoy niya ay si Doctor Dolittle," ani Alfred. "Ito ay serye ng labindalawang nobela na isinulat ni Hugh Lofting. Ang unang libro ay inilathala noong 1920, at sinundan ng iba pa hanggang 1952. Namatay si Hugh Lofting noong 1947. Briton din siya. Isang Berkshire na ipinanganak at lumaki rito."

"Alam ko kung sino ang tinutukoy nila," sabi ni E-Z kay Alfred. "At hindi, hindi ako."

Sabi ni Arden, "Sana hindi nakawin ng kasama mong gansa ang lahat ng mga babae sa atin ngayon. Alam mo naman kung paano mahilig ang mga babae sa mga bagay na may balahibo."

Umakbo si Mrs. Handle.

"Noong araw, kilala akong manliligaw ng mga babae," sabi ni Alfred, sinundan ng isa pang, "Hoo-hoo!" na tinutukoy niya kina PJ at Arden.

Sabi ni PJ, "Nakakatawa talaga ang kasama mong gansa."

Tinanong ni Arden, "Anong pelikulang ibon ang nanalo ng Oscar?"

Sumagot si PJ, "Panginoon ng mga pakpak."

Tinanong ni Arden, "Saan nag-i-invest ng pera ang mga ibon?"

Sumagot si PJ, "Sa palengke ng uwak!"

"Madaling mapasaya ang mga kaibigan mo," sabi ni Alfred. "Dalawang bobo sila, magkapareho. Naiintindihan ko kung bakit mo sila gusto. Gusto ko si Mrs. Handle. Tahimik siya at mahusay na drayber."

Tumawa si E-Z.

"Natutuwa akong nag-eenjoy ka sa umagang katatawanan," sabi ni PJ.

"Hindi naman talaga," sagot ni Alfred. "Bukod pa doon, kayong dalawa ay tunay na bobo."

Nagulat nang husto sina Arden at PJ.

Nagulat din naman si E-Z sa pagkabigla nila. "Ano?"

"Hindi mo ba narinig 'yan?" magkasabay nilang sabi. "Nakakapagsalita ang swan – at may British accent pa. Grabe, siguradong magugustuhan siya ng mga babae."

Umiling si Mrs. Handle. "Tigilan ninyo ang kalokohan ninyo, kayong dalawa!"

Tiningnan ni E-Z si Alfred na layag na mukhang nalilito.

Sinubukan ni Alfred na magbiro para makita kung talagang naiintindihan siya nila. "Bakit nga ba umi-hum ang mga kolibri?" tanong niya.

Tumitig ang tatlong lalaki; kitang-kita na naiintindihan na siya nina Arden at PJ.

Sinabi ni Alfred ang punchline, "Dahil hindi nila alam ang mga salita, siyempre."

Natawa si PJ at Arden, medyo, pero mas natakot sila.

"Bakit kaya ka rin nila naiintindihan ngayon?" tanong ni E-Z. "Kanina hindi nila kaya, ngayon kaya na nila. Akala ko sinabi mong ako lang."

"At bakit hindi ka maintindihan ni Uncle Sam?"

Ngayon na nakakaintindi na sila sa kanya, naging mailang si Alfred. Bumulong siya kay E-Z, "Sa totoo lang, hindi ko alam. Maliban na lang kung may kinalaman din sila sa dahilan kung bakit ako narito."

"At hindi kasama si Uncle Sam? O si Mrs. Handle?"

"Marahil hindi," sagot ni Alfred.

"At saan mo naman nakita itong lumilipad na gansa na nakakapagsalita?" tanong ni Arden.

"At bakit mo siya dinadala sa paaralan?" tanong ni PJ.

Humagol si Mrs. Handle. "Nakakabaliw kayo lahat. Sabi ni E-Z, kasama siyang swan. Hindi siya marunong magsalita."

"Una sa lahat, hindi lang siya basta swan, isa siyang Cygnus Falconeri. Kilala rin bilang higanteng swan at isang species na nawala na sa loob ng mga siglo."

"Hindi pa ako nakakakita ng maraming swan sa totoong buhay," sabi ni Arden. "Ang mga nakita ko sa nature channel ay hindi naman kasing laki niya. Ang laki ng mga paa niya! At ano ang mangyayari kung kailangan niyang, alam mo, umihi?"

"Ang karaniwang higanteng swan ay may haba mula tuka hanggang buntot na nasa pagitan ng 190-210 sentimetro," ani Alfred. "At kung gagawin ko, gagamitin ko ang damo – dapat magbigay sa akin ang sports field ng sapat na espasyo para kumain at mag-gawâ kung kailan kinakailangan."

"Ibig mong sabihin kinakain mo ang damo tapos doon ka dumumi sa damo?" sabi ni PJ.

"Eww!" sabi ni Arden.

Sobrang lapit na nila sa paaralan ngayon, kaya ipinaliwanag ni E-Z. "Hindi ko kayo mabibigyan ng detalye dahil hindi ko naman talaga alam ang mga iyon. Ang sigurado lang alam ko ay nandito si Alfred para tulungan ako, at madalas niyo siyang makikita."

"Sa tingin ko hindi nila siya papasukin sa paaralan," sabi ni Arden.

"Hindi iyon magiging problema, dahil kasama ka naman ako," sabi ni Alfred.

Natawa sina PJ, Arden, at Alfred nang huminto ang kotse sa labas ng paaralan.

"Tawagan mo ako kung gusto mong sunduin kita pagkatapos ng klase," sabi ni Mrs. Handle.

"Salamat," tugon nila.

Matapos mailabas ang upuan ni E-Z mula sa trank, umandar si Mrs. Handle palabas ng gilid ng kalsada.

Tinulungan siya ng kanyang mga kaibigan na makasakay rito, habang si Alfred ay lumipad pataas at umupo sa kanyang balikat. Pumunta sila sa harap ng paaralan kung saan hinihikayat ni Punong-guro Pearson ang mga estudyante na pumasok.

"Magandang umaga, mga lalaki," sabi niya na may malaking ngiti sa kanyang mukha. Hanggang napansin niya si Alfred na tagak. "Ano 'yang bagay na 'yan?" tanong niya.

"Kasamang tagak siya," sabi ni E-Z.

"Isang Cygnus Falconerie, para maging eksakto," sabi ni Arden.

"Kasama namin siya," sabi ni PJ.

Nag-akbay si Principal Pearson. "Ang bagay na iyan, ang Cygnus ano-ano-nang-yan ay hindi papasok dito!"

Sinabi ni Alfred, "Okay lang, E-Z. Huwag na tayong gagawa ng eksena. Nandito ako pagkatapos ng klase mo. Magkita tayo mamaya." Tumilad si Alfred at lumapag sa bubong ng gusali. Tiningnan niya ang tanawin bago lumipad pababa patungo sa football field. Maraming damo na pwedeng nguya-nguyain. Kapag busog na siya, hahanap siya ng malilim na lugar sa ilalim ng puno at matutulog ng sandali.

Umiling si Punong-guro Pearson, saka hinawakan ang pinto para kay E-Z at sa kanyang mga kaibigan. Sa loob, tumunog ang kampana na hudyat ng limang minutong babala.

Walang nangyaring kapana-panabik sa araw ng pag-aaral na iyon para kay E-Z at sa kanyang mga kaibigan.

Wala pa ring balita mula kay Eriel tungkol sa anumang bagong pagsubok.

KABANATA 11

NASANAY SI ALFRED SA kanyang bagong rutina. Nakilala siya ng mga bata sa paaralan – bagaman sina E-Z at ang kanyang mga kaibigan lamang ang nakakaalam na marunong siyang magsalita.

Noong araw na iyon, sa labas ng paaralan, hinihintay ni Alfred si E-Z at tinanong niya, "Pwede ba tayong mag-usap?"

Lumingon-lingon si E-Z; ayaw pa rin niyang marinig siya ng ibang estudyante na nakikipag-usap sa isang gansa. Bumulong siya, "Uh, puwede ba itong hintayin hanggang makauwi tayo?"

"Ah, naiintindihan ko," sabi ni Alfred. "Nahihiya ka pa rin kapag nag-uusap tayo. Naiintindihan ko naman, pero gusto ka nila rito. Naka-pila sila para haplusin ako, para pakainin ako. At saka, hindi ba nandito si Tito Sam? Kailangan kitang kausapin nang mag-isa."

"Dahil hindi ka pa rin naman maintindihan, ako lang ang kausap mo kahit nasa bahay na tayo."

"Pero ito ay isang bagay na medyo nakababahala at medyo limitado ang oras," sabi ni Alfred.

Pinarada ni PJ ang sasakyan sa gilid ng kalsada sa tabi nila. Tinanong ni Arden kung gusto nilang ihatid pauwi.

"Uh, mga kaibigan. Pasensya na pero lalakad ako pauwi kasama si Alfred ngayon. May mahahalagang impormasyon siyang ibibigay sa akin."

Umiling sina PJ at Arden. Sabi ni Arden, "Akala namin isang araw ipagpapalit kami para sa isang babae – hindi sa isang ibon." Tumawa siya nang malakas.

"At paano naman ang laro?" tanong ni Arden.

"Ang ngayon ay ngayon at ang laro ay bukas pa. Pasensya na, mga kaibigan." Binilisan ni E-Z ang paglalakad. Dahan-dahan na lang umandar ang kotse sa tabi niya, saka biglang bumilis na may huni ng gulong.

"Mga bobo," sabi ni Alfred.

"Mabuti naman ang hangarin nila. Ano nga ba ang napakahalaga?"

"May narinig ka bang balita mula kay Lia kamakailan? Nag-aalala ako sa kanya." Naglakad-lakad si Alfred sa tabi ni E-Z, pinuputol ang ulo ng isang dandelion habang naglalakad.

"Bakit ka nag-aalala? Ang walang balita ay mabuting balita, hindi ba?"

"Sa totoo lang, may narinig na ako mula sa kanya at may, uh, well, isang nakalilitong bagong pangyayari."

Tumigil si E-Z. "Sabi mo pa."

"Magpatuloy ka sa paglalakad," sabi ni Alfred, na nginunguya na ngayon ang ulo ng isang daisy. "Papunta na rito sina Lia at ang kanyang ina. Dapat ay darating sila bukas."

"Bakit ka nagmamadali? Ibig kong sabihin, oo, nakakagulat iyan. Alam naman nating darating sila agad. Ano ang nakakalito doon?"

"Hindi iyan ang nakakalito."

"Tigilan mo na ang pag-iwas at sabihin mo na!"

"Hindi na pitong taong gulang si Lia – sampung taong gulang na siya ngayon."

"Ano? Hindi iyon posible."

"Sa tingin mo ba magtuturu-turo siya?"

"Hindi, hindi ko iniisip na magtuturu-turo siya pero – wala itong katuturan. Hindi naman tumatanda ang mga tao ng pitó hanggang sá-sampu sa loob lang ng ilang linggo."

"Sabi niya natulog lang siya. Kinabukasan, pumasok siya sa kusina para sa almusal at nagsigaw ang Yaya niya. Doon niya nadiskubre na tumanda siya ng tatlong taon magdamag."

"Grabe!" ang sabi ni E-Z."At meron pa."

"Meron pa. Hindi ko na maisip pa ang iba."

"Nahikayat niya ang kanyang ina na hindi na kailangang manatili rito nang buong pagbisita. Abala siyang negosyante. Medyo nahirapan siyang kumbinsihin. Sabi ni Lia na mas mabuti pang umuwi na lang siya, dahil sa karanasan ni Sam sa iyo at sa mga pagsubok. Pumayag ang kanyang ina, pero may ilang kundisyon."

"Ano'ng mga iyon?"

"Na gusto niya si Uncle Sam."

"Lahat naman gusto si Uncle Sam."

"Pati na rin, na ipaliwanag mo sa kanya kung paano nakatanda nang ganoon ang anak niya sa loob ng isang gabi."

"At paano ko naman iyon gagawin?"

"Sa totoo lang," sabi ni Alfred, "wala akong alam. Kaya gusto kitang kausapin nang mag-isa. Ibig kong sabihin, alam ni Uncle Sam na darating si Lia, di ba?"

Tumango si E-Z, "Siguro nga kung papunta na sila."

"Pero inaasahan niya ang isang pitong taong gulang na batang babae, samantalang sampung taong gulang na babae ang lalabas sa pintuan niya."

Natigil muli si E-Z. Si Uncle Sam. Hindi niya inisip na kakailanganin pang harapin ni Uncle Sam ang isang sampung taong gulang na babae. "Hindi ko sigurado kung nabanggit ko sa kanya ang edad ni Lia!"

Nagpatuloy si Alfred sa pagsasalita. "Nakarinig na ako tungkol sa mga taong mabilis na tumatanda. May sakit na tinatawag na Progeria. Ito ay isang kondisyong genetiko, napakabihira at nakamamatay. Karamihan sa mga bata ay hindi nabubuhay nang lampas sa labing-tatlo at si Lia ay sampung taong gulang na, kaya kailangan nating malaman kung paano ito."

"Paano nakukuha 'yon,"

"Progeria."

"Oo, Progeria, paano ito nakukuha?" tanong ni E-Z.

"Ang pagkakaalam ko, nangyayari ito sa unang ilang taon. At karaniwan, napapansin ang pangit na itsura ng mga bata."

"Si Lia ay napapansin ang pangit na itsura dahil sa salamin, hindi dahil sa sakit. May lunas ba?"

"Walang lunas. Pero E-Z, may isa pa. May kinalaman ito sa mga mata sa kanyang mga kamay. Bago ang mga iyon at bago rin ang sakit. Sobrang swerte lang, hindi ba?"

Pinag-isipan ito ni E-Z at napagpasyahan niyang tama si Alfred. Sobrang swerte nga naman. Pero ano ang gagawin niya tungkol dito? Dapat ba niyang tawagan si Eriel?

"Kilala mo si Eriel?"

Bumagal ang lakad ni Alfred at gayundin si E-Z. Malapit na silang makauwi at kailangan nilang pag-usapan ito bago sila makipagkita kay Tiyo Sam. "Oo, narinig ko na siya. Pero gaya ng alam mo, hindi si Eriel ang anghel ko. Nakilala mo ang mentor ko na si Ariel, at siya ang anghel ng kalikasan, kaya naman ako ay nasa kundisyon ng isang bihirang swan. Maaaring matulungan niya tayo, pero kailangan nating maghintay sa susunod niyang paglitaw para magawa iyon."

"Ibig mong sabihin, hindi mo siya kayang tawagin?"

Tumango si Alfred. "Kaya mo bang tawagin si Eriel anumang oras?"

Tumawa si E-Z. "Hindi naman talaga sa gusto niya, pero maaabot mo siya. Bagaman, nakaka-irita siya sa iyo at ayaw niyang tawagin o ipatawag." Tahimik na nag-isip si E-Z, gayundin si Alfred. Nasa paningin na nila ang bahay nila at nandoon si Uncle Sam dahil nakaparada ang kotse niya sa driveway. "Sa tingin ko, dapat maghintay muna tayo at tingnan kung ano ang mangyayari kay Lia."

"Sang-ayon," sabi ni Alfred, habang bumaba siya sa daanan at pumitas ng ilang damo mula sa lupa at nginunguya ito. Pinanood siya ni E-Z. "Mas gusto kong huwag masyadong kumain ng damo; ibig kong sabihin, damong pang-hardin. 'Yun ang kinakain ko buong araw kapag nasa eskwela ka - maliban sa ilang bulaklak na makikita ko. Ngayon, parang gusto kong kumain ng ilang basang bagay na tumutubo sa ilalim ng tubig. Mas sariwa at mas makatas 'yun."

"Talagang naiintindihan ko 'yan," sabi ni E-Z. "Gusto kong kumain ng salad kapag sariwa at malutong. Hindi ko gaanong gusto kapag nasa bag na at ang tanging paraan para makain ay ibabad ito sa salad dressing."

"Namimiss ko nga ang pagkain ng tao."

"Ano ang pinaka-namimiss mo?"

"Cheeseburgers at pritong patatas, walang duda. Ah, at ke-tsap. Ang pagkahilig ko noon sa malapot, pulang malagkit na sarsa na ipinapahid sa lahat ng bagay."

"Siguro hindi naman masama kung sa damo?" natawa si E-Z, pero iniisip ito ni Alfred.

"Handa akong subukan."

"Ilagay natin ito sa lista ng mga bagay na nais gawin bago mamatay mo," sabi ni E-Z.

"Ano 'yung lista ng mga bagay na nais gawin bago mamatay?" tanong ni Alfred.

KABANATA 12

PINAG-ISIPAN NI E-Z ANG tanong ni Alfred. Hindi alam ni Alfred kung ano ang tinatawag na bucket list... at ang pariralang iyon ay inimbento noong 2007 sa pelikulang Nicholson/Freeman na may parehong pamagat. Ipinaliwanag niya nang hindi masyadong detalyado.

"Talagang kawili-wili ang ideyang iyan," sabi ni Alfred, habang pinapalusog ang kanyang mga balahibo. "Pero ano ba ang silbi ng pagkakaroon ng bucket list? Sigurado namang matatandaan mo ang kahit ano ang talagang gusto mong gawin?"

"Alam mo Alfred, hindi ako masyadong sigurado. Siguro may kinalaman ito sa edad. Ang pagtanda at ang pagkalimot."

"May katuturan."

Nagpatuloy sila sa kanilang paglalakbay at nakauwi na. Nang i-wheel niya ang sarili pataas sa rampa, sumakay si Alfred. Hinampas ng swan ang kanyang mga pakpak para makatulong sa pag-angat. Sa tuktok, nang buksan ni E-Z ang pinto, may narinig silang hindi pamilyar na boses.

"Ay naku, nandito na sila!" sabi ni Alfred.

"Pwede mo naman akong binalaan!" sagot ni E-Z, habang inilalagay ang kanyang bag sa isang kawit papasok sa sala.

"Siyempre, ginawa ko naman sana kung alam ko lang!"

Tumayo si Lia.

Para kay E-Z, kakaiba ang itsura ng sampung taong gulang na si Lia, hanggang sa itaas niya ang kanyang mga bukas na palad.

Sumigaw si Lia ng tuwa, tumakbo papunta sa kanya at binigyan siya ng mahigpit na yakap. Pagkatapos ay niyakap niya si Alfred at sinabi na sobrang saya niya na sa wakas ay nakilala na rin niya siya.

Nakatalagay rin si Samantha, ang ina ni Lia, at pinanonood ang kanyang anak na niyayakap ang batang nagligtas ng kanyang buhay. Ang batang-anghel na nasa wheelchair. Nabanggit ng kanyang anak si Alfred, pero hindi na binanggit na siya ay isang higanteng swan.

Tumayo si Tiyo Sam at sinabi, "Oh, E-Z! Buti na lang at nasa bahay ka na!" Lumapit siya sa kanyang pamangkin. Pagkatapos ay medyo mailang na iminungkahi na pumunta sila sa kusina para kumuha ng meryenda at inumin.

"Ayos lang kami," sabi ni Samantha.

Pilit pa rin si Sam na pumasok sila sa kusina.

"Uh," nauutal si E-Z. "Gusto ko sana ng inumin."

Naghagis si Sam.

"Huwag ninyo na kaming abalahin," sabi ni Samantha.

"Hindi naman kayo naiistorbo," sabi ni Sam, habang itinutulak ang upuan ni E-Z palabas ng sala. "Ang ganda mo," sabi ni Alfred, na yumuko para mahaplos siya.

"Salamat," sagot ni Lia na namumula ang mukha. Sinulyapan niya si E-Z nang lumabas sila ng silid, pero hindi niya napansin dahil nakatitig siya sa tiyuhin nito.

Pagkapasok nila sa kusina, iniwan muna ni Sam ang pamangkin niya. Binuksan niya ang ref at isinara muli. Lumapit siya sa kabinet, binuksan ang pinto, at isinara rin.

"Ano'ng nangyayari?" tanong ni E-Z.

"A-ako, hindi ko sila inasahan nang ganoon kaaga at ano ba talaga ang kinakain at iniinom ng mga tao sa Netherlands? Sa tingin ko, wala akong kahit ano mang bagay na angkop sa bahay. Dapat ba akong lumabas at bumili ng espesyal?"

"Tao rin sila katulad natin, sigurado akong kakainin nila kahit ano mang meron ka. Huwag mo nang masyadong isipin."

"Tumulong ka nga rito, bata. Anong klaseng pagkain ang ihahain natin? Keso at crackers? Mainit na pagkain, Sandwich na may keso na inihaw? May tubig, katas, at mga inuming malambot tayo."

"Sige, keso at crackers muna para ngayon. Tingnan natin kung ano ang mangyayari. At isang tray ng iba't ibang inumin."

Huminga nang malalim si Sam at inayos ang lahat sa isang tray.

"Ay, napkins!" sabi niya, habang kinukuha ang isang bunton mula sa drawer.

"Ayos na ba?" tanong ni E-Z.

"Salamat, kiddo," sabi ni Sam, habang binuhat niya ang tray na puno ng pagkain at inumin. Pumasok siya sa sala at sinundan siya ng pamangkin niya. Inilapag ni Sam ang lahat sa mesa, saka biglang tumalon at sigaw, "Mga side plate!" at lumabas ng silid, bumalik agad-agad dala ang mga iyon.

Gumulat si E-Z kay Lia nang ininom niya ang kanyang inumin. Nakikita pa rin niya itong parang batang babae, kahit hindi na ito ganoon. Mas mahaba na ang buhok nito.

Mas mukhang hindi komportable ang Nanay ni Lia kaysa kay Tiyo Sam. Pinipindot-pindot niya ang isang cracker pero hindi niya ito kinagat. Inaabante at inaatras niya ang baso ng inumin pero hindi siya uminom mula rito. Paminsan-minsan siyang tumitingin kay Tiyo Sam, pero saglit lang. Pagkatapos ay bumuntong-hininga nang malakas at bumalik sa pag-aayos-ayos ng kanyang pagkain.

"Kamusta ang flight mo?" tanong ni E-Z.

"Napakadali kumpara sa paglipad kasama ka," sabi ni Lia. Humagikgik siya at muntik nang lumabas sa ilong niya ang soft drink. Hindi nagtagal, nagtawanan na silang lahat at mas naging komportable.

Malaya namang nakipagkwentuhan si Alfred, dahil alam niyang sina Lia at E-Z lang ang makakaintindi sa kanya. "Ngayon, magkakasama na tayo, Tayong Tatlo. Tulad ng nakatakda."

Nagpalitan ng tingin sina Lia at E-Z.

Nagpatuloy si Alfred. "Lagi kong iniisip kung bakit tayo pinagsama. E-Z, kaya mong iligtas ang mga tao at sobrang-sobrang malakas ka, at saka kaya kang lumipad pati ang upuan mo. Lia, ang kapangyarihan mo ay nasa paningin mo. Kaya mong basahin ang mga iniisip. Mula sa sinabi sa akin ni E-Z, taglay mo ang kapangyarihan ng liwanag at kaya mong itigil ang oras. Ako, ako ay makapaglakbay, lumipad sa himpapawid at paminsan-minsan ay nakakabasa ako kung kailan mangyayari ang mga bagay bago pa man ito mangyari. Kaya ko ring basahin ang isipan, hindi palagi. Gayundin, karamihan sa mga tao ay mahilig sa mga swan. May ilan na nagsasabing para kaming anghel. Mayroon pa nga na naniniwalang ang mga swan ay may kapangyarihang baguhin ang mga tao para maging anghel. Hindi ko alam kung tatu iyon. Ako mismo, ay makakatulong sa lahat ng buhay na nilalang na magpagaling sa kanilang sarili."

Bagong impormasyon kay E-Z ang huling bahagi. Gusto niyang malaman pa.

Kusang-loob na nagsalita si Alfred, "Ang pagsuko ang unang hakbang."

Nawala sa iniisip sina E-Z at Lia tungkol sa pag-amin ni Alfred.

"Ano'ng gagawin natin ngayon?" tanong ni Lia.

"Bawat koponan ay nangangailangan ng isang pinuno, isang kapitan. Iminumungkahi ko si E-Z," sabi ni Alfred.

"Sinusuportahan ko ang nominasyon," sabi ni Lia.

Itinaas nina Lia at Alfred ang kanilang baso para kay E-Z. Sumali rin sa pag-toast sina Uncle Sam at ang nanay ni Lia na si Samantha, kahit na wala silang ideya kung ano ang kanilang pinagto-toast-an.

Nagpasalamat si E-Z sa kanila lahat. Pero sa loob-loob niya, iniisip niya kung paano ito lahat gagana. Paano niya lilideran ang isang batang babae at isang trumpeter swan? Paano niya silang mapapanatiling ligtas at malayo sa kapahamakan?

Nag-alok sina Uncle Sam at Samantha na maglilinis, habang pumasok muli ang tatlo sa sala.

"Magandang pagkakataon ito para mas magkilala pa sila," sabi ni Alfred.

"Oo, hindi pa kailanman naging ganito ka-nerbiyos si Nanay dati. Sa trabaho niya, nakikilala niya ang maraming tao at nakikipag-usap siya sa kanila, kahit mga estranghero, na para bang matagal na niya silang kilala. Isa iyon sa mga lihim ng kanyang tagumpay, sa tingin ko. Pero kay Sam, tahimik siya na parang daga at kinakabahan."

"Siguro jetlag lang," mungkahi ni E-Z.

Tumawa si Alfred. "Hindi, may atraksyon sila sa isa't isa. Masyado kayong bata para mapansin ninyo, pero may kakaiba sa paligid."

"Talaga, may crush si Nanay kay Sam?"

"Nahihiya rin si Tiyo Sam noon– pero hindi siya nakakasalamuha ng maraming babae ngayon dahil nagtatrabaho siya sa bahay at ginugugol niya ang karamihan ng oras niya sa pagtulong sa akin. Ako, ayoko na ng usapang ito."

"Ako rin," sabi ni Lia.

"Kayong dalawa, walang saya."

"Sa tingin ko, panahon na para ipatawag natin si Eriel," sabi ni E-Z. "Siya sigurong siyang nagdala sa ating lahat. Kailangan nating malaman ang plano. Para malaman kung ano ang inaasahan sa atin at kailan."

"Sino si Eriel?" tanong ni Lia. "Naalala kong tinanong mo ako dati kung kilala ko siya."

"Isa siyang Arkanghel at siya ang gumabay sa mga pagsubok ko. "Ang huli lang naman."

"Ang anghel ko, ang nagbigay sa akin ng kaloob ng paningin sa kamay, ay si Haniel ang pangalan. Arkanghel din siya. Siya ang tagapag-alaga ng mundo."

Nagulat si E-Z. Kung nagtatrabaho silang lahat para sa kani-kanilang anghel, bakit sila pinagsama-sama? Mas makapangyarihan ba ang isang anghel kaysa sa iba? Sino ang anghel na boss? Sino ang sumasagot sa kanino?

"Talagang gusto kong malaman kung ano ang nangyayari," sabi ni Alfred.

"Ang alam ko lang," sabi ni Lia, "ay pagkatapos ng aksidente tinanong ako kung isa ako sa tatlo. At ngayon, voila, narito na tayo."

Pumasok sina Uncle Sam at Samantha sa silid. Nag-usap pa sila ng ilang sandali hanggang sa si Samantha, na pagod mula sa biyahe, ay nagtungo na sa kanyang silid. Umakyat na rin si Uncle Sam sa kanyang silid.

"Tara, sa silid ko na tayo mag-usap," sabi ni E-Z.

Sumunod sina Lia at Alfred. Pagkatapos ng ilang oras na pag-uusap, napagtanto ng tatlo na marami silang tanong pero kakaunti lang ang sagot. Umakyat si Lia sa silid niya na pinagsasaluhan niya ng kanyang ina. Natulog si Alfred sa gilid ng kama ni E-Z. Si E-Z naman ay naghilik nang malakas. Bukas ay ibang araw na naman – doon na nila lulutasan ang lahat.

KABANATA 13

KINABUKASAN, DINALA NI LIA ang mga mangkok ng cereal sa likod-bahay. Sumisikat ang araw, walang ulap sa langit at papalapit na ang alas-diyes ng umaga. Nangunguya si Alfred ng damo malapit sa daanan.

Inaabot ni Lia kay E-Z ang mangkok niya, pagkatapos ay umupo siya sa ilalim ng payong sa patio at kumuha ng isang kutsara ng butil ng mais.

"Iba ang lasa ng butil ng mais sa Hilagang Amerika kaysa sa sa atin sa Netherlands."

"Ano ang pinagkaiba?" tanong ni E-Z.

"Mas matamis ang lahat dito."

"Narinig ko na iba-iba ang mga recipe sa bawat bansa. Kailangan mo pa ba ng iba?" Tumanggi siya sa pamamagitan ng pag-iling. "Hindi ako nakatulog kagabi," sabi ni E-Z, habang kumukuha pa ng isang kutsara ng Kapitan ng Pagbara.

"Pasensya na, masyado ba akong umuungol?" tanong ni Alfred habang inilubog niya ang mukha sa basang damo.

"Hindi, ayos ka lang. Marami lang akong iniisip. Ibig kong sabihin, nandito tayong lahat. Tayong tatlo – at matagal na akong walang paglilitis... Mula nang ma-demote sina Hadz at Reiki, hindi ko alam ang nangyayari. Matapos ang huling laban namin ni Eriel - na ako ang nanalo, nga pala - wala akong naririnig mula sa kanya. Kinakabahan ako. Iniisip ko kung ano na naman ang pinaplano niya para gawing miserable ang buhay ko."

Umalis si Alfred nang lumusong sa hardin, habang lumapag ang isang unicorn sa damuhan.

"Nandito ako para sa inyo," sabi ni Little Dorrit.

Dinukdok ng unicorn si Lia, habang tumayo siya at hinalikan ito sa noo.

Sa itaas nila, nagsimulang mabuo ang isang asul na guhit sa kalangitan. Nakasulat dito ang mga salitang:

SUMUNOD KA SA AKIN.

Tumayo ang upuan ni E-Z, "Tara na!" sigaw niya.

Yumuko si Little Dorrit, na nagbigay-daan kay Lia para sumakay rito.

Iwinagayway ni Alfred ang kanyang mga pakpak at sumali sa iba.

"May alam ka bang pupuntahan namin?" tanong ni Alfred.

"Ang alam ko lang, kailangan nating magmadali! Tumitindi ang mga panginginig kaya malapit na tayo."

"Tumingin ka sa unahan," sigaw ni Lia. "Sa tingin ko kailangan kami sa amusement park."

Agad na naintindihan ni E-Z kung bakit sila kailangan. Naligaw sa riles ang roller coaster. Nakabitin ang mga karwahe, kalahati sa riles at kalahati ay wala na. At sumisigaw ang mga pasahero, bata man o matanda. May isang batang nakabitin nang delikado, nakalawit ang mga paa sa gilid ng karwahe, kaya kitang-kita na siya ang unang mahuhulog.

"Huhuliin natin ang bata," sabi ni Lia, at agad na lumipad. Siya at si Little Dorrit ay diretso sa batang lalaki. Bitiw siya, nahulog, at ligtas na lumapag sa harap ni Lia sa ibabaw ng unicorn.

"Salamat," sabi ng batang lalaki. "Totoo ba talaga itong unicorn, o nananaginip lang ako?"

"Totoo nga," sabi ni Lia. "Ang pangalan niya ay Little Dorrit."

"May libro ang nanay ko na ganoon ang titulo. Sa tingin ko, sinulat iyon ni Charles Dickens."

"Tama," sabi ni Lia.

"May mga unicorn ba sa Little Dorrit? Kung oo, kailangan ko talagang basahin iyon!"

"Hindi ko masabi nang sigurado," sabi ni Lia. "Pero kung malalaman mo, ipaalam mo sa akin."

Hinuli ni E-Z ang mga nakabitin na bagon isa-isa. Medyo mahirap itong balansehin; para itong slinky na nakahilig sa isang direksyon noong una. Ngunit ang karanasan niya sa eroplano ang tumulong at nagbigay-inspirasyon sa kanya habang itinaas niya ang mga bagon pabalik sa riles. Hinigpitan niya ang pagkakahawak hanggang sa ligtas nang makasakay ang lahat ng pasahero.

Dahil sa tulong ni Alfred, naging maayos ang prosesong ito. Si Alfred, gamit ang kanyang mga pakpak, tuka, at laki, ay nagawa niyang ligtas silang mailigtas.

"Okay ba kayong lahat?" sigaw ni E-Z kasabay ng malakas na palakpakan mula sa lahat ng pasahero.

Matapos matagumpay na makumpleto ang gawain, lumipad si Alfred papunta sa kinaroroonan nina Lia at ng iba pa. Napakagandang lugar iyon para magmasid.

"Pwede na ba naming ibaba ang batang lalaki ngayon?" tanong ni Lia.

Binigyan siya ni E-Z ng thumb's up.

Sa ibaba, dinala ang isang crane para itaas at magligtas. Hindi pa ito malapit na maging handa. Pinanood niya ang mga manggagawa na nagmamadaling gumagalaw habang suot ang kanilang dilaw na hardhat.

Um-whistle si E-Z sa lalaking nag-ooperate ng roller-coaster para simulan ito.

Pinaandar muli ng operator ng roller-coaster ang makina. Sa simula, kumarag-karag pasulong nang kaunti ang mga karwahe, saka huminto. Sumigaw ang mga pasahero; natatakot silang bumaklas muli ito. May ilan na humawak sa kanilang mga leeg, na nabigla sa unang insidente.

Inilagay ni E-Z ang kanyang wheelchair sa unahan ng mga karwahe para masiguro na hindi nagbago ang kanilang posisyon. Napansin niyang tumitindi ang hangin, dahil ang buhok ng mga pasahero ay napupulikat sa loob ng mga karwahe. May isang matandang lalaki na nawalan ng LA Dodgers kapel ng baseball niya. Pinanood ng lahat habang ito ay bumabagsak sa lupa.

"Subukan uli," sigaw ni E-Z, umaasa sa pinakamabuti pero nag-iisip na ng Plano B sakaling hindi magawa.

Pinaandar ng operator ang makina. Muli, gumalaw pasulong ang roller-coaster. Sa pagkakataong ito, mas nakalayo nang kaunti, pero muling huminto nang tuluyan.

Sumigaw si E-Z ng utos kay Little Dorrit, "Paki-pababa si Lia sa lupa. Tapos kumuha ka ng kadena na may kawit sa magkabilang dulo, at dalhin mo sa akin."

Tumango ang unicorn, kasabay ng mga halinghing at paghanga mula sa madlang nagtipon sa ibaba. Sinubukan ng isang lalaki na habulin siya at sumakay, itinulak niya ito gamit ang kanyang ilong at agad namang pumagitna ang mga pulis para harangan ang lugar.

"Nandito!" sabi ng isang manggagawa sa konstruksyon. Narinig niya ang hinihingi ni E-Z. Inilagay niya ang isang bahagi ng kadena sa bibig ni Little Dorrit at pinihit ang natitira sa paligid ng kanyang leeg.

"Hindi ba ito mabigat?" tanong niya, habang lumipad si Little Dorrit nang walang problema at tumaas patungo sa kinaroroonan ni Alfred na naghihintay na ngayon sa tabi ni E-Z.

Gamit ang tuka ni Alfred, ipinasok niya ang kawit sa harap ng kotse ng roller-coaster. Ikinabit niya ito nang maayos at idinugtong sa wheelchair ni E-Z.

"Mangyaring manatili kayong nakaupo," wika ni E-Z. "Ibaba kita nang dahan-dahan pero tiyak. Huwag masyadong gagalaw, gusto kong pareho ang pagkapatong ng bigat. Sa tatlo, magsisimula na tayo," sabi niya. "Isa, dalawa, tatlo." Hinihila niya ito nang buong lakas, at gumalaw ang karwahe kasama siya. Madali lang ang pababa; sa pag-akyat naman, kailangang tiyakin niyang hindi masyadong bumibilis ang karwahe at hindi siya matanggal muli. Lumipad sina Little Dorrit at Alfred sa tabi ng karwahe, handang kumilos kung may masamang mangyari.

Si Lia ay natatakot, kinakabahan, at nasasabik.

"Kayang-kaya mo 'yan, E-Z!" sigaw niya, nakalimutan niyang kaya niyang sabihin ang mga salita sa isip niya, at maririnig niya ang mga ito.

"Salamat," sabi niya, pinananatiling mabagal at pantay ang takbo. Kahit pagod si E-Z, kailangan niyang tapusin ang gawain. Nang makarating ang karwahe sa kanto at tuluyang huminto, bumalik ito sa lagusan. Sa lugar kung saan unang nagsimula ang paglalakbay nito.

"Salamat!" sigaw ng operator.

Naghanda ang mga bumbero, paramedik, at nars para sa pagdagsa ng mga pasahero. Sabay-sabay ding bumababa.

"E-Z! E-Z! E-Z!" ang sigaw ng mga tao, habang nakataas ang kanilang mga cellphone na kinukuhanan ng video ang buong pangyayari.

"Sa tingin mo, may oras pa ba tayo para kumuha ng cotton candy?" tanong ni Lia.

"At mais na Carmel?" sabi ni Alfred. "Hindi ako sigurado kung magugustuhan ko, pero handa akong subukan!"

"Sige," sabi ni E-Z, "kukuhain ko ang pareho para sa'yo, walang alalahanin! Baka bumili rin ako ng Candy Mansanas para sa sarili ko."

Habang papunta siya para bumili, napansin niyang dumating na ang mga mamamahayag. Nakatipon sila sa paligid ng isang lalaking napakatangkad at may buhok na kasing-itim ng gabi. Hawak ng lalaki ang isang top hat sa harap niya at kamukha siya ni Abraham Lincoln. Nang mas tingnan niya nang mabuti, napagtanto niyang si Eriel pala iyon na nagpapanggap. Lumapit siya para makinig.

"Oo, ako ang nag-isa sa tatluhang ito. Ang pinuno ay si E-Z Dickens, labing-tatlo siyang taong gulang at isang superstar. Bukod sa pagiging pinaka-may karanasang miyembro ng Tatlo, siya ang pinuno. Tulad ng napansin ninyo, kayang-kaya niyang asikasuhin halos lahat ng bagay. Mahusay siyang bata!"

Naramdaman ni E-Z na umiinit ang kanyang mga pisngi.

"Ano naman ang tungkol sa babae at sa unicorn?" sigaw ng isang reporter.

"Ang pangalan niya ay Lia, at ito ang kanyang unang pakikipagsapalaran sa mundo ng mga superhero. Ang kanyang unicorn ay si Little Dorrit, at sila ay isang kamangha-manghang koponan. Siya ang nagligtas sa batang lalaki," hinawakan niya ang bata. Inilagay niya ito sa unahan at gitna para sa mga kamera.

Nang nakatitig sa kanya ang lahat, tinapos niya ang kanyang pangungusap. "Nang madali. Sina Lia at Little Dorrit ay kahanga-hangang karagdagan sa koponan, at malaking tulong sila kay E-Z sa lahat ng kanyang mga susunod na pakikipagsapalaran."

"Ano ang pakiramdam?" tanong ng isang mamamahayag sa batang lalaki.

"Mabait talaga si Lia," sabi ng batang lalaki.Itinulak ng madilim na pigura ang bata palayo. Pinagpag niya ang sarili.

"Ang trumpeter swan ay nagngangalang Alfred. Ito ang kanyang unang pagkakataon na tumulong kay E-Z. Matapang niyang inilagay ang sarili sa panganib. Si Alfred ay isa pang mahusay na miyembro ng superhero team na ito ng Tatlo. Marami ninyo silang makikita sa hinaharap." Nag-atubili siya, "Oh, at ang pangalan ko ay Eriel, kung sakaling gusto ninyong i-quote ako sa inyong artikulo."

Ngayon, pinagsisisihan ni E-Z na pumayag siyang mangolekta ng mga kendi sa karnabal. Nakatago siya sa gilid, umaasang hindi siya mapapansin.

"Nandoon siya!" sigaw ng isang tao.

Pinigilan siya ng iba na nakapila sa likuran niya papunta sa unahan ng pila.

"Libre na 'yan," sabi ng nagtitinda, habang iniabot sa kanya ang tig-isa sa bawat isa.

"Salamat," sabi niya, habang lumilipad na siya.

"Siya 'yan! Ang batang nasa wheelchair! Ang bayani namin!" may sumigaw mula sa ibaba niya.

"Nandoon siya, kunan ninyo ng litrato."

"Pabalik ka para sa selfie, pakiusap!"

Tumingin si E-Z sa kinaroroonan ni Eriel kanina, pero ngayon na nakita na siya, wala nang interesado sa kanya. Nang hindi niya namalayan, nawala na si Eriel.

"Tara na tayo!" sigaw ni E-Z, iniisip kung saan nga ba sila dapat pumunta. Kung pupunta sila sa bahay niya, malamang susunod ang mga reporter at mga tagahanga. Sa isang banda, nami-miss niya ang mga araw na pinupunasan nina Hadz at Reiki ang isipan ng lahat ng sangkot—talagang pinasimple nito ang lahat.

Habang pauwi, hindi maiwasan ni E-Z na mag-isip kung ano'ng ginagawa ni Eriel. Pagkatapos ng lahat, walang sinuman ang dapat makakaalam tungkol sa kanyang mga pagsubok. Napaka-kakaiba nito - pero masyado siyang pagod para pag-usapan ito kasama ang kanyang mga kaibigan. Sa halip, naisip niya kung bakit hindi na mahalaga na itago ang kanyang mga pagsubok - at kung paano nito babaguhin ang mga bagay. Mabuti na lang at hindi na nasusunog ang kanyang mga pakpak, at tila hindi na interesado ang kanyang upuan na uminom ng dugo.

"Naku, madali naman pala iyon," sabi ni Alfred.

Tumawa si Lia, "At medyo masaya nga, nakita ka naming kumilos, E-Z."

"Uy, ako ba, tumulong din ako!"

"Tunay nga," sabi ni E-Z. "At Little Dorrit, salamat! Hindi ko magagawa ito kung wala ka!"

Tumawa si Little Dorrit. "Masaya akong nakatulong."

"Ang galing mo!" sabi ni Lia, habang hinahaplos ang kanyang leeg.

Ngunit may isang bagay na nagpapabahala sa kanila. Halata namang kayang-kaya ni E-Z na gawin mag-isa iyon. Hindi niya kailangan ng tulong.

Lalo na si Alfred, pakiramdam niya bilang isang trumpeter swan, ginawa niya ang lahat ng kaya niya. Pero hindi siya gaanong nakatulong sa ganitong uri ng pagsagip. Hindi tulad ng may kamay na makakatulong. Ginawa niya ang kanyang makakaya, pero sapat na kaya iyon? Siya ba ang pinakamainam na pinili bilang miyembro ng Tatlo?

Naisip ni Lia na sana'y lumapag si Little Dorrit sa ilalim ng batang lalaki at nailigtas siya nang hindi na kailangang pumatong sa likod nito. Matalino ang unicorn at sana'y sinunod nito ang ginagawa ni E-Z at ang mga tagubilin niya. Pakiramdam niya ay naglakbay siya nang ganoon kalayo, at para saan? Wala talaga itong katuturan.

Umuwi na naman sila. Bagaman nakagawa sila ng isang kahanga-hangang bagay nang magkakasama, malungkot ang kanilang mga loob.

Umalis si Little Dorrit at nagtungo sa kung saan man siya nakatira kapag hindi siya kailangan.

Agad na nagpunta si E-Z sa kanyang opisina kung saan gumawa siya ng kaunting trabaho sa kanyang libro. Matagal na niyang gustong i-update ang listahan ng mga pagsubok para makita kung nasaan na siya. Nagpasya siyang i-type muli ang lahat mula sa simula:

1/ iniligtas ang batang babae

2/ iniligtas ang eroplano mula sa pagbagsak

3/ pinigilan ang mamamaril sa bubong

4/ pinigilan ang babae sa tindahan

5/ pinigilan ang mamamaril sa labas ng bahay niya

6/ nakipaglaban kay Eriel

7. nakaligtas sa bala

8/ iniligtas si Lia

9/ ibinalik sa riles ang roller coaster.

Hindi siya sigurado kung ang pagliligtas kay Uncle Sam ay isang pagsubok o hindi. Pinunasan nina Hadz at Reiki ang isip niya. Pakiramdam ni E-Z na hindi ito naging isang pagsubok.

Umupo siya nang tuwid sa kanyang upuan. Iniisip ang nalalapit niyang deadline. Kailangan niyang kumpletuhin pa ang tatlong pagsubok sa loob ng limitadong panahon. Sa isang banda, gusto na niyang matapos na ang mga ito. Sa kabilang banda naman, kinakabahan siya sa pagtatapos ng kanyang pangako.

Samantala, nagpasya si Alfred na maligo sa lawa.

Habang sina Lia at ang kanyang ina ay naglakad-lakad.

***

"SO, KUMUSTA NAMAN?" TANONG ni Samantha.

"Sobrang nakakapanabik at nakakatakot nang sabay. Kahanga-hanga si E-Z. Matapang," paliwanag ni Lia.

"At ano naman ang ambag mo?"

Lumiko sila at naupo nang magkasama sa isang bangko sa parke. Naglalaro ang mga bata, tumatakbo-takbo pataas-pababa at sumisigaw. Naalala ng ina at anak kung paano dati naglalaro si Lia nang ganito, walang alalahanin, noong siya ay pitong taong gulang. Ngayon na siya ay sampung taong gulang, labis nang nabawasan ang kanyang interes sa paglalaro.

"Namimiss mo ba iyon?" tanong ni Samantha.

Ngumiti si Lia. "Palagi mong alam ang iniisip ko. Hindi naman talaga, pero balang araw, gusto kong subukang sumayaw muli. Para makita kung paano at kung makakasabay ako. Nag-upo silang magkasama at nanonood, nang hindi nagsasalita. Tungkol naman sa ambag ko, may isang batang lalaki na nakasabit sa kotse at kung wala ang tulong ni Little Dorrit, baka nahulog siya."

"Baka?"

"Oo, sa tingin ko sasagipin siya ni E-Z, tapos siya na ang bahala sa iba pa, kung wala kami roon. Sanay siyang mag-isa sa mga pagsubok."

"Hindi mo iniisip na kailangan ninyo ni Alfred?"

"Ang pagiging naroon namin para sa moral na suporta ay nakatulong, hindi ko alam. Naghirap nang husto ang mga arkanghel para pagsamahin kami. Para ipalipad kami nang ganoon kalayo mula sa Netherlands, ang aming tahanan. Samantalang, base sa pagsubok na ito, sa tingin ko ay hindi naman kami kailangan."

Hinablot ni Samantha ang kamay ng anak niya at tumayo sila mula sa bangko at bumalik na sila sa kanilang tahanan.

"Sa tingin ko, magandang bagay ang pagkakaroon ng koponan, ng reserba, at sigurado akong alam at pinahahalagahan iyon ni E-Z. Hindi siya mukhang tipo ng batang nag-iisa. Naglalaro siya ng baseball, at hanggang ngayon ay naglalaro pa rin daw, ayon kay Sam. Alam niya na mahusay magtulungan ang mga koponan, na pinapalakas ang bawat isa batay sa kanilang mga kalakasan. Tungkol sa'yo naman, huwag mong ikabahala na hindi ka ang pinakamahalagang salik sa pagsubok na ito. At huwag mong maliitin ang iyong halaga."

"Salamat, Ma," sabi ni Lia, habang pumapasok sila sa kanto papunta sa kanilang kalye. "Ngayon, pag-usapan natin si Sam. Talagang gusto mo siya, hindi ba?"

Ngumiti si Samantha pero hindi sumagot.

***

KASABAY NITO, TINE-CHECK NI Sam si E-Z. "Ayos lang ba?" tanong niya, habang sumisilip sa opisina ng pamangkin niya.

"Hindi ako sigurado. Pwede ba tayong mag-usap?"

"Sige, anak."

"Isara mo nga ang pinto, pakiusap."

"Ano'ng nangyari? Hindi ba naging maayos ang unang team trial?"

"Una, gusto kitang tanungin, ano ang nangyayari sa'yo at sa Nanay ni Lia?"

Nag-atras-abante si Sam at pinunasan ang kanyang salamin. "Huwag nating gawing tungkol sa akin at kay Samantha ito. Pagitan namin iyon."

"Ah, so, may 'kami' pala, ha?" ngumisi siya.

"Bago ang usapan," sabi ni Sam.

"Sige na nga, kung ano ang sabi mo. Tungkol naman sa pagsubok, maayos naman ang takbo, at huwag mo akong isipin nang masama. Hindi ko sinasabi ito dahil mayabang ako, pero kaya ko namang tapusin iyon nang wala ang iba."

"Sabihin mo sa akin nang eksakto ang nangyari. Ano ang tungkulin mo? At kailangan kong sabihin, nakakagulat ito sa akin, dahil palagi ka namang naging Isang masunuring kasapi ng koponan.."

"Alam ko. Iyon din ang nakakaabala sa akin. Nangyari ito sa parke ng libangan. May isang roller-coaster na lumihis sa riles. Nakabitin ang unahan nito sa gilid at bumubuhos palabas ang mga pasahero. Isa lang ang tunay na nanganganib – isang bata na nasagip ni Lia sa tulong ni Little Dorrit na unicorn."

"Mukhang nakatulong ang pagsagip na iyon."

"Nakakatulong nga, kasi kulang na ang oras, pero nandiyan ako at kaya ko namang sagipin siya. Tapos inilagay ko pabalik sa riles ang kariton at tinulungan ko ang iba pa sa loob. Parang tumigil ang oras para sa akin – kaya madali ko sanang naresolba ang sitwasyong ito nang walang tulong ng kahit sino."

"Mukhang hindi ka masyadong nakinabang kay Alfred. Ibig mong sabihin, kaya mo naman pala kahit wala siya?"

Dinala ni E-Z ang mga daliri sa gitnang bahagi ng kanyang itim na buhok. Ang magaspang na pakiramdam nito ay nakapagpagaan ng kanyang stress.

"Tumulong si Alfred. Pero ako ang naghahanap ng paraan para matulungan niya ako. Pinipilit niyang magsumikap. Gusto naming tulungan siya, pero sa totoo lang, matalino siya para malaman na pinapagawa ko lang siya. Kaya nakakatulong siya, at hindi ako komportable doon."

"'Yan ang ginagawa ng mga miyembro ng koponan. Inaalagaan nila ang isa't isa. Tinutulungan nila ang isa't isa."

"Alam ko, pero kapag may buhay na nakataya, nasa akin ang responsibilidad na siguraduhin na walang mamamatay. Kung ako ang naghahanap ng mga gawain para sa iba para maramdaman nilang kailangan sila, hadlang iyon, hindi tulong." Malalim siyang huminga, pinitik-pitik ang mga daliri sa kanyang keyboard. Nahiya siya, kaya iniiwasan niyang makipag-titigan sa kanyang tiyo.

Pagkalipas ng ilang minutong katahimikan, bumalik si E-Z sa pag-aayos ng kanyang libro para mabigyan ng panahon ang kanyang tiyo na pag-isipan ang mga bagay-bagay. Inaral niya ang mga detalye ng mga nangyari sa araw na iyon.

Habang ini-briefing niya ang sarili. Pinaghihiwa-hiwalay ang mga bagay. Inihiwalay-hiwalay at muling binuo ang pagsubok nang magkaroon siya ng isang rebelasyon. Ito ay isang bagay na hindi pa niya nagagawa dati. Maaari niyang pag-usapan ang usapin sa kanyang koponan. Masasabi nila sa kanya kung paano siya nagawa, magbigay ng mga mungkahi para makapag-ayos siya. Oo, maraming kalamangan ang pagiging isa sa tatlo. Naramdaman niyang mas kalmado at mas masaya sa kaalamang ito.

"Sa tingin ko, dapat mong bigyan pa ng oras ang sitwasyon ng koponan bago ka magpasya ng anumang bagay. Dapat ay nakabubuti para sa'yo na malaman na may kanya-kanya silang espesyal na kapangyarihan para tulungan ka. Sa sitwasyong ito, nanguna ang iyong mga kasanayan. Hindi ibig sabihin na palagi itong ganito. Maaaring magbago ang mga bagay-bagay sa susunod na gawain. Lahat ng bagay ay may dahilan."

"Kapareho tayo ng iniisip ngayon. Lahat ng bagay ay mas magaan kung hindi mo kailangang harapin mag-isa. Ipinakita mo iyon sa akin."

"May iba pa bang nagugutom sa bahay na ito?" sigaw ni Alfred habang naglalakad-lakad sa pasilyo.

Inaatras ni E-Z ang upuan niya at sumagot, "Ako!"

"Ano ka?" tanong ni Sam.

"Ah, tinatanong lang ni Alfred kung may nagugutom."

"Ako rin!" sigaw ni Sam.

"Ako rin," sabi ni Lia. "Ano ang pang-hapunan?"

Iminungkahi ni Samantha na mag-order sila ng pizza. Lahat ay natuwa, maliban kay Alfred. Hindi siya mahilig sa keso na punong-puno ng litid.

Magkasama silang nagpalipas ng gabi, nagpakabusog at sunod-sunod na nanood ng serye tungkol sa mga zombie.

"Hindi ka masyadong natatakot, Lia?" tanong ni E-Z,

"Sobrang nakakatakot para sa akin!" sagot ni Samantha. Ipinatong ni Sam ang braso niya sa balikat ni Samantha, habang tumawa si Lia at hinawakan ang kamay ng kanyang ina.

KABANATA 14

KINABUKASAN, MAAGA PA LANG ay nagising si Alfred nang may sigaw. Kung hindi ka pa nakarinig ng sigaw ng isang swan, masuwerte ka. Napakalakas nito; nagising nito ang lahat.

Sinubukan ni E-Z na pakalmahin si Alfred. Lalo lang pinakilos ng swan ang kanyang mga pakpak at naglabas ng kakila-kilabot na tunog. Parang tinortyur siya. O kaya naman ay magwawakas na ang mundo!

Dumating si Tiyo Sam para tingnan kung ano ang nangyayari.

"Si Alfred ito, pero huwag kang mag-alala. Ako na bahala," sabi ni E-Z.

Hindi nagtagal, dumating sina Lia at Samantha para imbestigahan. Kumbinsido ni Lia si Samantha na bumalik na lang sa pagtulog.

Nanatili si Lia para tulungan si E-Z na pakalmahin si Alfred. Agad na lumapit si Alfred sa bintana, binuksan ito gamit ang kanyang tuka at lumipad palabas sa gabi.

Sa itaas nila, pinakinggan nina E-Z at Lia ang pagkalampag ng mga paa ni Alfred na may palikpik sa bubong.

"Ano'ng hinihintay ninyong dalawa!" sigaw niya. "Kailangan na nating umalis – NGAYON NA!"

Umakyat si Lia sa bintana at nanginig na nakatayo sa gilid. Naghintay siya hanggang sa makasakay si E-Z sa wheelchair niya at mailagay ito sa nakalutang na posisyon.

"Sandali, sa tingin ko papunta na ang unicorn," sabi ni Alfred. "Kaya nga ako nandito sa taas. Para makita kung papalapit na siya."

Lumapag si Little Dorrit, itinapat ang ilong niya sa ilalim ni Lia at itinapon siya sa likod nito.

Tumilad sila, si Alfred ang nangunguna.

"Bumagal ka!" sigaw ni E-Z. Hindi siya pinansin ni Alfred. Nagpatuloy ito, habang tumataas ang altitud at bilis. Nagsimulang kumaway ang mga pakpak ng wheelchair ni E-Z pati na rin ang mga pakpak niya bilang anghel. Kailangan niyang kumilos nang mabilis para hindi mawala sa paningin si Alfred.

Nanginig si Lia. "Sana may sweater ako."

"Humigpit ka sa leeg ko," sabi ni Little Dorrit. "Papainitin kita."

Pinabilis ni E-Z ang takbo, papalapit, nang mapagtanto niyang bumabagal si Alfred. O iyan ang akala niya. Sa halip, nakita niya ang isang tanawing hindi na matatanggal sa isip niya. Nakatigil si Alfred sa ere, nakalawit ang kanyang mga pakpak at mga paa. Parang nagpo-pose siya bilang isang X.

Biglang nanginig ang buong katawan niya, na lalong tumindi hanggang sa pag-uga. Parang siya ay tinatamaan ng kuryente. At ang mukha niya, ang ekspresyon ng hindi matiis na sakit, ay nagpatulo ng luha sa mga mata ng kanyang mga kaibigan.

"Ano ang nangyayari sa kanya?" tanong ni Lia. "Hindi ko na kaya itong panoorin. Hindi ko talaga kaya," humagulgol siya.

"Parang nakakuryente siya. Sino ang gagawa ng ganito?" Nang sabihin niya ito, alam na niya. Si Eriel lang ang ganito kalupit. Inaanyayahan sila ni Eriel. Ginagamit ang teknik na pag-electrocute na ito para sundan nila ang kaibigan nilang si Alfred. Pero paano kung hindi siya makaligtas sa mga kuryente? Nang sabihin niya ito, ilang piraso ng balahibo ni Alfred ang naputol mula sa katawan niya at lumutang sa hangin. Tumigil siya sa pag-uga at nagsimulang lumipad.

Sa ibabaw ng balikat niya ay sinabi niya, "Halika, makisabay kayo bago ako tamaan ulit."

"Okay ka lang ba?" tanong ni Lia.

"Iyon ang pangatlo, at sa bawat beses ay lalo itong tumitindi. Kailangan nating makarating agad kung saan nila tayo gustong dalhin. Hindi ko alam kung makakayanan kong mabuhay sa isa pa – lalo na kung mas malala kaysa sa huli. Grabe iyon."

Nagpatuloy silang lumipad, nag-uusap habang papunta.

"Pasensya na at nagising ko kayong lahat," sabi ni Alfred nang humupa na ang mga kuryenteng pag-uga.

"Hindi mo kasalanan," sabi ni E-Z. "Halos sigurado ako kung kanino ang kasalanan – at pag nakita ko siya, huhusgahan ko siya."

"Ano'ng ibig mong sabihin?" tanong ni Lia, habang nakikipagyakapan kay Little Dorrit sa leeg. Napakadilim at napakalamig; hindi niya mapigilang manginig.

Sabi ni Alfred, "Tinawag tayo sa pamamagitan ng pagpapadala ng kuryenteng kirot sa buong katawan ko. Parang nasusunog ang mga balahibo ko mula sa loob palabas. Ang bastos. Sobrang bastos at sa isang sandali, akala ko bumalik na naman ako sa betwixt and the between."

Nanginig ang buong katawan niyang gansa habang iniisip iyon. "Bibigyan ko rin ng nararapat ang gumawa niyan pag nakita ko rin siya!"

Nagpatuloy si Alfred sa paglipad na katabi ng iba. "Dati, bumubulong si Ariel sa tenga ko para gisingin ako. Pagkatapos, magkakasama kaming magpaplano. Ginawa niya ito kahit noong nasa sa pagitan at ang pagitan ako. Palagi siyang mabait at maamo sa akin. Iba ang paanyayang ito."

"Parang gawa ni Eriel," inamin ni E-Z. "Hindi siya masyadong maingat sa pananalita at maaaring maging medyo melodramatiko at talagang walang pakiramdam. Hindi pa nababanggit na may masamang pakiramdam ng katatawanan siya."

"Ang sabi mong medyo melodramatiko, hindi pa man lang nakakagaspang sa ibabaw," sabi ni Alfred.

"Kailangan mong ikwento sa amin nang mas detalyado itong tungkol sa betwixt and the between balang araw. Ang pangalan ay mukhang cute, pero pakiramdam ko ay isang oxymoron ito," sabi ni E-Z.

"Ayaw kong pag-usapan iyon," sagot ni Alfred.

"Talagang inaabangan kong makilala itong si Eriel na ito. HINDI," pag-amin ni Lia. "Parang inaabangan mong makilala si Voldemort. Nauna pa sa kanya ang kanyang reputasyon."

"Ah, tagahanga ka pala ng Harry Potter?" sabi ni Alfred.

"Siyempre," umamin si Lia.

Nagpapadala ng imahinaryong init ang mga bituin sa itaas. Gayunpaman, nanginginig sila nang hindi handa sa simoy ng gabi.

"Malapit na ba tayo?" tanong ni E-Z.

"Hindi ko siguradong alam," sabi ni Alfred. "Hindi sinabi ng shock kung saan tayo tinawag, at wala akong nararamdamang alinlangan sa hangin. Ang tanging magpapatunay na hindi natin ginagawa ang inaasahan sa atin, ay ang isa pang kuryente. Nakakalungkot."

"Ayaw nating mangyari iyon. Bilisan natin."

"Mukhang papalapit na tayo." Tumigil si Alfred sa ere; nakaladlad ang kanyang mga pakpak. "Ay naku!" bulong niya, hinihintay ang pagdating ng bagong kuryente. Naghintay siya nang naghintay pero wala nang nangyari. "Siguro malapit na tayo..."

Hindi lang nanginig at nangalgal ang katawan ng gansa ngayon. Paulit-ulit na umikot ang katawan ni Alfred. Parang nagso-somersault siya sa himpapawid.

Ang mga nalaglag na balahibo ay lumipad sa paligid niya, sumasayaw sa hangin habang bumabagsak nang malaya ang gansa.

Lumipad si E-Z sa ilalim ng trumpeter swan at nasalo niya ito. "Alfred? Alfred?" Nawalan ng malay ang kawawang gansa. "Eriel! Ikaw! Ikaw, malaking buhaghag na buwitre!" sigaw ni E-Z, itinaas ang kamao patungo sa langit. "Hindi mo kailangang patayin si Alfred. Sabihin mo sa amin kung nasaan ka, at pupunta kami roon, pero kung sasang-ayon kang itigil na ang mga kuryenteng binibigay mo. Barbáriko ka. Pato siya, awa mo naman. Pahingahan mo."

"Sang-ayon ako sa sinabi niya," sagot ni Lia, na nakabuka ang mga palad patungo sa langit.Sandali silang nanlutang, hindi gumagalaw.

Biglang kumulog ang kuryente sa wheelchair. Sumunod ay tumama ito kay Dorrit na unicorn. At biglang bumagsak nang malaya ang lahat.

Punô ng tawa ni Eriel ang paligid nila. Ang mundo ang kanyang Sensurround, at ininsulto niya ang Tatlo sa paraang hindi magagawa ng iba. O hindi gagawin.

KABANATA 15

PATULOY SILANG BUMABAGSAK NANG matagal. Wala sa kanila ang may kontrol sa kanilang mga espesyal na kapangyarihan o katangian.

Halos inaasahan na nilang mabubudburan ang kanilang mga katawan sa sementong nasa ibaba. Papalapit na sa kanila ang semento.

Biglang huminto ang pagbagsak. Para silang nakatali sa isang hindi nakikitang maririkit.

Pagkalipas ng ilang segundo, nagsimula muli ang paggalaw. Ngunit sa pagkakataong ito, ito ay banayad.Pinapatnubayan sila, hanggang sa ligtas silang mahulog sa paanan nina Eriel, Ariel, at Haniel na mga arkanghel.

"Naging masaya ba ang biyahe ninyo?" tanong ni Eriel. Sumigaw siya sa tawa. Nanlilibot ang kanyang mga kasama nang hindi tumatawa o nagsasalita.

Si Alfred, na gising na ngayon, ay lumipad at lumapag, sinundan ni Little Dorrit na Unikorno na may dalang si Lia.

Yumuko ang unikorno sa ibang mga bisita, pagkatapos ay umatras sa kabilang dulo ng silid.

Si Eriel ang pinakamataas sa tatlo at nakatayo na nakalagay ang mga kamay sa kanyang balakang, tinitiyak na walang alinlangan kung sino ang namamahal.

Si Ariel naman ay parang diwata.

Si Haniel ay parang estatwa, na sumisiklab ang ganda.

Sumulong si Eriel, lumipad pataas upang siya ay nasa itaas nila. Sumigaw siya, "Ang tagal ninyo pa nga bago kayo nakarating dito! Sa hinaharap, kapag inutusan ko kayong dumating, nandito kayo agad-agad!"

Lumipad si Haniel papalapit kay Alfred. Hinawakan niya ang noo nito. Pagkatapos ay lumingon siya kay E-Z at ginawa rin ang pareho. Ngumiti siya. "Ikinalulugod kitang makilala kayong dalawa." Lumiko siya kay Lia. Binuksan ni Lia ang palad niya at nagpalitan sila ng haplos sa palad gamit ang mga daliri. Sumugod si Lia sa bisig ni Haniel. Binalot siya ni Haniel ng kanyang mga pakpak, habang pinagmamasdan ang anyo ng dalawang bagong sampung-taong gulang na mga babae.

Lumipad si Ariel papalapit kay E-Z. Kumindat siya rito at ngumiti kay Lia. Lumipad siya papunta kay Alfred at inalis ang kanyang sakit.

"Tama na ang kalokohan!" utos ni Eriel nang dumagundong ang kanyang tinig nang napakalakas na natakot si E-Z na baka bumigay ang bubong.

"Sandali," sabi ni Alfred, na naglalakad na ang tunog ng mga paa niyang may palad-palad ay pumapaspas sa sementadong sahig. "Halos nabagsakan ako ng kuryente, at gusto kong humingi kayo ng paumanhin."

Inyugyog ni Eriel ang kanyang mga pakpak nang malapad, mas malapad pa, hangga't maaari. Nanlutang siya sa itaas ni Alfred na nanginig ngunit nanindigan. Nagkatinginan sila.

Naramdaman ni E-Z na si Alfred na trumpeter swan ay alinman sa napakabait o napakabobo. Sa alinmang paraan, kailangan niya ng tulong.

Umiwasak si E-Z pasulong, inilagay ang kanyang upuan sa pagitan nila. "Ang nangyari'y nangyari na." Sinabi niya kay Alfred, "Tumigil ka na." Sumunod si Alfred. Pagkatapos kay Eriel, "Alam kong ikaw ay isang nang-aapi at ang ginawa mo sa kaibigan namin ay hindi mapapatawad at malupit. Gitna ng gabi na kaya diretsuhin mo na - sabihin mo sa amin kung bakit tayo nandito? Ano ang malaking emerhensiya?"

Lumapag si Eriel at tupi ang kanyang mga pakpak sa likod ng kanyang katawan. Sumigaw siya, "Ang aking mga pagtatangka na personal kang lapitan, aking protégé, ay walang sumagot. Kahit ano pa ang ginawa ko, hindi ka nagising dahil sa iyong paghilik. Pinadala ko si Haniel para kay Lia, ngunit hindi niya nagawang gisingin ito nang hindi nagigising ang kanyang ina na natutulog sa tabi niya. Kaya tinawag namin si Alfred na matagal ding hindi sumagot. Sinubukan siyang lapitan ng kanyang mentor, sa karaniwang paraan niya - ngunit hindi sapat ang lakas ng kanyang mga bulong para magising siya."

"Nag-alala ako sa'yo," sabi ni Ariel.

"Pasensya na," sabi ni Alfred. "Napakakomportable ng kama ni E-Z, at malakas nga siyang hihikab. Matagal na mula nang huli akong nakatulog sa isang tunay na kama."

"Tahimik!" sigaw ni Eriel.

Umatras si Alfred, samantalang inilapit pa ni E-Z ang upuan niya sa nilalang.

Pinababa ni Eriel ang boses niya. "Akala ni Haniel ay patay ka na, gansa. At dahil doon, ginamit ko ang pagkakataong ito para subukan ang pinakabagong teknolohiya namin."

"Hindi pa ito nasubukan sa tao dati," inamin ni Haniel.

"Akala namin mas mabuting subukan ito sa hindi tao – Alfred, bagay ka sa hinahanap namin at naging matagumpay ito. Tatu, naantala kayong lahat sa pagdating, pero nakarating naman kayo. Gaya ng kasabihan, mas mabuti ang huli kaysa hindi kailanman."

"Ginamit ninyo ako bilang paksa ng pagsubok?" sabi ni Alfred, habang iginigiya ang leeg pabalik-balik, nakabuka ang tuka, at sumusulong sa sahig.

Muling inilagay ni E-Z ang wheelchair niya sa pagitan nila. "Tumigil ka," sabi niya kay Alfred.

Umhulma sina Eriel, Haniel at Ariel ng kalahating bilog sa paligid ng tatluhan.

"Tama ka, E-Z. Ang nangyari ay nangyari na. Mas mabuti nga sinubukan nila sa akin kaysa sa inyong dalawa. Ngayon, ituloy na," utos ni Alfred.

"Oo, Eriel," sabi ni E-Z, "muli kong itatanong, bakit nga ba tayo nandito?"

"Una sa lahat," sigaw ng arkanghel, "ang plano ay kayong tatlo ang bumuo ng isang tatlu."

"Naintindihan na namin iyon," sabi ni Lia. Bukas ang mga palad niya para makita nang buo ang tatlong arkanghel nang sabay. Paminsan-minsan, tumingin din siya sa paligid ng silid para masilayan ang kanilang kapaligiran. Pamilyar ang itsura nito, na may metal na pader katulad ng sa unang pagkikita niya kay E-Z. Maliban na lang na mas maluwang ito.

Lumlingon-lingon si E-Z at tiningnan si Lia. Pareho silang iniisip iyon. Habang mas tinitingnan niya ang mga pader, parang mas lalo silang sumasara sa kanya. Naramdaman niyang nanlamig siya, at parang naiipit kahit napakalawak ng lugar. Sana ang wheelchair niya ay may buton na parang sa ilang kotse na puwedeng painitin ang upuan.

"Tahimik!" sigaw ni Eriel. Dahil tahimik ang lahat, tila hindi ito angkop. Siyempre, hindi nila inisip na mabasa rin niya ang kanilang mga iniisip.

Tumawa si Alfred.

Lumapit si Eriel sa kanya, at umatras si Alfred. Lumapit muli si Eriel. At inulit-ulit iyon hanggang sa napadikit si Alfred sa pader. Tumilipad si Alfred. Hinawakan siya ni Eriel gamit ang kanyang mga paa na parang kuko. Hinablot niya ito sa itaas ng iba.

"Eriel, pakiusap," sabi ni Ariel. "Mabait na kaluluwa si Alfred."

Binitawan siya ni Eriel, saka itinaas ang kanyang mga kamao. May lumipad na kidlat mula rito at tumalbog sa metal na kisame ng lalagyan. Lahat maliban kay Eriel ay nag-iwas sa mga lumilipad na kuryente. Pinanood ni Eriel. Tumawa. Hanggang sa magsawa siya sa libangan.

Nasubok na ang kumpiyansa ng Tatlo.

Sinalo ni Eriel ang natitirang mga kidlat. Nagdrama pa siya nang ilagay niya ang mga ito sa kanyang mga bulsa.

"Ngayon," sabi niya na may malisyosong ngiti. "May paparating na bagong pagsubok sa inyo. Ngayon. Mamamatay ang isa sa inyo."

Biglang tumayo si E-Z sa kanyang upuan. Sumigaw si Alfred ng hindi sinasadyang "Hoo-hoo!" at si Lia ay sumigaw ng sigaw ng isang batang babae.

Nagpatuloy si Eriel, hindi pinansin ang kanilang mga reaksyon. "Nandito kayo para pumili. Alin sa inyo ang mamamatay ngayon? Pagkapili ninyo, ipapaliwanag ko ang mga kahihinatnan na haharapin ninyo dahil sa nasabing kamatayan." Lumipad si Eriel ng ilang talampakan ang layo at ang dalawang anghel ay nasa gilid niya, tig-isa sa bawat gilid.Una, inilarawan ni Ariel ang kamatayan ni Alfred:

"Hindi ko maaaring ikuwento sa inyo ang anumang detalye tungkol sa paglilitis na ito. Ang tanging masasabi ko sa inyo, ay si Alfred, kung mamatay ka ngayong araw, hindi mo matutupad ang iyong kontraktwal na kasunduan. Kaya, hindi mo na muling makikita ang iyong pamilya, hindi ngayon o kailanman. Gayunpaman, magiging maganda ang iyong kamatayan. Sapagkat tulad ng sa buhay, ang kamatayan ng isang swan ay laging maganda. Marilag. Sapagkat kapag namatay ang isang swan, nagiging anghel ito. Ang iyong pagbabago ay magiging isang bagong simula para sa iyo. Ang iyong layunin ay para sa ikabubuti ng mga tao at hayop. Bibigyan ka ng bagong pangalan at bagong layunin. Tunay kang pahahalagahan sa lahat ng paraan. At ang iyong kaluluwa ay babalik sa kanyang walang hanggang pahingahan."

Umaagos ang luha sa mga pisngi ng trumpeter swan na si Alfred. Pinagaan ni Ariel ang loob niya sa pamamagitan ng pagyakap ng kanyang mga pakpak sa mga pakpak ni Alfred.

Pangalawa, ikinuwento ni Haniel ang tungkol sa kamatayan ni Lia:

"Anak, na malapit nang maging babae, tulad ni Ariel, hindi ko maaaring sabihin sa iyo ang anumang impormasyon tungkol sa gawain na nasa harapan mo. Ang tanging masasabi ko sa iyo, mahal na Cecelia, na kilala rin bilang Lia, ay kung mamamatay ka ngayon, hindi ka na magiging. Sa anumang anyo. Ang kamatayan mo ay ganoon lamang, isang kamatayan. Pangwakas. Magiging parang nang sumabog ang bombilya, mamamatay ka. Ang kawawang buhay mo ay magwawakas noon. Ngunit narito ka ngayon, at marami kang maiaalay sa mundo. Hindi mo pa man lang natatapakan ang ibabaw ng mga kapangyarihang magagamit mo. Gayunpaman, kung mamatay ka ngayon, mananatiling hindi nagamit ang mga kapangyarihang iyon. Ililibing ka, alabuk sa alabuk. Isang payak na alaala na lamang sa mga nakakilala at nagmahal sa iyo. Ngunit ang kaluluwa mo rin, ay babalik sa kanyang walang hanggang pahingahan."

Pinikit ni Lia ang kanyang mga kamay upang pigilan ang mga luha na pumapatak mula rito. Pumapatak din ang mga ito mula sa kanyang mga mata. Sa kanyang matandang mga mata. Naninig ang katawan niya habang siya ay umiiyak nang malakas. Hindi siya makapagsalita dahil sa matinding emosyon.

Lumapit si Little Dorrit at binatukan ang batang babae sa balikat. Sinubukan din ni Haniel siyang aliwin sa pamamagitan ng paghalik sa kanyang noo.

At saka sinimulan ni Eriel ikwento ang tungkol kay E-Z:

"E-Z, marami kang nagawa mula nang mamatay ang iyong mga magulang. Binigyan ka ng mga pagsubok. Minsan, mga gawaing halos imposibleng lampasan para sa isang tao. Ngunit nagawa mong malampasan ang mga ito. Nakapagligtas ka ng buhay. Hindi mo ako nabigo. Gayunpaman, nararamdaman namin."

Nag-atubili siya, tumingin-tingin sa gilid. "Lalo kong nararamdaman na sinuway mo ang iyong mga kapangyarihan. Minsan, itinanggi mo pa nga ang mga ito.Ginamit mo ang oras na ibinigay namin sa iyo para gawing mas mabuti ang mundo at sinayang mo ito."

Bumukas ang bibig ni E-Z para magsalita.

"Tahimik!" sigaw ni Eriel. "Huwag mong subukang ipagtanggol ang sarili mo. Pinagmamasdan ka namin na naglalaro ng baseball at nasasayang ang oras kasama ang mga kaibigan na para bang may buong buhay ka para tapusin ang iyong mga gawain. Ngunit, nauubos na ang oras. Kung mamamatay ka ngayon, mananatiling hindi kumpleto ang iyong mga pagsubok."

May ideya na si E-Z kung ano ang susunod na mangyayari, pero kailangan niyang hintayin na sabihin ito ni Eriel. Na bigkasin ang mga salita para maging tatu.

Gaya ng hinala niya, hindi pa tapos si Eriel. "Na iiwan tayo sa hindi kumpletong pagsubok na kung saan nailigtas ang buhay mo. Ngayon, iyon ay hindi mapapatawad. Kung mamamatay ka ngayon, mawawalan ka ng iyong mga pakpak. Panimula pa lang iyon. Ang mga pagsubok na hindi mo pa natatanggap - ay hindi na ibibigay kailanman. Sapagkat ikaw lamang ang makakakumpleto ng mga gawain. Ang tanging pag-asa namin. Kaya, ang mga sana'y nailigtas mo ay hindi maliligtas ninuman, kailanman. Mamamatay sila dahil sa iyo. Lahat ng taong nailigtas mo sa iyong mga pagsubok ay mamamatay. Parang hindi ka man umiral. Ang kanilang mga kamatayan ay magiging pinal. Kumpleto.

"Walang pagkakataon para sa buhay pagkatapos ng kamatayan para sa alinman sa kanila. Kahit ang pagpapadala sa kanila sa betwixt and the between ay hindi magiging opsyon. Ang iyong kamatayan noon, E-Z, ay magdudulot ng matinding kaguluhan at maghahatid ng kaguluhan sa mundo. Tulad noong araw na nagduel tayo. Naalala mo ba kung ano ang itsura ng mundo noong araw na iyon? Ganyan ang magiging itsura ng mundo – araw-araw."

Tumalikod si Eriel. Pinanood nila siyang ibuka ang kanyang mga pakpak, na para bang naghahanda nang umalis.

Lahat ay nanahimik. Pinag-iisipan ang kanilang kapalaran.

Pagkalipas ng ilang sandali, binasag ni Eriel ang katahimikan. "Ariel, Haniel, at ako ay aalis muna sa inyo. Pwede kayong mag-usap-usap at magpasya. Pero bilisan ninyo. Hindi namin buong araw ito."

Naglaho ang tatlong arkanghel sa kisame.

KABANATA 16

MATAPOS UMALIS NG MGA arkanghel, natulala ang Tatlo at hindi makapagsalita. Hanggang sa binasag ni E-Z ang katahimikan.

"Walang katuturan para sa akin na dinala nilang magkakasama tayong lahat dito. Na pahirapan nila si Alfred. Dalhin tayo rito. Tapos sasabihin nilang dapat may isa sa atin ang mamatay. At tayo pa ang kailangang pumili kung sino iyon. Barbáriko ito – kahit para kay Eriel."

Nag-urong-sulong si Lia habang nakakurong ang kanyang mga kamao. Sobrang galit siya para magsalita, at hindi niya alintana kung mababangga siya sa kahit ano. Sa katunayan, nang bumangga nga siya, sinipa pa niya ito.

Sumabat si Alfred. "Sa tingin ko, kung sino man ang kailangang mamatay, dapat ako na lang. Napakalimitado ng aking mga kapangyarihan. Malamang na gagawing sopas akong gansa dahil sa pagiging kumplikado ng mga pagsubok. Tulad ng huling pagsubok. Alam kong tinutulungan mo ako, E-Z. Buti na lang at tinulungan mo ako, pero alam kong sagabal lang ako."

Sinubukan ni E-Z na pumutol pero tuloy-tuloy lang si Alfred:

"Hindi pa nga nababanggit na baka makasagabal ako. Mapapahamak ko kayo. Malungkot at mag-isa ang buhay ko mula nang kunin sa akin ang pamilya ko. Minsan, hindi ko na matiis ang kalungkutan. Nakatulong ang pagiging miyembro ng Tatlo pero...Kahit bilang isang swan, naiisip ko sila. Naalala ko sila, minamahal ko sila. Ang simpleng kaalaman na magkasama silang namatay at magkasama sila sa isang lugar ay nagbibigay sa akin ng kapayapaan. Kahit hindi ako kasama nila, pero kasama ako ngayon, kung ako ang mamamatay. Handa akong akuin ang panganib na iyon. Bukod pa rito, kapag ako'y umalis, walang sinuman sa mundo ang magmamiss sa akin."

"Mamimiss ka namin!" sabi ni Lia.

"Siyempre, mamimiss ka namin!" sang-ayon ni E-Z, habang tumatawid siya sa silid, at napansin niya ang isang mesa na dati'y tila nakatago sa pader. Lumapit siya rito at doon niya natuklasan ang isang bunton ng mga papel na tiningting niya.

"Pinahahalagahan ko ang pakiramdam," sabi ni Alfred. "Uy, ano'ng ginagawa mo, E-Z? Saan nanggaling ang mesang iyan?"

Inaabot ni Lia ang parehong kamay sa harap niya para sabay niyang makita sina E-Z at Alfred.

Nagpatuloy si E-Z sa pagbabaliktad ng mga pahina. Hindi nagtagal, lumipad na ang mga ito sa buong silid. Umikot-ikot sa ere na para bang nahuli sila sa gitna ng buhawi.

Nagkumpulan ang Tatlo at pinanood ang pag-ikot-ikot ng mga papel. Pagkatapos, bigla silang bumagsak sa sahig.

Kinuha ni Lia ang isa sa mga ito at binasa habang pinapanood nina E-Z at Alfred.

"Ano ito?" ang sigaw niya. "Nakasulat dito ang mga pangalan namin. Isinalaysay nito ang mga kuwento. Ang mga kuwento namin. Tungkol sa pagkamatay namin."

"Nakasulat na patay na kami!" sabi ni E-Z habang binabasa ang isa sa mga papel na nahawakan niya.

"Oh," sabi ni Lia, na may luha na dumadaloy sa pisngi niya. "Nakasulat din na patay na ang nanay ko, pati na rin si Uncle Sam mo."

Umiling si E-Z. "Hindi ito maaaring totoo. Hindi totoo ito. Niloloko nila tayo." Lumlingon-lingon siya. May nagbago sa silid. Ang mga pader. Pula na ang mga ito. "Napunta na ba tayo sa ibang dimensyon o ano? Tingnan mo ang mga pader? Nasa ibang lugar na ba tayo, kung saan ang hinaharap ay nakaraan na?"

Kumuha si Alfred ng isa pang nahulog na pahina. Isinalaysay nito ang pagkamatay ng kanyang asawa, ng kanyang mga anak, at ng kanyang sariling kamatayan. At gayon pa man, nang tignan niya ang sarili, naramdaman niya, siya ay buhay, na may mga balahibo: isang trumpeter swan. "Gusto kong makalabas," sabi niya.

Ngumiti si Lia. "Ibig mong sabihin, palabas ng silid na ito, o palabas ng buhay na ito? Gusto ko ring makalabas, ibig kong sabihin palabas ng nakakatakot na metal na lalagyan na ito, pero ayokong mamatay. Ang makita ang mundo sa pamamagitan ng aking mga palad ay kakaiba at astig nang sabay. Ang makabasa ng mga iniisip, astig din 'yon. Pero nung pinatigil ko ang oras, grabe 'yon. Isipin mong magagawa mong gamitin ang kapangyarihang 'yan, kung sakaling may nanganganib, o kung may sakuna. Ilan kaya ang maliligtas? At ngayon sampu na ako at sino ang nakakaalam kung ano pang ibang kapangyarihan ang nakalaan para sa akin."

"Para kang diyos," sabi ni E-Z. "Alam ko kung ano ang naramdaman mo Lia. Ganoon din ang naramdaman ko, nang nailigtas ko ang unang batang babae, nang nailigtas ko ang iba, at nang nailigtas kita."

Bumuo ang tatlo ng bilog at nagsalo ng kamay habang binibigkas nila ang mga salitang, "Nasa sa atin ang kapangyarihan. Walang mamamatay ngayon. Kahit ano pa ang sabihin nila." Umikot-ikot sila, binibigkas ang kanilang bagong mantra. Hanggang sa sila'y handa nang tawagin pabalik ang mga arkanghel.

KABANATA 17

UNANG DUMATING SI ERIEL, nakataas ang kanyang mga kilay at nakakunot ang kanyang labi sa paghamak. Sumunod na dumating sina Ariel at Haniel. Nanatili ang dalawa sa likuran niya sa anino ng kanyang napakalalaking pakpak. Ipinagkrus ni Eriel ang kanyang mga braso, habang umakyat naman ang dalawang ibang arkanghel. Lumutang sila sa magkabilang gilid ng kanyang mga balikat.

"Nagpasya na kami," sabi ni E-Z. "Walang mamamatay ngayon."

Umatungal ang tawa ni Eriel sa paligid ng metal na kulungan. Tumataas siya sa ere, saka ipinako ang kanyang mga braso sa dibdib. Nanatili namang tahimik sina Ariel at Haniel, habang tumitindi ang tili ng pagtawa ni Eriel, na sapat na para masaktan ang mga tenga ni Alfred.

Nahimatay si Alfred ngunit mabilis na gumaling. Tinulungan siya nina Lia at E-Z na bumangon. Sinuportahan nila siya hanggang lumipad si Little Dorrit papunta sa kanya. Makalipas ang ilang sandali, nakaupo si Alfred nang mataas sa itaas nila sa ibabaw ng unicorn. Magkaharap sila ni Eriel.

"Salamat, kaibigan," sabi ni Alfred.

"Masaya akong nakatulong," sabi ni Little Dorrit.

"Tama na!" sigaw ni Eriel, habang lalo siyang tumataas sa itaas nila. Pinatatakot sila ng kanyang laki, ng kanyang kasuklam-suklam na anyo, at ng kanyang boses na parang kulog. "Akala ninyo mababago ninyo ang mangyayari? Sinabi ko na sa inyo kung ano ang dapat mangyari, at wala kayong ibang pagpipilian kundi sumunod sa akin. Hindi ito survey. Ni demokrasya. Isang katiyakan ito. Sapagkat nakasulat..."

Nang mapansin niya na natatakpan ng mga papel ang sahig. Lumipad siya pababa at kumuha ng isa. Pagkatapos ay tumaas siya, kaya magkaharap sila ni Alfred. Hawak niya sa kamay ang kuwento ni Alfred.

"Nakikita kong nabasa mo na ang hinaharap. Ngayon alam mo na ang katotohanan, na nabubuhay ka sa isang parallel na uniberso. Ang nangyayari rito ay kumakalat sa iba pang mga uniberso. Sa mga lugar kung saan umiiral ang hinaharap at ang nakaraan."

Ibinaba ni Lia ang kanang kamay at itinaas ang kaliwa. Hindi malakas ang kanyang mga bisig, dahil hindi pa siya sanay na itataas ang mga ito.

Lumipad si Eriel sa kabilang dulo ng silid patungo sa isang pulang sopa na kanyang inupuan. Sumali sa kanya ang iba pang mga anghel, tig-isa sa bawat sandalan. Kumportableng naupo si Eriel na hindi ganap na nakalabas ang kanyang mga pakpak.

Matapos siyang kumportable, nagpatuloy siya.

"Sa isa sa mga mundo, kayong tatlo ay patay na. Nabasa mo ang katotohanan. Sa mundong ito, may pag-asa pa. Umiiral ang pag-asa dahil sa amin, iyon ay ako, Ariel, Haniel, at Ophaniel. Pinili namin kayong tatlong tao upang makipagtulungan sa amin. Binigyan namin kayo ng mga layunin, at tinulungan namin kayo kung saan at kailan namin makakaya. Habang kasama namin kayo, kami lamang ang nagpapahintulot na magpatuloy ang inyong pag-iral. Kami lamang ang nagbibigay ng kahulugan sa buhay ninyo. Tumangging sundin ang landas na pinili namin para sa inyo, at hindi na rin kayo mag-eexist dito sa mundong ito. Buburahin kayo, na para bang hindi kayo kailanman umiral at hindi kailanman mag-iiral."

Piniga ni E-Z ang kanyang mga kamao at biglang sumulong ang kanyang upuan. "Sa dokumento, ang dokumento tungkol sa ibang buhay ko, nakasaad na patay na rin si Uncle Sam. Hindi siya kasama sa aksidente ng mga magulang ko. Hindi siya bahagi ng kasunduang ito. Pinatay mo ba siya, Eriel, para mapanatili akong dito?"

Nang hindi na naghintay ng sagot, sumingit si Lia. "Sa dokumento ko, sinasabi na patay na ang nanay ko. Paano 'yan magiging tatu? Sabihin mong hindi totoo 'yan!"

Si Alfred, na mas magaan na ang pakiramdam, ay tumalon pababa mula sa likod ni Little Dorrit. Nag-alog-alog siya papalapit sa sopa at muling naharap si Eriel.

Pinagmasdan ni E-Z nang may pagmamalaki ang kanyang kaibigang si Alfred, ang matapang na trumpeter swan.

"At sa mga dokumento, sinagot ang aking mga panalangin. Patay na ako. Namatay ako kasama ang aking pamilya gaya ng nararapat. Mas gugustuhin kong manatili nang patay. Na mamatay kasama sila, sa halip na muling mabuhay bilang trumpeter swan. Iyon ay matapos akong iligtas ni Haniel mula sa betwixt and the between."

Pinaalis ni Eriel si Alfred. "Ah, oo, ang betwixt and the between. Nakalimutan kong ipinadala ka roon. Hindi ka ba masyadong nagustuhan doon?"

Ginalaw ni Alfred ang leeg at pumakura ang tuka niya. Ipinakita niya ang kanyang maliliit at magaspang na ngipin na para bang gusto niyang kagatin si Eriel.

"Tumigil ka," sabi ni E-Z habang umaakyat siya sa sopa.Isinara ni Alfred ang kanyang tuka. Lumapit si Lia. Ngayon, magkasama nang nakatayo ang Tatlo sa harap ni Eriel. Naghintay sila na may sabihin ang arkanghel, kahit ano pa man. Sa wakas, natahimik siya.

Sinamantala ni E-Z ang pagkakataon para kontrolin ang sitwasyon.

"Sa mga pahayagan, nakasaad na namatay si Uncle Sam sa aksidenteng kinasangkutan namin ng nanay ko, tatay ko, at ako. Hindi siya kasama sa kotse namin; para mangyari iyon, dapat ay inilagay siya sa sasakyan kasama namin. Para saan? Ipaliwanag ninyo sa amin, kayong mga tinatawag na arkanghel. Bakit ninyo binabago ang kasaysayan para umangkop sa sarili ninyong layunin? Saan na nga ba ang Diyos sa lahat ng ito? Gusto ko siyang kausapin."

"Ako rin!" sigaw ni Lia.

"Ako rin!" ani Alfred.

Inihilera ni Eriel ang kanyang mga paa at ibinuka ang kanyang mga pakpak. Inilagay niya ang kanyang kamay sa kanyang baba at sumagot, "Walang kinalaman ang Diyos sa atin o sa inyo - hindi na." Humikab, na para bang nakaka-boring sa kanya ang gawaing ito.

"Paano kung sabihin ko sa inyo na nasusunog ang bahay ninyo ngayon? Paano kung sabihin ko na hindi na mabubuhay hanggang bukas si Tiyo Sam, pati na rin ang inyong ina na si Samantha, at si Lia?"

"H-h-hampas-lupa ka!" sigaw ni E-Z.

"Ganoon din!" sabi ni Lia.

"Halika nga," saway ni Eriel. "Magkaibigan naman tayong lahat dito. Magkaibigan, hindi ba? Baka nasusunog ang bahay ninyo, kahit ano'y maaaring mangyari habang nandito tayo sa lugar na ito, na nakapuwesto sa oras. Habang mas pinapahaba mo ang pagpili, mas maraming kaguluhan ang nalilikha mo sa mundo." Tumayo siya at sumabog ang kanyang mga pakpak, na naging dahilan upang umatras nang ilang hakbang ang tatlo.

Nagpatuloy siya, "E-Z, isusugal mo ang buhay mo para kay Tiyo Sam mo, tama?" Tumango siya. "Siyempre, gagawin mo. At Lia, isusugal mo ang buhay mo para iligtas ang buhay ng iyong ina, oo?" Tumango si Lia.

"At Alfred, aking mahal na maliit na trumpeter swan. Kaibigang may pakpak na mamamatay. Alin sa dalawa ang ililigtas mo. Kung isa lamang ang maaari mong iligtas?" Ngumiti si Eriel, mayabang sa mga rima na ginawa niya.

"Ililigtas ko silang pareho," sabi ni Alfred. "Isusugal ko ang buhay ko o mamamatay akong sumusubok."

"May kakaibang hangad-kamatayan ka, kaibigang may pakpak."

Sumugod si Alfred kay Eriel.

"H-i-g-a-y-e-n-g k-a-y-b-i-g-a-n! Tigilan mo na ang paglalaro sa amin. Ikaw ang nagpagsama-sama sa amin. Bakit? Para asarin kami. Para ipaiyak ang isang batang babae. Wala kang iba kundi isang, isang malaking bully."

"Oo," sabi ni Lia. "Tigilan mo na ang pambubully sa amin."

"Sabi nila," dagdag ni E-Z.

Si Eriel, na ngayon ay nag-aalab na sa galit, ay paulit-ulit na nagbago ang kulay mula itim papuntang pula, at pabalik sa itim. Tumilad siya sa kabilang dulo ng silid at mariing binagsak ang kanyang mga kamao sa mesa.

"Gusto mo ng katotohanan? Hindi mo kayang tiisin ang katotohanan!" Ngumisi siya. "Isang maliit na dagdag lang, gustong-gusto ko ang pagganap ni Jack Nicholson sa Ilang Mabubuting Lalaki."

Iyon ang isang bagay na pinagkasunduan nina Eriel at E-Z. Walang kapintasan ang pagganap ni Nicholson sa pelikulang iyon."Tigilan ninyo ang melodrama at sabihin ninyo sa amin kung ano ang gusto ninyo sa amin."

"Ginawa na namin," sabi ni Eriel. "Sinabi ko sa inyo na isa sa inyo ang dapat mamatay ngayon. Sinabi kong piliin ninyo kung sino. Nakasulat na, isa sa inyo ang dapat mamatay. Kailangan kayong pumili. Ngayon."

Sumulong si Alfred, nakayunat ang leeg na parang leeg ng gansa. "Kung ganoon, ako na."

Lumuhod si Alfred, nanginginig ang katawan. Ibinaba niya ang ulo, na para bang inaasahan niyang huhugutin ito ng arkanghel.

Sa halip, pumalakpak ang tatlong arkanghel. Nag-ulanan sila sa loob ng silid. Umaakyaw na parang mga kliyenteng payaso na nagpe-perform sa kaarawan ng bata.

Pagkalipas ng ilang minuto ng ganap na kabaliwan, tumigil ang mga arkanghel.

"Tapos na," sabi ni Eriel.

At pagkatapos ay nawala na sila.

KABANATA 18

KASAMA SI E-Z SA kanyang wheelchair, si Lia sa Little Dorrit, at si Alfred na gansa, ang Tatlo ay lumipad nang mataas sa kalangitan. Nagpatuloy sila nang ilang milya, hanggang sa mapansin nila sa ibaba ang isang napakalaking metal na tulay.

Isang binata ang nakataytay sa gilid ng tulay, na nagpapahiwatig na magpapakamatay na siya.Hinugot ni E-Z ang kanyang telepono at ihahanda na sanang tumawag sa 911, habang si Alfred, nang walang pag-aatubili, ay lumipad pababa papunta sa lalaki. Inilagay niya ang telepono at sinundan nila ni Lia si Alfred.

Naglipad-lipad si Alfred sa tabi ng lalaki, hindi makapagsalita o maintindihan ng lalaki; ang tanging masabi niya ay, "Hoo-hoo!"

"Lumayo ka sa akin!" sigaw ng lalaki, pinapalayo si poor Alfred na gustong tumulong lamang.

Unti-unti siyang lumapit sa gilid, hinubad ang kanyang sapatos at pinanood itong bumagsak sa ilog sa ibaba. Pinanood niya habang nilulubog ng tubig ang mga ito, hinihila pababa ng gutom nitong bibig. Nang nais pang makita, hinubad niya ang kanyang t-shirt—na nakasulat sa harap ang "Ang Wakas.."

Pinanood ng binata ang paborito niyang t-shirt habang umaalon at sumasayaw ito pababa. Habang nilulon ito ng tubig, nagsimulang kumanta ang lalaki:

"Lilipasin ko ang mulberi,

Ang mulberi, ang mulberi.

Lilipasin ko ang mulberi,

Sa isang maaraw na umaga."

Narinig ni Alfred ang pag-awit niya. Pamilyar siya sa tugma. Naghintay siya na umawit pa ng isa pang berso ang lalaki. Sa katunayan, gusto niyang umawit pa siya. Ngunit natakot siyang istorbohin siya. Hindi siya maiintindihan ng lalaki, kahit pa subukan niyang kausapin siya.

Sa oras na ito, hinihintay na ni E-Z ang senyales mula kay Alfred. Sa wakas, nakatanggap siya - sinabi ni Alfred kina Lia na huwag nang lumapit pa.

Hinihiling ni Alfred na sana'y maintindihan siya ng binata. Kung lalapit pa siya, mahahabol niya kaya? Lumapit siya, binuka nang todo ang kanyang mga pakpak.

Nakita siya ng binata. "Swan," sabi niya. Pagkatapos ay tumalon siya.

Mas malaki ang trumpeter swan kaysa sa karaniwang swan. Ngunit hindi sapat ang laki para mahuli ang isang ganap nang lalaki. Sinubukan niya pa rin, na pigilan ang kanyang pagkahulog. Inilagay niya ang kanyang buhay sa panganib para iligtas siya. Ngunit kahit ano pa ang gawin niya, bumagsak pa rin ang lalaki na parang lobo ng tingga. Papunta sa gutom na bibig ng ilog.

Walang pag-iisip para sa sarili, sumisid si Alfred para sundan siya. Paano niya balak ilabas ang lalaki, walang nakakaalam. Sabi ng iba, ang intensyon ang mahalaga. Sa kasong ito, nahila si Alfred sa ilalim dahil sa bigat ng lalaki.

Nang oras na iyon, nakalutang si E-Z sa ibabaw ng tubig, hinihintay na lumutang ang lalaki o si Alfred upang matulungan niya sila. Hindi marunong lumangoy si Lia o si Little Dorrit. At hindi rin makapasok si E-Z para sa kanila, may dala man siyang upuan o wala.

Sa pagka-inis, lumipad siya patungo sa pampang, naghahanap ng anumang palatandaan ng buhay. Sa wakas, nakita niya ito, isang bagay na lulubog-lilitaw sa kabilang panig. Dali-dali siyang lumapit, binuhat ang lalaki papunta sa kinaroroonan ni Lia, at nang siya ay nakahabol na huminga, naghanap ng kahit anong bakas ni Alfred na swan.

Nang makita niya ito. Kalahati sa loob at kalahati sa labas ng tubig. Lulutang-lutang kasabay ng agos.

"Alfred!" ang sigaw niya, habang itinaas ang ulo ng swan, at agad niyang napansing nabali ang leeg nito. Si Alfred na trumpeter swan, ang kaibigan niya, ay wala nang buhay. Natapos na ang ginawa ni Eriel.

Si Lia, na matagal nang nakamasid sa bawat galaw ni E-Z, ay nakita ang leeg ni Alfred at sumigaw ng "Hindiiii!"

Inihiga ni E-Z ang walang-buhay na katawan ng swan sa kanyang wheelchair at niyakap ito. Nagsimulang umiyak din siya.

Sa likuran nila, sumigaw ang lalaking inligtas ni Alfred, "Hindi pa ako patay! Ako ito, Alfred."

KABANATA 19

HINTO ANG DAIGDIG.

Tumigil ang mga ibon sa kalagitnaan ng paglipad. Ganoon din ang mga eroplano. At iba pang lumilipad na bagay gaya ng mga lobo at drone. Tumigil ang pagputok ng mga bala nang makalabas na ito mula sa kwarto. Tumigil ang pagdaloy ng tubig sa Niagara Falls. Hindi na umingay ang mga kulisap. Nanghupa ang hangin.

Lumitaw si Ophaniel, kasama sina Eriel, Ariel at Haniel. Nakapatong ang kanyang mga kamay sa kanyang balakang, at nakausad ang kanyang baba pasulong; kitang-kita na siya ay naiinis.Sa halip na magsalita, lumingon siya sa direksyon ni E-Z.

Nakatigil siya, nakabuka ang bibig. Ang huling salitang nasabi niya ay, "HINDI!!!!!!!!!!!!!!!!!!"

Ngayon ay inobserbahan niya si Lia. May luha ang dalaga na nagyelo sa kanyang pisngi. Dumaloy ito mula sa kaniyang matandang mata.

Ngayon pabalik kay E-Z. May bitbit siyang bangkay. Ang bangkay ng isang patay na gansa.

Ngayon, kay Alfred naman, na hindi na isang swan. Kinuha niya ang anyo ng isang lalaki. Isang nalunod na lalaki.

Ang mismong lalaking papalit sa kanya sa Ang Tatlo.

"Ngayon, ano ang mali sa larawang ito?" tanong ni Ophaniel, ang pinuno ng buwan ng mga bituin.

Walang nangahas na magsalita.

"Eriel, ikaw ang namumuno rito. Una, sinira mo ang bonding test nina E-Z at Sam nang ikaw, pasensya na sa expression - ay na- Paluin ang bola palabas ng ballpark. Ngayon, dahil sa katangahan mo, kinuha ni Alfred na swan ang isang katawang pantao. Ang katawan ng taong sinabi ko sa iyo na dapat ay maging miyembro ng Ang Tatlo. Alam mo kung ano ang hinaharap natin. Naiintindihan mo kung ano ang naghihintay sa hinaharap kung hindi natin maaayos ang mga bagay-bagay. Alam mo!"

Yumuko si Eriel sa paanan ni Ophaniel, saka lumutang bago nagsalita. "Sinabi ko ang mga salita, tapos na ito."

"Oo, sinabi mo ang mga salita at pagkatapos ay nabigo kang tiyakin na natapos ang gawain, hangal ka!"

Lumutang siya malapit sa bagong Alfred. "Pasensya na, pero pinapalito nito ang mga bagay-bagay, kahit para sa atin. Kahit na may kapangyarihan tayo, hindi magiging madali na mailabas siya sa katawang-tao na ito at maibalik sa anyo niyang swan. Maaaring kailanganin nating ibalik siya sa betwixt and the between! At hindi niya iyon nararapat. Sa katunayan,"

Lumipad si Ariel sa tabi ni Ophaniel at nagtanong, "Maaari ba akong magsalita?"

"Maaari, kung may anumang pananaw ka tungkol kay Alfred na makakatulong sa atin na makalabas sa problemang ito."

"Kilala ko si Alfred, higit pa kaysa kanino man dito. Pumayag siyang maging siya, na isakripisyo ang sarili. Gagawin niya iyon muli nang walang pag-aatubili - kahit wala nang kapalit para sa kanya. Isang napakalaking sakripisyo iyon para sa anumang buhay na nilalang, ang ibigay ang kanyang buhay para iligtas ang iba. Dapat ding isaalang-alang kung gaano na kasakit ang tiniis ni Alfred, kapwa sa kanyang pagiging tao at bilang isang swan. Siya ay isang pambihirang kaluluwa at dapat siyang bigyan ng pangalawang pagkakataon, at pangatlo, at marami pa!"

Sumnanghal si Eriel, "Dapat naalis na siya, pabalik sa pagitan ng mga mundo magpakailanman. Hindi siya karapat-dapat sa..."

"Hindi kita pinayagang sumabat!" sigaw ni Ophaniel. Para hindi na siya makasabat sa hinaharap, pinindutan niya ang kanyang mga labi.

"Tatu ang sinasabi mo, Ariel," wika ni Ophaniel. "Maganda ang pakikipagtulungan ni Alfred kina Lia at E-Z. Dapat tayong bigyan siya ng pangalawang pagkakataon sa bagong katawang ito. Hindi siya dapat nasa betwixt and the between. Dahil kina Hadz at Reiki iyon. Ipinadala sana namin sila sa minahan agad pagkatapos noon. Sa halip, binigyan namin sila ng isa pang pagkakataon kasama si E-Z. Gayunpaman, pinadala rin naman sila ni Eriel sa minahan. Kaya, ang lahat ng magtatapos nang maayos ay mabuti. Marahil ay nararapat nga kay Alfred ang isa pang pagkakataon. Tingnan natin kung ano ang mangyayari, gaya ng sinasabi ng mga tao, 'Tingnan muna ang takbo ng sitwasyon.' Kung magiging maayos, kung hindi, puwedeng i-recycle ang katawang ito dahil umalis na ang espiritu."

"Salamat," sabi ni Ariel, na yumukod nang mababa kay Ophaniel. "Maraming salamat. Babantayan ko ang sitwasyon. Hindi ko hahayaan si Alfred na mabigo ka."

Tumango si Ophaniel, lumipad at binigkas ang mga salitang:

BUMBALIK SA NORMAL ANG MUNDO.

Nagsimulang tumakbo ang oras at bumalik ang mundo sa dati nitong anyo.

Unang nawala si Ophaniel, naghintay ang tatlo pang sandali ang iba bago sila sumunod.

KABANATA 20

"HINDI PWEDENG!" SIGAW NI E-Z, habang iginagala niya ang sarili papalapit sa bagong Alfred. "Alfred, ikaw ba yan? Talaga bang ikaw nga?"

Hindi na kailangang itanong ni Lia dahil alam na niya. Tumakbo siya papunta kay Alfred at niyakap siya.

Sabi ni Alfred, na may accent na Ingles, "Mukhang nagpalit si Eriel."

Nanginig si Alfred, na nakasuot lang ng maong. "Kahit na nanlalamig ako, ang sarap ng pakiramdam na nasa katawan na naman ako." Ipinakita niya ang kanyang mga kalamnan at tumakbo sa isang lugar para painitin ang sarili. Pagkatapos ay nag-cartwheel siya nang ilang beses sa damuhan habang nakatayo sina E-Z at Lia at nakatingin na nakabuka ang kanilang mga bibig.

"Ang palabirong iyan!" sabi ni Little Dorrit.

Si Alfred, na kakapansin lang sa kanya, ay lumapit at pinahaplos ang kamay sa kanyang balahibo. Napakalamyos at napainit nito, kaya siya ay sumandal rito.

"Medyo kakaiba ang takbo ng mga pangyayari," sabi ni E-Z habang papalapit na naka-wheelchair. "Hindi ko alam kung ano ang ibig sabihin nito."

"Hindi ko rin alam," sabi ni Alfred, "Pero maaari ba nating pag-usapan habang kumakain? Nanghihina na ako at siguradong masarap ang isang cheeseburger na puno ng ketchup at sibuyas na may kasamang malaking fries."

"Sandali," sabi ni E-Z. "Kung ikaw ang taong ito, ang taong hindi pa nga natin alam ang pangalan – ano kung may makakakilala sa'yo?"

Yumuko si Alfred at hinawakan ang kanyang mga daliri sa paa. Hinawakan niya ang balat ng kanyang mukha. Ang kanyang buhok. "Bahala na tayo pagdating doon." Ngumiti siya, itinaas ang ulo patungo sa direksyon ng langit at sinabi, "Salamat, Eriel, kahit saan ka man naroroon."

Isang eroplano sa ibabaw ng kanilang mga ulo ang sumulat sa himpapawid ng mga salitang:

Muli, sa bakbakan, mga kaibigan."Medyo kakaiba ang pariralang iyan para sa skywriting," obserbasyon ni Lia. "Alin sa inyo ang nakakaalam kung ano ang ibig sabihin nito?"

Umiling si E-Z, "Pwede ko itong i-google." Inilabas niya ang kanyang telepono.

"Hindi na kailangan," sabi ni Alfred. "Mula ito kay Shakespeare, iniuugnay kay Haring Henry. Ang literal na kahulugan nito ay, 'Subukan natin muli.' Naniniwala akong sinabi ito sa gitna ng labanan. Kaya, inaakala kong mensahe ito mula sa Ariel ko, na nagsasabing nabigyan ako ng isa pang pagkakataon." Napuno ng luha ang kanyang mga mata.

Nagduda si E-Z sa pagbabagong ito ng pangyayari. Natutuwa siyang kasama pa rin nila si Alfred, pero naisip niya kung ano ang kapalit nito. "Nababahala ako," umamin si E-Z.

Sinabi ni Lia na siya rin.

"Ah, huwag kayong mag-alala. Kung ipinadala sa akin ni Ariel ang mensaheng ito, nasa panig tayo siya. Bukod pa rito, ang lalaking kinaroroonan ng aking katawan – hindi na niya ito gusto. Sinubukan kong iligtas siya, pero tumalon pa rin siya. Marahil ito ang tadhana, na tulungan kita sa iyong mga pagsubok, E-Z. Kahit ano pa man ito, tatanggapin ko. Ibibigay ko ang lahat ng makakaya ko. Pagkatapos kong magsuot ng kamiseta at sapatos."

"Nagtataka ako kung ano na ang mga kapangyarihan mo ngayon Alfred. Ibig kong sabihin, kung meron ka pa rin, o kung may iba ka nang kapangyarihan. O wala. Dahil tao ka na ulit," tanong ni Lia.

Kinamot ni Alfred ang kanyang ulo na may gintong buhok. "Uh, hindi ko alam. Ang tanging kailangang lunas dito ay ang dati kong katawang swan. Ayokong tumaya na lang kung lilunasan ko ito, baka bumalik ako doon. "

"Sakto na," sabi ni Lia. "Pero hindi natin pwedeng iwan ang dati mong katawang swan doon, hindi ba? Kailangan natin itong ilibing."

Nang titigan nila ang walang-buhay na katawan, nawala ito sa hangin.

"Ay, ayos na ang problema," sabi ni E-Z.

"Parang dapat may sabihin ako, para sa pagpanaw ng dati kong katawan. May tutol ba?"

Yumuko sina E-Z at Lia.

Inisaulo ni Alfred ang isang sipi mula sa tula ni Lord Alfred Tennyson na may pamagat na:

Ang Namimiling Sisne:

Ang kapatagan ay damuhan, ligaw, at hubad,

Malawak, ligaw, at bukas sa hangin,

Na sa lahat ng dako ay bumubuo
Ng isang silong na bubong ng malungkot na abo.
Sa panloob na tinig ang ilog ay dumaloy,
Sa agos nito'y lumutang ang isang namimiling swan,
At malakas itong naghinagpis.

Dito ay nag-hoo-hoo si Alfred nang paulit-ulit hanggang napuno ng luha ang kanilang mga mata habang nagpapatuloy ang tula:

Tanghali na noon.
Patuloy ang pag-uga ng pagod na simoy,
At hinimas ang mga tuktok ng buluhangin sa pagdaan.
Nagkatitigan sila sa isang sandaling katahimikan.

Pagkatapos ay nagsabi si Lia, "Ngayon, kumuha muna tayo ng mga sariwa at tuyong damit para sa inyo, tapos magkakasama tayong pupunta sa isang burger joint. Nanghihina at nauuhaw din ako."

Umiling si E-Z. "Ayos lang ang pagkain, pero hinala pa rin ako kay Eriel. May hindi ako maintindihan dito."

"Malalaman din natin mamaya—pag nakakain na tayo! Ihatid mo ako sa langit ng cheeseburger."

Nagsimula silang maglakad sa tabing-dagat. Nagpatuloy sila sa paglalakad nang ilang sandali. Hanggang sa napagtanto nilang naligaw na sila.

"Ako ay isang mahusay na navigador," sabi ni Little Dorrit na unicorn, habang lumilipad pababa upang salubungin sila. "Sumakay na, Alfred at Lia. E-Z, maaari kang sumunod sa akin."

Inabot ni Alfred ang kamay sa bulsa ng kanyang maong at inilabas ang pitaka. Sa loob, nakita niya ang ilang perang papel at ang pagkakakilanlan ng katawan na tinitirhan niya ngayon. David, James Parker ang pangalan ng binata, dalawampu't apat na taong gulang. Itinaas niya ang lisensya sa pagmamaneho.

"Ang gandang litrato," sabi ni Lia.

"Oo, guwapo nga ako."

"Naku, kapatid," sabi ni E-Z, habang nagpapatuloy sa paglalakad.

Tumayo, tumayo sa himpapawid ang mga pasahero ni Little Dorrit. Sumunod si E-Z hanggang sa malaman niya kung nasaan siya. Nagpasya siyang humiling na maglagay ng GPS sa kanyang wheelchair. Sayang at hindi nila ito naisip noong binago nila ito.

Sinundan ito ng pagbaba at isang mabilis na pagpasok sa isang tindahan ng mga second-hand. Ngayon ay nakasuot si Alfred ng bagong t-shirt, maong, sapatos pang-takbo, at medyas. Sinundan ito ng maikling pila bago nagsimula ang pag-order ng pagkain.

Hindi na muling pinansin si Little Dorrit, habang pinagsaluhan ng tatlo ang kanilang pagkain. Sobrang gutom na gutom na sila.

Naglabas si Alfred ng mga tunog na parang nagpapalambing, na napakarami para ilarawan nang detalyado. Nang matapos silang kumain, itinapon nila ang basura sa tamang basurahan. At umuwi na sila.

Nang malapit na sila sa bahay, tinawag ni Alfred si E-Z, "Kailangan nating mag-usap!"

"Hindi ba puwedeng maghintay ito hanggang makalapag ka?" tanong ni Little Dorrit. "Pagkatapos kong matapos dito, may mga pupuntahan ako, may mga taong kausapin."

"Ang bastos," sabi ni E-Z. "Sige, Alfred o David o ano man ang pangalan mo ngayon."

"Iyon ang gusto kong pag-usapan sa inyo," sabi ni Alfred. "Paano mo ipapaliwanag sa Tiyo Sam at kay Samantha ang pagbabago ko? Uh, Kuya Sam, at Samantha, nais kitang ipakilala si Alfred na trumpeter swan. Ang pangalan niya ngayon ay David James Parker. Dahil sa katawan na pinasok niya at kasalukuyan niyang tinitirhan. Dahil nagpakamatay ang binatang dating may-ari ng katawan. Sa Jones Street Bridge."

"Naku," sabi ni E-Z. "Ito ay isang daang porsyentong katotohanan ayon sa alam namin, pero hindi namin pwede itong sabihin sa kanila."

"Mahihimatay ang nanay ko kung sasabihin natin 'yan. Bakit hindi natin sabihin sa kanila na lumipad si Alfred na gansa patimog? Para sa mas maaraw na panahon. O na nakahanap siya ng kapareha? Tapos ipakilala natin si Alfred bilang si D.J., na mas magiliw pakinggan kaysa David James."

"Henyó ka," sabi ni E-Z. "Bagaman, dahil ang kaibigan ko ay si PJ, baka medyo malito sila sa DJ at PJ. Ano sa palagay mo, Alfred? May gusto ka bang mas pinipili?"

"Hindi ko gusto si DJ. Sobrang karaniwan ng tunog. Mas gusto kong matawag na Parker. Si Parker the Butler ay isa sa mga paborito kong karakter sa Mga Páwìng."

"Parker na nga," ang natapos na sabi ni E-Z nang sumigaw si Lia at nawalan ng malay si Alfred – nawala ang kanilang tahanan. Nasunog nang todo.

KABANATA 21

"AY HINDI!" SIGAW NI E-Z habang tumatakbo siya patungo sa nasusunog na mga labi. "Kailangan kong hanapin sina Tiyo Sam at Samantha. Kailangan ko talaga."

Ang upuan niya ay lumutang sa ibabaw ng mga labi; lahat ay napaitim sa pagkasunog. Isang hindi matukoy na gulo ng pagkawasak na walang bakas ng buhay ng tao. Ang ilang mga bagay ay nababad sa tubig. Paminsan-minsan ay may tumataas na usok mula sa mga pinatay na baga.Itinaas ni E-Z ang kanyang mga kamao sa ere. "Halika rito, Eriel, ikaw na higanteng-"

"Lumilipad na bobo!" tinapos ni Parker ang panlalait.

Sinubukan ni Lia na pakalmahin ang lahat.

"Bakit mo kailangang gawin iyon? Bakit? Bakit?" umiyak si E-Z.Nahulog si Lia sa lupa. Inihiga niya ang ulo sa tuhod ni E-Z at niyakap siya ni Parker nang biglang bumundol ang isang kotse sa likuran nila.

Biglang bumukas ang dalawang pinto: sina Sam at Samantha.

Tumakbo sila at magkayakap; na para bang hindi na nila inasahang magkikita pa. Lahat ay napaluha, bago sila naghiwalay. Nang mapagtanto nila na kasama sa group hug ang isang lalaking hindi nila kilala.

Ang estranghero ay isang matangkad na lalaki, na walang problema sa pagpasok sa Raptors. Suot niya mula ulo hanggang paa ang isang itim na pinatid na suit na may katugmang sapatos.

Ang mga bukas na butones ng kanyang amerikana ay nagpakita ng isang itim na suit na may makintab na tela, posibleng seda. Ang kanyang napakaitim na mga mata at magulong buhok ay kaibahan sa kanyang maputing kutis. Para siyang pinaghalong tagapaglibing at salamangkero.Inaabot niya ang kamay, "Hi, ako ang insurance guy ni Sam."

Ipinaliwanag ni Uncle Sam na lumabas sila ni Samantha para kumain. Nang makita ang ekspresyon ni E-Z, binalangkas niya ito, "Hindi siya makatulog dahil sa jet lag." Nagpalitan ng tingin sina Samantha at Sam, at tumango. "Kami ni Samantha..."

"Ay, Ma!"

"Sinabi ni E-Z, "Nakaupo sa isang puno sina Samantha at Tito Sam, naghahalikan!"

"Matagal na siyang kliyente namin, noong una habang nakatira siya sa ibang estado at mula nang lumipat dito. May coverage siya, sigurado ako." May humupa sandali. "Sige, TINGNAN MO ULIT!" Isinara niya nang mariin ang telepono. "Pasensya na kayo sa lahat ng ito."

Lumapit si Sam at sinundan siya ng iba. "Ano nga ba talaga ang problema?"

"Ah, walang problema, masasabi ko."

"Para sa akin, parang malaking problema iyon," sabi ni Samantha. Tumango ang iba.

Kumunot si Oxworthy. "Sinabi ko sa kanila na suriin ulit ang polisiya ninyo. Sandali," sabi niya, habang lumalayo sa kanila.

Sinundan nila siya na parang isang grupo ng mga manlalaro ng football sa isang huddle, nakikinig sa bawat salitang sinabi niya.

"Uh, oo. Sige. Nakumpirma na nila, ganun ba. Walang problema, nangyayari 'yan."

Ngumiti siya nang maliwanag kay Sam at nag-thumbs up. Lumayo siya mula sa grupo at ipinagpatuloy ang kanyang pag-uusap.

Nakatayo sila nang magkakasama, tinitingnan ang natira ng kanilang tahanan. Isang tahanan na tinirahan ni E-Z buong buhay niya. Ano na ang mangyayari ngayon? Kailangan ba nilang muling itayo rito? Isang bagong bahay, na walang kasaysayan o kahulugan. Isang bagong bahay na hindi kailanman magiging tahanan para sa kanya. Hindi kailanman magiging lugar na maaaring dalawin ng mga multo ng kanyang mga magulang, kung mayroon mang multo.

Lumapit sa kanila si Oxworthy. "O sige, ngayon. Humihingi ako ng paumanhin sa pagkaantala. Ngunit nakumpirma na ang inyong reserbasyon sa hotel. Maaari na tayong umalis. Ipapasok ko kayo, kapag handa na kayo."

"Salamat," sabi ni Sam. "May ideya na ba kayo kung ano ang naging sanhi ng sunog?"

"Matapos ang paunang imbestigasyon, siyamnapung porsyentong sigurado sila na sanhi ng tagas ng gas ang pagsabog. Pero huwag ninyo munang alalahanin iyon. Sinasaklaw ng inyong polisiya ang lahat ng gastos para sa pananatili sa hotel. Nagpareserba ako ng tatlong kuwarto para sa inyo. Dapat sapat na iyon, hindi ba?"

"Ayos na iyon," sabi ni Sam. "Salamat, Reg."

"Sinasaklaw din ng inyong polisiya ang mga gastusin para sa mga pambayong gamit, mga pangangailangan, pagkain. Hindi kayo kailangang magbayad kahit sentimo sa hotel. Para sa anumang bibilhin, ipadala ninyo sa akin ang mga resibo. Gumawa kayo ng kopya, kayo na ang bahala sa orihinal. I-aasikaso ko na mabayaran ka."

Nagkamayan sina Sam at Oxworthy.

"May kailangan bang sakay papuntang hotel?" tanong ni Oxworthy, at sumakay sina Lia at Samantha sa likurang upuan ng itim niyang Mercedes.

Sumakay sina E-Z at Parker sa kotse ni Tiyo Sam.

"Sa tingin ko, hindi pa tayo nagpakilala," sabi ni Tiyo Sam, habang iniuunat ang kamay kay Parker na nasa likurang upuan.

"Ikinalulugod kitang makilala," sabi ni Parker.

"Ah, British ka rin pala," sabi ni Uncle Sam. "Tungkol nga pala diyan, nasaan si Alfred?"

Umiling si E-Z. "Ipapaliwanag ko bukas ng umaga. At maaari mo nang ipagpatuloy ang sasabihin mo sa amin, tungkol sa iyo at kay Samantha."

"Sige," sabi ni Sam, habang tinitingnan niya sa rear-view mirror na mahimbing ang tulog ni Parker. Pinaandar niya ang kotse at pinabilis ito.

"Naging napaka-kaganapan ng araw na ito para sa ating lahat," sabi ni E-Z.

"Sabi mo nga."

Pasensya na Eriel, sa pagsisi nito sa'yo, naisip ni E-Z. Bagaman may bahid sa kanyang isipan na hindi pa rin tiyak ang lahat tungkol sa bagay na iyon.

KABANATA 22

PAGKARATING NG LAHAT SA hotel, nag-check in sila sa kanilang mga kuwarto, na may plano na magkita-kita mamaya para sa hapunan sa alas-6 ng gabi.

Si Tiyo Sam ay may sariling kuwarto, pero sa pagitan ng kuwarto niya at ng pamangkin niya ay may pinagdugtong na pinto. Nakitulog din si Parker sa kuwarto ni E-Z, habang sina Lia at ang kanyang ina ay nagbahagi ng kuwarto ilang kuwarto lang ang layo.

Pagkatapos mag-ayos, nagpasya sina Lia at Samantha na mamili ng mga pangangailangan. Ang pangunahing prayoridad ay mga bagong damit dahil nawala lahat ng dala nila sa sunog.

"Ano naman ang passport namin?" tanong ni Lia.

"Buti na lang at lagi ko silang dala sa bag ko."

"Hay!" Pumasok ang dalawa sa isang designer store at agad na sinubukan ang pinakabagong uso sa Hilagang Amerika.

"Mas lalo itong magiging masaya dahil ang kumpanya ng seguro ang magbabayad sa lahat!" sigaw ni Samantha sa kanyang anak sa kabilang banda ng pader na nasa katabing silid-pangpalit.

"Wala nang mas gusto namin kaysa sa malayang pamimili!" sabi ni Lia. "Talagang bibilhin ko ito, at ito, at ito."

***

PAGBALIK SA HOTEL, SI Parker ay mahimbing na natutulog at humihilik sa kama. Si E-Z naman ay paikot-ikot sa silid habang iniisip ang nawalang kompyuter niya. Buti na lang at hindi pa siya nakakalayo sa nobela niyang Tattoo Angel, pero ang pinakabigat sa isip niya ay ang mga gamit ng kanyang mga magulang. Hindi niya makapaniwala na lahat ng iyon ay—NAWALA NA. Lalo pang lumalala ang sitwasyon dahil matagal na niyang hindi tinitingnan ang mga iyon.

Pero bakit niya sinisisi ang sarili? Sinabi ng mga taga-insurance na ang sanhi ay pagtagas ng gas. Sabi nila, siyamnapung porsyento silang sigurado. Bakit patuloy niyang nararamdaman na kasalanan niya lahat dahil maaari sana niyang pinigilan ito, pinigilan si Eriel noong nagkaroon siya ng pagkakataon.

Sumilip si Sam sa loob ng silid. "Ayos na ba kayong dalawa?"

Nag-unat si Parker.

"Oo, ayos na kami. Pasok ka."

"Mauuna na ako pababa sa tindahan para bumili ng mga kailangan. Gusto ninyong dalawa bang bigyan ako ng listahan ng mga kailangan ninyo, o sasama kayo sa akin?"

"Kung pagkain ang pinag-uusapan – isama mo na ako!" sabi ni Alfred.

"Palagi kang nagugutom!"

"Ano'ng magagawa ko, damo lang ang kinakain ko nang matagal na."

Napansin ni E-Z ang tingin ni Sam at nagkunwaring naninigarilyo ng imahinasyong sigarilyo.

Natawa nang malakas si Tiyo Sam, nagtataka kung paano alam ng pamangkin niyang labing-tatlo ang mga ganung bagay. Para mabago ang usapan, sinara nila ang kanilang mga silid at naglakad sila palabas ng silid.

"Saan nga ba tayo pupunta?" tanong ni E-Z.

"Tama, hindi kami madalas namimili sa lungsod. May isang napakagandang mall, matagal ko nang gustong puntahan mula nang lumipat ako rito. Hindi naman ito kalayuan, kaya naisip kong pwede tayong mag-usap habang papunta."

"Pwede mo ba kaming sabihan kung ano ang nangyari?" tanong ni Parker.

"Oo, paano kayo nag-date agad ni Samantha?" tanong ni E-Z.

"Hmmm," sabi ni Sam.

"Ang tinutukoy ko ay yung sunog," sabi ni Parker, sabay tingin nang may kilay kay E-Z sa ibayo ng kanyang balikat.

Rinig sila sa tindahan. Pumasok sina Parker at Sam sa paikot-ikot na pinto, habang ginamit ni E-Z ang pindutan ng door opener para makapasok.

Pagkapasok, yumuko si Parker para itali muli ang kanyang sapatos. Kumuha si E-Z ng isang smart na denim jacket mula sa sabitan ng damit at sinukat ito. Inihila niya ang kanyang wheelchair sa harap ng salamin para tingnan ang sukat nito. "Mukhang maganda ito."

Lumapit si Sam para suriin ang sitwasyon, "Sang-ayon ako, eksaktong-eksakto. Parang ginawa nga ito para sa'yo."

"Ano sa tingin mo, Alfred?"

Nagulat si Sam. Sabi ni Parker, "Tigilan mo nga akong tawaging Alfred! Sino ba itong Alfred na ito?"

"Uh, pasensya na, dahil sa British accent. Mayroon din siya noon. Si Alfred ay, well, kaibigan namin."

Bumalik si Sam sa pagtingin ng mga damit. Pinupuno niya ang isang basket ng mga panloob at mga pang-ayos.

"Ano sa tingin mo, Parker?"

Tumawid siya sa sahig para masusing tingnan. "Maganda ang sukat. Sa tingin ko dapat kunin mo. Pero sayang kapag sumabog na ang mga pakpak mo at masira ito."

Dumaan si Sam at itinapon ni E-Z ang dyaket sa basket niya. "Sa tingin ko, dapat kayo ring kumuha ng mga pangunahing kailangan, gaya ng brief. Maliban kung balak niyong mag-commando."

"Eww!" ani E-Z.

"Ah, pamilyar ako sa salitang iyan. Sigurado akong nagmula iyon sa UK."

"Naiintindihan ko kung bakit palagi kang tinatawag ng pamangkin kong si Alfred. Ganyan talaga ang sinasabi niya."

Tinitigan ni E-Z si Parker ng isang sandali. Pagkatapos ay sinundan niya ang tiyuhin papunta sa cashier kung saan siya huminto, sumukat ng sumbrero, at itinapon ito sa basket.

"Nasan na kaya si Parker?" tanong niya. Nagpatuloy si Sam sa pagtingin sa mga tie pin habang hinahanap ni E-Z sa tindahan ang nawawalang kaibigan niya.

Nakatayo si Parker na walang imik sa gitna ng Ika-apat na Daungan, nakataas ang kanang braso at nakababa ang kaliwa. Ang ekspresyon sa mukha niya ay hindi matatawarang parang zombie.

"Ay, naku!" ani E-Z habang papalapit siya gamit ang wheelchair. "Uh, Parker," bulong niya. "Ano'ng nangyayari sa'yo? Mag-ingat ka, baka may magkamaling akala kang manekin ka."

Nanatili si Parker na walang galaw.

"Gising ka!" sabi ni E-Z, sabay bangga kay Parker gamit ang wheelchair niya. Ang katawan ni Parker ay tumilip, saka natumba. Nahawakan siya ni E-Z sa tamang oras, hinahawakan siya sa likod ng kanyang kamiseta para hindi bumagsak. Sinubukan niyang ituwid ang kaibigan, para hindi siya mukhang matigas at parang manekin, pero hindi ito madaling gawin.

Agad na lumapit si Uncle Sam para tumulong. "Ano'ng nangyayari kay Parker?"

"Ewan ko. Kailangan natin siyang ilabas dito."

"Nagtuturok ba siya ng droga? Kakaiba ang itsura ng mukha niya, parang nakakita siya ng multo o ano pa man."

"Hindi, walang droga, maliban sa kaunting marijuana paminsan-minsan. At wala namang multo – lalo na't araw pa. Siguro kaya ko siyang dalhin sa upuan ko? Kailangan nating ilabas siya rito bago may makapansin at tumawag ng pulis. Sige. Hindi ko alam kung anong dahilan ang ibibigay nila sa pulis kapag tinawagan nila. May lalaki sa tindahan namin na nagkukunwaring manekin! Tara na."

"Nakakatawa," sabi ni E-Z. "Ikaw na ang mag-checkout at mananatili ako rito. Mag-isip tayo ng paraan para mailabas siya rito nang hindi masyadong nakakaakit ng pansin."

Nagpunta si Uncle Sam para magbayad habang nanatili si E-Z kay Parker. Nahirapan ang mga customer na dumaraan sa pasilyo na makalapit at makadaan sa kanila. Ipinihit ni E-Z ang upuan niya pakaliwa, tapos pakanan, para makapadaan ang mga mamimili.

Sa huli, nang may ilang customer nang sabay-sabay, itinulak niya si Parker sa isang pader. Hindi man lang siya nakasagabal. Pagkatapos ay umupo siya at naghintay kay Sam.

"Nandito kami!" sigaw ni E-Z nang makita niya ito.

"Bakit nakaharap siya sa pader? At ano'ng ginagawa mo rito sa kabila?"

"Maraming customer, at sagabal kami. Naisip mo na ba kung paano natin siya mailalabas dito?"

"Oo, kukunin ko yung isa sa mga flatbed," sabi ni Sam.

"Bakit hindi ka kumuha ng kariton?" tanong ni E-Z. "Hindi tayo gaanong mapapansin."

"Hindi natin siya kailanman maisasakay sa kariton. Maliban na lang kung gusto mong ilabas ang iyong mga pakpak, buhatin siya at ihulog sa loob nito."

"Kailangan kong mag-isip." Pagkalipas ng ilang minuto, napagtanto niya na ang pagkuha ng flatbed ang pinakamagandang ideya. "Oo, kumuha ka ng flatbed at matutulungan kitang ilagay siya doon. Pagkalabas na namin ng tindahan, pwede ko na siyang i-fly pabalik sa hotel. Ang tanging problema lang ay, pagdating ko roon, ano ang gagawin ko sa kanya."

"Pag-iisipan na lang natin 'yan pagkalabas na natin ng tindahan." Kumuha si Sam ng kariton. Sa halip, bumalik siya na may dala-dalang flatbed. Napatunayan na mas magandang opsyon iyon. Madali nilang naihiga si Parker rito at bumalik sila sa hotel.

"Maglakad na lang tayo pabalik, dahan-dahan at tuloy-tuloy," sabi ni E-Z. "Hindi ko na pala kailangan maglipad. Dahan-dahan lang tayo, tatalon tayo papunta sa kwarto natin, at ilalagay natin siya sa kama niya."

"Pagkatapos, ibabalik ko na ang flatbed. Kailangan kong ipangako na ako mismo ang magbabalik nito."

"Ayos ang plano. Oops."

Isang grupo ng mga mamimili ang sumasakop sa karamihan ng bangketa. Tumigil sila para hayaan silang makadaan, pagkatapos ay nagpatuloy sila sa kanilang paglalakad at hindi nagtagal ay nakabalik na sila sa hotel.

Pagsapit sa loob, hindi kasya ang flatbed sa karaniwang elevator, kaya kinailangan nilang gamitin ang service elevator. Kinailangan ng kaunting panghihikayat, ibig sabihin, panunuhol sa Concierge. Nang mailipat na ang pera, tinulungan pa nga sila nito na ilabas ang flatbed mula sa elevator. Nag-alok din siyang isauli ito sa tindahan kapag tapos na sila. Isang alok na magalang na tinanggihan ni Sam.

Nang mga oras na iyon, sa labas ng kwarto nina E-Z at Parker, bumukas ang elevator at lumabas sina Lia at ang kanyang ina. Bawat isa ay may dalang maraming bag nang mapansin nila ang mga lalaki at ang flatbed.

"Oh, hindi! Ano ang nangyari?! tanong ni Lia.

"Ewan ko," sabi ni E-Z. "Bigla siyang nawalan ng malay." Dalhin natin siya sa loob," sabi ni Sam.

Pagkatapos nilang mailapag ang kanilang mga bag, tinulungan ng mga babae sina E-Z at Sam na mailapag si Parker sa kama.

"Baka siya'y nahipnotismo?" mungkahi ni Lia.

"Medyo kakaiba ang konklusyon na iyan," sabi ni Samantha. "Sobrang dami mong pinapanood na reruns ng Hinihikayat."

Tumawa si Lia. "Oo, isa iyon sa mga paborito ko. Ang ibig kong sabihin, yung dating bersyon, yung may babae mula sa Sino ang Boss?"

"Mabuti't alam kong nanonood ka rin ng oldies channel sa Netherlands," sabi ni E-Z. Pagkatapos ay lumapit siya kay Parker. "Sandali. Hininga pa ba siya?"

Binitawan nila ang paghinga ni Parker. Hindi ito gumalaw.

"Tingnan mo kung may tibok ng puso—o pulso," mungkahi ni Samantha.

"May tibok ng puso," sabi ni Sam. "At humihinga siya, pero paminsan-minsan lang."

Yumuko si Samantha at hinipo ang noo ni Parker. "Naku, mainit na mainit siya sa lagnat!"

"Kumuha ka ng yelo!" sigaw ni Sam, at sinunod ang sarili niyang utos nang tumakbo palabas sa pasilyo na may dala-dalang timba ng yelo.

"Hindi ba dapat tayong tumawag ng doktor?" tanong ni Samantha.

KABANATA 23

"SANG-AYON AKO KAY MOM. Kailangan tayong tumawag ng ambulansya, o baka may doktor na nakatira rito sa hotel," sabi ni Lia.

Nangisi si E-Z, ipinapadala kay Lia ang mensahe gamit ang ESP - kailangan nating alisin si Tiyo Sam at ang nanay mo.

Bumalik si Sam, may dalang timba na puno ng yelo. "Kailangan nating ilagay siya sa bathtub." Sinimulan nilang buhatin ni Samantha si Parker.

"Sandali!" sabi ni Lia. "Uh, Sam at Mom, bakit hindi kayo dalawa ang lumabas para kumuha ng napakaraming yelo? Ibig kong sabihin, kailangan nating punuin ang bathtub bago natin siya ilagay dito, di ba?"

"Uh, sa tingin ko sinusubukan nilang alisin tayo," sabi ni Sam.

"Pasensya na," sabi ni E-Z. "Pwede ba ninyo kaming bigyan ng ilang minuto para subukang ayusin itong sitwasyon ni Parker?"

Tumango sina Samantha at Sam, pagkatapos ay umalis sila sa silid.

Inulit ni E-Z ang mga salitang mahika na nagtawag kay Eriel:

Roch-Ah-Or, A, Ra-Du, EE, El.

Ngunit hindi pa rin lumitaw ang arkanghel. Lubos na inis si E-Z na hindi siya pinapansin, lalo na't nalaman niyang palagi siyang binabantayan ni Eriel.

Sinubukan ni Lia si Haniel ngunit walang sumagot.

Hindi alam nina E-Z at Lia ang gagawin nang bumagal ang tibok ng puso ni Parker at halos tuluyang huminto.

Nang walang paanyaya o palakad-palakad, dumating si Ariel. Diretso siyang nilipad papunta kay Parker. Inilagay niya ang kanyang mga kamay sa noo ni Parker. Pinanood nila ang mga patak ng luha na bumabagsak mula sa kanyang mga mata at tumatama sa pisngi ni Parker. Nag-chant siya, kumakanta ng mahinang awit, at naghintay. Nang hindi siya gumalaw o magkamalay, lumingon siya para umalis. Ngunit bago siya tuluyang umalis, naghinagpis siya, "Wala na siya." At ilang segundo lang ang lumipas, ganoon din siya.

Kahit na nasa ika-45 palapag sila at kahit na patay na si Alfred/Parker. Muli. Itinaas siya ni E-Z mula sa kama at dinala sa bintana. Lumlingon siya kay Lia sa ibayo ng kanyang balikat.

Umiyak siya habang bumabagsak sina Parker.

Nahuhulog, nahuhulog. Hanggang lumabas ang mga pakpak ng wheelchair ni E-Z. Tumilipad sila, siya at si Alfred, siya, at si Parker. Pareho lang sila. Dalawa sa halagang isa.

Nagsisimulang magdeliryo siya habang pataas nang pataas ang lipad niya. Lalong uminit ang mga metal na bahagi ng kanyang upuan.

Natakot siyang kusang masusunog sila.

Kailangan niyang itama ito. Kailangan talaga. Kailangan niyang hanapin si Eriel.

Nagsimulang kumunot ang wheelchair, na naging sanhi ng pagkahulog nina E-Z at Alfred/Parker.

Landing sila nang wala nang wheelchair sa silo kung saan kumapit si E-Z sa walang-buhay na katawan ng kaibigan niya.

Hindi nagtagal ay dumating si Eriel at nakabitin sa ere sa harap nila at sumigaw, "Sinabi ko sa'yo na mangyayari ito. Sinabi ko sa'yo at pumayag siya. Tapos na ang kasunduan."

Alam ni E-Z na totoo ito, at gayon pa man. "Bakit mo siya binigyan ng pag-asa noon, at bakit yung sipi ni Shakespeare tungkol sa pagbibigay sa kanya ng pangalawang pagkakataon?"

Tiningnan ni Eriel ang walang-buhay na katawan na hinahawakan ni E-Z. "Hindi iyon gawa ko."

"Kung ganoon, kanino ko kailangang kausapin?" tanong ni E-Z. "Dalhin mo siya sa akin. Diyos, o kung sino man ang namamahala. Igigiit kong makita siya!"

KABANATA 24

HUMUGOT NG MALALIM SI Eriel, pagkatapos ay nawala.

Nanatili sina E-Z at Alfred/Parker. Ang pangalang Parker ay wala siyang pakialam at wala itong kahulugan para sa kanya. Kaibigan niya si Alfred at ngayon na wala na siya, aalalahanin niya siya bilang si Alfred at si Alfred lamang.

Nag-aabang ng isang bagay at ng wala nang sabay. Hinaplos-haplos ni E-Z ang anyo ng patay niyang kaibigan, hinahangad na mabuhay itong muli.

"Gusto mo bang uminom?" tanong ng tinig mula sa pader.

"Gusto kong mabuhay muli ang kaibigan ko. Kaya mo bang buhayin siyang muli? Puwede mo ba akong tulungan na iligtas siya?"

"Mangyaring manatili kang nakaupo."

PFFT.

Pumuno sa hangin ang nakapapawing bango ng lavender. Nauwi siya sa isang tila panaginip na kalagayan kung saan muling nabubuhay ang isang alaala, isang alaala na nagbago at inangkop upang umayon sa kanyang kasalukuyang sitwasyon.

Nandoon ang ina at ama ni E-Z, buhay at malusog, ngunit mas bata. Papauwi na sila mula sa ospital sa isang kotse na hindi pa niya nakita noon. Ang kanyang ama, si Martin, ay agad na lumabas mula sa upuan ng drayber upang tulungan ang kanyang ina, si Laurel, na makalabas sa kotse.

At sabay, inabot nila sa likurang upuan at inangat ang upuan ng sanggol. Mahal na mahal nilang tiningnan ang sanggol na nasa upuan, na mahimbing ang tulog.

"Kopya siya ng kuya niya," sabi ni Martin.

"Oo, palagi ngang nahihimbing si E-Z sa kotse," sabi ni Laurel.

"Halika, pumasok ka na," malambing na sabi ni Martin.

"At kilalanin mo ang kuya mo," sabi ni Laurel, habang sandaling nagbukas ang mata ng sanggol at muling nahimbing.

Si E-Z, na nakatingin sa bintana, kasama ang kanyang Tito Sam sa tabi niya. Nais niyang lumabas at batiin ang kanyang bagong sanggol na kapatid na lalaki o babae.

"Hintayin ninyong pumasok sila," sabi ni Tito Sam.

"Sige," sabi ng pitong taong gulang na si E-Z, na nakasandal ang mukha sa bintana at nakahawak ito gamit ang kanyang dalawang kamay.

Bumukas ang pintuan sa harapan, "Nandito na kami!" sigaw ng kanyang ina na si Laurel.

Tumakbo si E-Z papunta sa pintuan, kung saan niyakap siya ng kanyang ina at ama. Lumuhod sila para ipakita ang pinakabagong miyembro ng pamilyang Dickens.

"Ang liit niya," sabi ni E-Z.

"Lalaki siya," sabi ng kanyang ama.

"Oh."

"Gusto mo bang buhatin siya?" tanong ng kanyang ina.

"Sige," sabi ni E-Z, habang hinahawakan niya ang mga braso para mailagay ng kanyang ina ang nakababatang kapatid niya rito. "Ayaw ko lang siyang gisingin. Magagalit ba siya?"

"Hindi, hindi siya magigising," sabi ni Laurel.

"Kung gisingin man niya, dahil gusto niyang makilala ang kuya niya."

"May pangalan na ba siya?" tanong ni E-Z, habang inaalagaan niya ang bagong silang at hinahaplos ang ulo nito.

"Wala pa, gusto mo bang pangalanan siya?" tanong ng kanyang ina. "Maganda, hawakan mo ang leeg niya, ganito lang... ayos na. Paano mo nalaman na gawin 'yan? Ang bait mo namang kuya."

"Magaling, pare," sabi ng kanyang ama.

Tumungo si E-Z sa mukha ng cygnet at sinabi, "Para sa akin, kamukha siya ni Alfred."

Umagos ang luha sa mga pisngi ni E-Z habang nagkabanggaan ang dalawang mundo. Sa isa, inaalagaan niya ang sanggol niyang kapatid na si Alfred. Sa isa naman, inaalagaan niya ang bangkay ni Alfred sa silo.

"Ang oras ng paghihintay ay pitong minuto na ngayon," sabi ng boses sa pader.

"Pitong minuto," inulit ni E-Z.Naalala niya si Alfred, ang kanyang mga kapangyarihan. Kung paano niya kayang pagalingin ang ibang buhay, pati na ang mga tao. Nagtataka siya kung pinagaling ba ni Alfred ang binata. Siya ba mismo ang nagpalit? Posible kaya iyon?

"Alfred," sabi ni E-Z. "Alfred, naririnig mo ba ako?" Yugyugin niya ang katawan ng kaibigan niya. "Alfred!"

paulit-ulit niyang sigaw, umaasang marinig siya ng kaibigan niya sa kahit anong paraan.

Habang bumibilang pababa ang orasan sa pader, lumitaw si Ariel. "Hindi mo maaaring gamutin ang katawan sa ganitong paraan. Isang kahihiyan ito." Ipinakalat niya ang kanyang mga pakpak at inangat ang maluwang na katawan ni Alfred mula sa mga bisig ni E-Z na may layuning dalhin ito palayo.

"Hindi!" sabi ni E-Z. "Hindi mo siya makukuha."

Iningiling ni Ariel ang kanyang mga pakpak, pagkatapos ay itinuro niya ang kanyang hintuturo kay E-Z.

"Umalis na si Alfred sa gusali, hawak mo ang balat, ang suit na bumalot sa kanya. Nasa lugar na si Alfred kung saan siya dapat naroroon ngayon. Pakawalan mo na ang katawan niya."

Umakyat si E-Z sa pagkakaupo. Kung kasama nga ni Alfred ang pamilya niya, kung totoo iyon, saka niya siya pakakawalan. Hanggang noon, magpupumilit pa rin siyang humawak.

"Saan nga ba siya eksakto? Kasama ba niya ang pamilya niya?"

Lumipad-lipad si Ariel papalapit, napakalapit, halos nauupo na sa ilong ni E-Z. "Hindi ko iyon masasabi."

"Kung ganoon, hindi ko siya papakawalan."

"Sige," sabi ni Ariel. Humithot siya at naglaho.

Sa itaas niya, sa silo, lumitaw ang dalawang pigura, isang lalaki at isang babae. Lumapit sila sa kanya at lumutang pababa. Lalo pang lumalapit.

Pinakuskos niya ang kanyang mga mata. Nanaginip na naman ba siya? Ang kanyang ina at ama nga iyon. Sina Martin at Laurel. Mga anghel, na dumating upang salubungin siya. Umiling siya. Hindi puwedeng sila iyon. Hindi puwedeng sila iyon. Panaginip niya lang sila—sila ang nagdadala ng isang sanggol na kapatid na lalaki pauwi. Ngayon nandito na sila, kasama niya sa silo. Kasing-linaw ng araw—pero natutulog pa ba siya? Nanaginip?

"E-Z," sabi ng kanyang ina. "Ang taong ito, ang kaibigan mong si Alfred, ay patay na. Kailangan mo siyang pakawalan at ituloy ang iyong gawain. Kailangan mong tapusin ang mga pagsubok at tumatakbo na ang oras. Wala ka nang oras."

Sabi ng ama ni E-Z na si Martin, "Ito lang ang paraan para magkasama tayong muli."

"Pero sinungaling sila sa kanya," sabi ni E-Z. "Sinabi nila sa kanya na makakasama niya ang pamilya niya. Hindi niya maaaring makasama ang pamilya niya ngayon, hindi sa ganitong paraan. Paano kong malalaman na hindi nila ako sinisungalingan, tungkol sa pagsama sa iyo? Paano kong malalaman na hindi ka isang manipulasyon ni Eriel para mapasunod ako sa gusto niya?"

"Sino si Eriel?" tanong ng kanyang ina.

"Hindi namin kilala si Eriel," sabi ng kanyang ama.

Walang katuturan ito. Dito nakatira si Eriel. Hindi mahalaga kung kilala nila siya o hindi, siya ang may pananagutan kung bakit sila naroon. Alam niya kung paano himukin ang damdamin ni E-Z. Alam niya kung paano siya pilitin na gawin ang gusto niya.

Ano nga ba talaga ang gusto niya? At bakit niya ginagamit ang kanyang mga magulang para makuha ito? Walang hiya. Sa ere sa itaas niya, nakalutang ang kanyang mga magulang, pinapatay-sindi ang kanilang mga ngiti na parang mga puppet. Doon niya lubos na nalaman na ang dalawang multo, o kung ano man sila, ay hindi nga pala talaga ang kanyang mga magulang. Mga bunga lamang ng kanyang imahinasyon, o marahil ni Eriel.

Ang hindi niya maintindihan ay kung bakit. Bakit siya pinamamanipula nang ganoon kalupit at walang hiya?

"Gising ka, E-Z!"

Nasa kama na siya muli. Nasa bahay niya.

Lumihis siya at muling nakatulog...at napunta na naman sa silo.

KABANATA 25

TATLONG BAGAY NA PARANG silo ang lumutang-lutang sa silid na para bang naglalaro ng Sundan ang Pinuno.

Hindi sila mga silo. Mga tunay na walang hanggang pahingahan ang mga ito na tinatawag na Mga Tagahuli ng Kaluluwa.

Sa tuwing may namamatay na buhay na nilalang, basta ang katawang tinirahan nito ay ipinanganak na may kaluluwa, ay mabubuhay muli balang araw. Marami ang mga Mga Tagahuli ng Kaluluwa, napakarami para mabilang. Ang kanilang bilang ay higit na malaki kaysa sa kayang maunawaan ng ating mga tao. Higit pa sa googolplex, na siyang pinakamalaking kilalang numero.

Nang dumating si E-Z, tulad ng dati, inilagay siya sa naghihintay niyang tagahuli ng kaluluwa.

Sumunod na dumating si Alfred; dahil patay na siya, inilagay ang kanyang katawan sa kanyang tagahuli ng kaluluwa.

Si Lia ang huling dumating; dahil natutulog pa siya, inilagay siya sa kanyang tagahuli ng kaluluwa.

Hindi nagtagal, nagsimulang makaramdam si E-Z ng klaustrofobiya.

"Gusto mo bang uminom?" tanong ng boses sa pader.

"Hindi, salamat," sabi niya, habang pinipitik-pitik ang mga daliri sa sandalan ng wheelchair niya, nang may anghel na lumitaw. Isang bagong anghel, isa na hindi pa niya nakita dati.

Ang anghel na ito ay isang babae. Naka-suot siya ng mahabang itim na bestida at sumbrerong pang-kumagaw – na para bang siya ay nakikilahok sa isang seremonya ng pagtatapos. Sa kanyang mukhang seryoso, may suot na salamin. Katulad ng suot ni Marilyn Monroe sa poster sa Café. Ang pinagkaiba ay ang mga frame nito ay kumikibot ng pulang likido na kahawig ng dugo.

"E-Z," sabi niya, sa isang boses na nanginginig at malakas. Nangalingo-lingo ang kanyang boses. "Maligayang pagbabalik sa iyong Mga Tagahuli ng Kaluluwa."

"Mga Tagahuli ng Kaluluwa?" wika niya. "'Yan ba ang tawag sa bagay na ito? Para sa akin, mas mukhang silo ito. Kaya, ano nga ba ang Mga Tagahuli ng Kaluluwa?"

"Ito ay isang walang hanggang pahingahan para sa mga kaluluwa," sagot niya, na para bang naitanong na sa kanya ang parehong tanong nang isang milyong beses.

"Pero hindi ba iyon para sa mga patay? Hindi pa ako patay." Talagang umaasa siyang hindi pa siya patay!"Sandali!" sigaw niya.

Muli, yumanig ang mga pader nang magsalita siya. At nanginig din ang mga ngipin niya. Sa sobrang iyon, mas gusto pa niyang nasa labas na lang sa niyebe kaysa pakinggan siyang magsalita ulit.

"Hindi ko sinabing oras na ito para sa tanong at sagot. Sa nakikita ko, matagumpay mong nakumpleto ang karamihan sa iyong mga pagsubok. Bagaman tinulungan ka ni Alfred sa ikalawang pagsubok. Tulad ng alam mo, hindi pinapayagan ang hindi awtorisadong tulong."

Binuksan ni E-Z ang kanyang bibig para ipagtanggol si Alfred, ngunit pinikit na lang niya ito muli. Ayaw niyang isugal na pasigawan siya ulit nito. Talagang gusto niyang pasiglahin nila ang apoy doon. Pero sa totoo lang, lugar iyon para sa mga kaluluwa. Marahil mas gusto ng mga kaluluwa ang malamig na imbakan.

TICK-TOCK.

May nakalupong na kumot sa kanyang mga balikat.

"Salamat. Tama ka, kapag namatay ka, magpapahinga rito ang kaluluwa mo. O sana'y nagpahinga rito, kung pinabayaan ka naming mamatay. Pero pinanatili ka naming buhay. May mabuting dahilan kami para gawin iyon. Nagbago na ang mga bagay-bagay, gayunpaman. Hindi ito naging mabisa. Kaya naman, nais naming bawiin ang orihinal nating kasunduan."

"Ano'ng ibig mong sabihin, bawiin?" E-Z sumigaw. "Ang kapal mo naman! Sinusubukan mong ikansela ang isang kasunduan, ano ba 'to dahil lang bata ako? May mga batas laban sa child labour. Bukod pa rito, ginawa ko na lahat ng inatasan ninyo sa akin. Oo, kinailangan kong matutunan lahat nang padalos-dalos. Pero sa hirap at ginhawa, nagawa ko. Tinupad ko ang bahagi ko sa kasunduan, at dapat tuparin mo rin ang sa inyo!"

"Ah oo, ginawa mo naman ang inatasan sa iyo. Iyan nga ang problema – kulang ka sa inisyatiba."

"Kulang sa inisyatiba!" sigaw ni E-Z habang pinagpapalo niya ang mga kamao niya sa sandalan ng wheelchair niya. "Ang kasunduan ay magpapadala ka sa akin ng mga pagsubok at hahanapin ko kung paano ko sila malalampasan. Nakasalba ako ng buhay. Hindi mo puwedeng baguhin ang mga patakaran sa kalagitnaan ng laro."

"Tama, iyon ang orihinal na kasunduan. Pero nagkamali sina Hadz at Reiki – nakalimutan nilang burahin ang mga isipan – at kinailangan pang makialam si Eriel."

"Nagpadala siya sa akin ng mga pagsubok, tinapos ko naman. Tinalo ko pa nga siya sa isang duwelo."

"Oo, ginawa mo nga. Hiniling ko sa kanya na suriin ang ugnayan ninyo ni Uncle Sam."

"Para suriin kami?"

"Oo. Hindi dapat LUMIKHA ng mga pagsubok ang isang arkanghel para sa isang anghel na nagsasanay. Dahil sa, sabihin nating, kakulangan mo sa inisyatiba, kinailangan pang mas makialam si Eriel kaysa sa nararapat."

"Sandali lang! Ibig sabihin, sinasabi mong dapat ay lumabas ako at hanapin ang sarili kong mga pagsubok? Bakit walang nagsabi sa akin tungkol sa mga hinihinging ito?"

"Inaasahan naming malalaman mo ito sa sarili mo. May mga pahiwatig. Mga pahiwatig tungkol sa kabuuang larawan. Mga pagkakatulad. Inaasahan naming kung may iba kang kausap tungkol sa mga pagsubok. Ang mga pagsubok na natapos mo na. Na tututok ka sa problema. Makabuo ng parehong konklusyon. Tumulong ka sa amin. Baka pati pagtagumpayan ito – nang hindi namin kailangang isa-isang ipakain sa'yo. Binigyan ka namin ng bawat pagkakataon, pero hindi mo ginawa. Kaya, may ibang daraanan kami."

"Mga pagkakatulad? Baka alam ko na kung ano ang ibig mong sabihin."

"Kung malalaman mo ito at pipiliin mo ang opsyon na Superhero... Gagana iyon. Basta't malinaw na malinaw ang lahat. Nasa'yo ang buong larawan. Alam mo ang mga panganib."

"Kaya, magiging magkakasama pa rin ba tayo? Bakit hindi mo diretsuhin? Gawing madali para sa akin?"

"Noong nakaraan, kahit na binigyan ng kapangyarihan ang mga kasama mo, na wala sa'yo – hindi mo sila ginamit. Sa halip, kayong tatlo ay nakaupo lang – nag-aaksaya ng oras – naghihintay na lang na may mangyari. Hindi mo ba naisip na kakaiba nang lumitaw si Eriel sa amusement park? Itinaas niya ang profile ng Tatlo. Hindi iyon trabaho ng isang arkanghel. Trabaho mo iyon."

Umiling siya. "Hindi ako sigurado ng isang daang porsyento na si Eriel iyon, hanggang sa ipakilala niya ang sarili sa huli. Bago noon, nagduda na ako. Sino pa ang magbibihis na parang Abraham Lincoln?

"Bukod pa rito, inakala kong walang sinuman ang dapat makakaalam. Hanggang sa puntong iyon, inakala kong lihim ang mga pagsubok. Natakot akong labagin ang kasunduan natin. Sinabi ni Ophaniel na kung sasabihin ko sa kahit sino, mawawalan ako ng pagkakataong makita muli ang aking mga magulang. Sinunod ko ang mga patakarang itinakda para sa akin. Sa tingin ko hindi mo nauunawaan ang konsepto ng patas na laro."

"Hindi ito laro. Magagawa ng mga Arkanghel ang kahit ano ang gusto nating gawin!" sigaw niya, habang lumalapit sa kinauupuan ni E-Z. Itinulak niya pasulong ang kanyang baba. "Napagpasyahan naming mas bagay ka sa larong

Superhero kaysa sa larong Anghel. Noon ka rin tinulungan sa departamento ng PR. Para hikayatin kang humanap ng sarili mong mga tao na tutulong. Alam ng Diyos na punô ang mundo ng mga iyon. Ano nga ba ang tawag ni Shakespeare sa kanila, yung mga umiiyak at sumusuka sa bisig ng kanilang yaya."

"Hindi pa ako nakabasa ng sinulat ni Shakespeare, pero kamag-anak ako ni Charles Dickens. Hindi naman iyon mahalaga. Pero, sige, gusto mong magpatuloy ako, bilang isang Superhero kasama si Alfred, kung mabubuhay siya, at si Lia sa tabi ko. Madali lang tayong makakakuha ng maraming suporta at publisidad mula sa media. Tapat pa rin ako sa'yo. Kung bibigyan mo kami ng malayang pamamahala, aba, walang makakapigil sa amin. Marami kaming kakilalang mga bata sa paaralan at sa industriya ng palakasan. Puwede kaming magtayo ng Superhero mainit na linya, at ng website. Puwede naming gamitin ang social media para kumonekta sa mga tao mula sa buong mundo. Magpapalinya ang mga tao para tulungan namin sila. Magiging isang ganap na bagong laro ito."

"Ah, sa wakas ay nagsalita rin siya tungkol sa inisyatiba... pero mahal kong binata, huli na ang lahat. Tulad ng sinabi ko na, gusto na naming makalaya sa obligasyong mayroon kami sa iyo. Hindi ka na nakatali sa amin. Wala ka nang utang na bayaran."

"Pero..."

"Napatunayan ninyong tatlo na para sa sarili ninyo lang ang lahat ng ito. Nang unang iminungkahi ng mga anghel na makakatulong ka sa amin, na kakatawanin mo kami dito sa lupa – may plano kami. Ganoon din kay Alfred. Pagkatapos, dumating si Lia. Mula noon, nagkaroon kami ng kaunting tagumpay sa inyong dalawa. Inisama namin siya sa trio... pero ngayon, hindi na kayo kailangan."

"Nagsasalba kami ng mga tao, tumutulong kami sa mga tao."

"Huwag mo akong lokohin. Kung inalok kita ng pagkakataong makasama ang iyong mga magulang ngayon, dito, at sa sandaling ito. Isusuko mo na lang. Umalis ka nang walang pakialam o iniisip para sa mga buhay na maaaring nailigtas mo kung nagpatuloy ang mga pagsubok. Ganoon din kay Alfred, inaasahan ko – kung makaligtas siya. Nandoon na siya sa parang ng mga daisy kasama ang pamilya niya nang walang kurap ng mata. At pagdating sa mata, kung nakita muli ni Lia – aalis din siya. Matapos naming pag-isipan nang mabuti, napagtanto namin na wala sa inyo ang nakatuon sa kahit ano maliban sa inyong sarili, kaya naman, lumipat na kami sa Planong B."

"Sandali. Hayaan mong ipaliwanag ko muna ang 'trabaho.'" Nag-google siya at natuwa nang makita na may apat siyang bar.

"Ayon sa isang online na diksyunaryo: ang magsagawa ng trabaho o gampanan ang mga tungkulin nang regular kapalit ng sahod o suweldo. Nagtrabaho ako para sa inyo, nang walang bayad. Maliban sa pangako ng kabayaran. Mayroon kaming kasunduang pasalita. Hindi ko alam ang mga detalye ng kasunduan ni Alfred, o ni Lia, pero sigurado akong nag-alok ang kanilang mga anghel ng katulad na insentibo. Tinupad ko ang bahagi ko sa kasunduan, at dapat tuparin mo rin ang sa iyo. Labing-tatlo ako, at," nag-google siya. "Oo, gaya ng inaasahan ko, ayon sa US

Department of Labour, labing-apat ang pinakamababang edad sa pagtatrabaho."

Tumawa siya at inayos muli ang kanyang salamin. Napansin niya na may dugo ang mga kamay nito. Pinunasan niya ang mga ito sa kanyang itim na kasuotan. "Ang mga unang batas ay hindi naaangkop sa mga anghel o arkanghel. Naive ka para isipin na ganoon nga." Tumigil siya. "Handa kaming mag-alok sa iyo ng dalawang pagpipilian. Unang pagpipilian: Mananatili ka rito sa iyong Mga Tagahuli ng Kaluluwa habang-buhay."

"Ano?"

Nanginig ang mismong pundasyon ng kanyang Mga Tagahuli ng Kaluluwa. Nakakadiri sa kanya ang ideya na buhay siyang maihuhukay sa loob ng metal na lalagyan na ito.

"Ang buhay na iyong mamumuhay, sa iyong mga araw na may hininga, ay gugugulin ayon sa ipinangako ng mga hangal na arkanghel na iyon. Kasama ang iyong mga magulang. Ibig sabihin, babalikan mo ang buhay mo kasama ang iyong mga magulang mula sa araw na ipinanganak ka hanggang sa eksaktong sandali nang magwakas ang kanilang mga buhay. Hindi ka kailanman magiging nasa wheelchair, at hindi sila kailanman mamamatay." Tumigil siya. "Ngayon, maaari ka nang magsalita."

"Ibig mong sabihin uulitin ko ang buhay ko kasama ang mga magulang ko, araw-araw na magkasama kami, sa buong kawalang-hanggan, paulit-ulit?"

"Oo."

"Ano ang ikalawang opsyon?"

"Hindi mo ba mahuhulaan?" tanong niya na may ngiting nakalabas ang mga ngipin.

Hindi siya mapagtapat sa ngiti nito kaya napilitan siyang lumingon.

Nag-antay siya.

"Ang ikalawang opsyon ay ibabalik ka para mabuhay kasama ang Tiyo Sam mo." Nag-atubili siya, lumapit nang dahan-dahan kay E-Z. Nangangat na siya, at lalo pa siyang pinapalamigan ng bawat pag-uga ng pakpak nito. Binalot niya ang sarili sa kumot. Nagpatuloy siya. "Tulad ng maaaring nahulaan mo na, hindi ka muling makakasama ng iyong mga magulang sa alinmang opsyon. Babawiin natin ang nakaraan. Para kang nabubuhay sa isang dula o palabas sa telebisyon."

"Ano! Hindi iyan ang inayosan ko!" sigaw ni E-Z. "Sinasabi mong nagsinungaling sa akin sina Hadz. Reiki, Eriel at Ophaniel?"

"Matinding salita ang nagsinungaling, pero oo. Tingnan mo ang paligid mo. Ang mga kaluluwa ay inilalagay sa magkakahiwalay na kompartimento. May kompartimento na inihanda nang maaga para sa bawat kaluluwa."

"Ibig mong sabihin, ang mga magulang ko ay nasa kanya-kanya sa mga ito?"

"Oo, ang mga kaluluwa nila."

"At ano ang nangyayari sa kanila pagkatapos?"

"Bakit, lumulutang-lutang sila sa kalangitan."

"Malungkot iyon. Akala ko palagi na magkakasama ang mga magulang ko, kahit saan man. Alam kong iyon lang ang nagbigay ng kaunting ginhawa kay Alfred. Na magkasama ang kanyang asawa at mga anak sa isang lugar. Walang gustong isipin na ang kanilang mahal sa buhay ay mamamatay nang mag-isa. Lalo na ang magpalipas ng walang hanggan sa loob ng isang metal na lalagyan na palutang-lutang mula sa isang lugar papunta sa iba."

"Pagiging sentimental ng tao. Ang mga kaluluwa ay umiiral lamang. Hindi sila nabubuhay at humihinga, ni kumakain, o nakararamdam ng sobrang init o sobrang lamig. Hindi maintindihan ng mga tao ang konsepto. Tumawa siya nang may paghamak. Hindi ko sinasadyang insultohin ang inyong lahi. Pero kapag namatay ang isang katawan, ang natitira, ang kaluluwa, ay isang mahirap na konsepto para maunawaan ng inyong isipan. Masyadong maliit ang utak ng tao para maunawaan ang mga komplikasyon ng sansinukob. Kaya nga nilikha ang mga doktrinang pangrelihiyon. Nakasulat sa simpleng wika. Madaling ituro at sundin nang walang anumang patunay."

"Dahil mas pinahahalagahan ang mga kaluluwa kaysa sa mga tao na tulad ko, paano ko mabubuhay ang natitirang bahagi ng buhay ko sa isa sa mga lalagyan na ito?"

"Nagawa na namin ang mga pagsasaayos, tulad ng ngayon at dati. Wala kang naging problema sa pag-iral dito nang dinala ka namin, hindi ba?"

"Maliban sa klaustrofobia," sabi niya. "At sa mga pagkakataong kailangan nilang pakalmahin ako gamit yung lavender spray."

"Ah, oo. Ang pagbalik ng claustrophobia ay siyempre nakadepende sa pipiliin mong opsyon. Kung pipiliin mo ang Opsyon numero uno, susuportahan ka ng kapaligiran sa lahat ng paraan hanggang sa maging handa ang kaluluwa mo. Pagkatapos, maaaring itapon na ang lupaing anyo mo. Nakaka-adjust ang mga tao, at masasanay ka rin. Bukod pa rito, kasama mo ang mga magulang mo, babalikan ninyo ang mga alaala. Makakapagpalipas ito ng oras. Ngayon, sabihin mo na ang pipiliin mo!"

"Sandali, paano naman ang mga pakpak ko, at ang mga pakpak ng upuan ko? Ano ang mangyayari sa mga iyon?" Nag-atubili siya, "Paano naman ang mga kapangyarihan nina Alfred at Lia? Kung pipiliin namin ang unang opsyon, babalik ba kami sa dati naming kalagayan? Ibig kong sabihin, bago kayo at ang iba pang mga arkanghel ay naging bahagi ng buhay namin?"

"Siyempre, hindi namin kakalasin ang mga pakpak mo, mahal kong bata, o aalisin ang anumang kapangyarihang ipinagkaloob na sa inyo. Mga arkanghel kami, hindi mga sadista."

"Mabuti't nalaman ko, kaya, maaari pa rin kaming maging mga Superhero."

"Maaari kayo, pero kailangan ninyong bumuo ng sarili ninyong publisidad – dahil kapag wala na kami – wala na talaga kami."

"Mangyaring manatili kayong nakaupo," sabi ng tinig mula sa pader, kahit na wala namang ibang pagpipilian si E-Z sa bagay na iyon.

Walang sinabi ang arkanghel. Sa halip, inaliw niya ang sarili sa paglilinis ng kanyang salamin at pagkatapos ay muling isinusuot ito.

"Isa pa," tanong ni E-Z, "tungkol kay Alfred."

"Sige, bilisan mo na. Isa pang konsepto na hindi maintindihan ng mga tao, ay ang oras ay umiiral sa buong sansinukob. May iba pa akong pupuntahan at ibang arkanghel na kausapin."

"Sige, sisimulan ko na. Si Alfred ay nasa ibang katawan ng tao ngayon. Kung nananatili ang kaluluwa sa katawan, ibig bang sabihin may dalawang kaluluwa doon? Naghihintay ba ang tagahuli ng kaluluwa para sa dalawang kaluluwa?"

Tumalikod sa kanya ang anghel. Nag-clear siya ng lalamunan bago nagsalita, "Ako, kami, ay umaasa na hindi mo itatanong ang tanong na iyon. Mas matalino ka kaysa sa inaasahan namin." Pinikit niya ang kanyang mga mata, tumango, "Mhmmm." Nanatiling nakapikit ang kanyang mga mata. Tiningnan ni E-Z kung may suot siyang earplugs dahil tila nakikinig siya sa isang tao. O baka iniisip niya lang iyon. Tumango siya. "Sang-ayon," sabi niya.

"May iba pa bang tao rito kasama natin?" tanong niya.

Isang bagong tinig ang rumagasa mula sa kanyang paligid. Bakit ba lahat ng arkanghel ay ganoon kalakas ang boses?

"Ako si Raziel, ang Tagapangalaga ng mga Lihim. E-Z Dickens, dapat mong pakinggan ang aking mga salita. Sapagkat kapag nasabi na ang mga ito, hindi mo na aalalahanin ang mga iyon. O na nandito ako. Ang mga Tagahuli ng Kaluluwa at ang kanilang mga layunin ay hindi ang iyong usapin. Lumampas ka na sa hangganan mo, at hindi namin ito papayagan! Mabait naming binigyan ka ng dalawang pagpipilian. Magpasya KA NA, o ang aking maalam na kaibigan ang magpapasya para sa iyo."

Nagsimulang magsalita si E-Z, ngunit biglang nanlabo ang isip niya. Tungkol saan nga ba sila nag-uusap?

Muling pinikit ng arkanghel ang kanyang mga mata, binigkas nang walang tunog ang mga salitang, "Salamat," at hindi na muling nagsalita ang tinig ni Raziel.

***

PARA BANG BUMALIK ANG oras. "Inaasahan mong magdedesisyon ako agad-agad, nang hindi mo ako binigyan ng oras para pag-isipan ito? Nang hindi ako nakausap ang Tiyo Sam ko o ang mga kaibigan ko? Pag nabanggit nga pala, si Alfred naman, sinabihan siyang makakasama muli ang pamilya niya? At si Lia, sinabihan siyang makakabalik ang paningin niya."

"Dahil wala na si Alfred, ang iyong desisyon—kung mabubuhay siya sa lupa o hindi—ay magiging desisyon niya. Ang kanyang unang pagpipilian ay pareho sa sa iyo. Gusto kaya niyang muling maranasan ang buhay kasama ang kanyang pamilya nang paulit-ulit? Dahil wala na siya, maaaring nagkakaroon na siya ng magagandang panaginip tungkol sa kanila. Ngunit, hindi mo alam kung anong mga biro ang maaaring gawin ng isip. Maaaring siya ay nasa paulit-ulit na bangungot at ikaw lamang ang makakapagligtas sa kanya at sa kanyang pamilya sa pamamagitan ng paggawa ng tamang desisyon para sa kanya."

"Ibig mong sabihin hindi na siya makakalabas rito? Sigurado ba?"

"Hindi ko iyon masasabi. Ang alam ko lang, hindi pa handa ang tagahuli ng kaluluwa na kunin ang kanyang kaluluwa...sa ngayon."

"At si Lia?"

"Wala na ang kanyang paningin sa buhay na ito, katulad ng mga paa mo. Maaari niyang muling maranasan ang kanyang mga araw na may paningin, pero maaaring mas gusto niyang ikaw na rin ang pumili para sa kanya. Pagkatapos ng lahat, hindi siya nagkaroon ng oras na lumaki at maghinog tulad ng isang normal na bata. Nawalan na siya ng tatlong taon ng kanyang buhay at sa pangyayaring ito ng pagtanda, hindi kami sigurado kung isang beses lang ito, o kung mangyayari ulit."

"Ibig mong sabihin, hindi mo rin alam kung ano ang mangyayari sa kanya?"

"Hindi. Bukod pa rito, natutulog pa siya."

"Hindi ko ito kayang ipasyang mag-isa para sa ating tatlo na may limitadong oras. Malaking desisyon ito at kailangan ko ng oras."

"Kung ganoon, bibigyan kita." May lumitaw na orasan, na nagbibilang pababa mula sa animnapung minuto. "Nagsisimula na ang oras mo ngayon. Ibigay mo sa akin ang sagot mo bago ito umabot sa zero. Kung hindi, ang lahat ng napag-usapan natin ay mawawalan ng bisa. At makikita ninyong nasa hotel na naman kayo kasama ang bangkay ng kaibigan ninyo." Tumapik ang kanyang mga pakpak at lalo siyang tumaas nang tumaas.

"Sandali, bago ka umalis," sigaw niya.

"Ano na naman?"

"May iba pa bang tulad nating mga bata?"

"Naging maganda ang pagkikilala ko sa inyo," sabi niya.

"Hindi naman talaga ganoon ang nararamdaman ko," tugon niya.

KABANATA 26

MGA TAGAHULI NG KALULUWA

Habang tumatagal ang mga minuto, inulit-ulit ni E-Z sa isip ang lahat ng kakasabi lang sa kanya. Sana ay mas maluwang ang silo para mas makagalaw siya. At least komportable siyang nakaupo sa kanyang wheelchair. Para silang dynamic duo.

"Gusto ka bang kumain?" tanong ng boses mula sa pader.

"Oo naman," sagot niya. "Isang mansanas, ilang popcorn – masarap siguro yung lasang keso, at isang bote ng tubig."

"Sandali lang," ang sabi ng boses, habang isang metal na mesa ang sumulpot sa isang siwang sa pader na hindi niya napansin dati. Tumigil ito sa harap niya. Mula sa siwang ay lumabas ang isang kawit, na may dalang bote ng tubig. Sinundan ito ng pangalawang kawit na may dalang baso. Sumunod ang pangatlong kawit na may dalang mansanas. Bago ito inilapag, pinunasan ito ng tuwalya ng kawit. Pagkatapos ay lumabas ang ikaapat na kawit, na may dalang mangkok ng popcorn.

"Salamat," sabi niya nang kumaway ang apat na kumakawit na kawit at muling nawala sa pader.

"Walang anuman."

"Uh, puwede mo bang ipaabot sa akin ang computer ko? Nasira ito sa sunog. Gusto ko sana makagawa ng listahan ng mga bagay para makagawa ako ng desisyon."

"Walang problema. Sandali lang."

Habang tinatapos niya ang mansanas at iniisip ang popcorn, mula sa isa pang siwang sa kabilang pader ay lumitaw ang laptop niya. Itinaas ng kawit ito, hinihintay na ilipat ni E-Z ang iba pang mga bagay para may puwesto ito. Nang hindi niya ito ginawa, lumitaw ang mga kawit mula sa kabilang panig. Kinuha ng isa ang buto ng mansanas at naglaho muli sa loob ng pader. Isa pa ang nagbuhos ng natirang tubig sa baso. Pagkatapos ay kinuha ang walang laman na bote pabalik sa lagusan sa pader. Dahil gusto niyang itago ang popcorn at ang baso ng tubig, inalis niya ang mga ito sa mesa. Inibaba ng kawit ang kanyang laptop, pagkatapos ay bumalik ito sa lagusan nito sa pader.

Naisip ni E-Z na astig na aksesorya ang mga kawit. Madali niya itong maipagbibili sa isang malaking Swedish chain.

Ngayon na wala na lahat ang mga kawit, itinaas niya ang takip ng laptop niya at binuksan ito. Una, tiningnan niya ang file niya sa anghel ng tatu, nandiyan pa rin ang lahat! Sobrang tuwa niya; umiyak sana siya kung hindi lang tumatakbo ang orasan.

"Maraming salamat," sabi niya, habang sinasiksik sa bibig niya ang isang dakot na keso-kesong popcorn.

At saka siya nagsimulang mag-type. Nagpasya siyang siya ang pangatlo sa kanyang mga iniisip. Una, isulat ang mga kalamangan at kahinaan ni Alfred. Agad niyang naisip na hindi magiging problema kay Alfred ang paulit-ulit na pagbabalik sa kanyang nakaraan kasama ang kanyang pamilya. Agad sana niyang pinili ang opsyong iyon.

Gayunpaman, pakiramdam ni E-Z na hindi iyon ang opsyon na nais ng kanyang pamilya na piliin niya. Dahil uulitin lang niya ang nangyari na, hindi siya uusad. Sa buhay, dapat kang sumulong. Magpatuloy sa pagkatuto at paglaki. Habang mas iniisip niya ito, mas napagtanto niyang para itong binge-watching ng kuwento ng buhay mo. Isipin mong ang buhay mo ay 24/7 na paulit-ulit. Hindi mo alam kung kailan ito matatapos. O kung matatapos ba talaga ito. Maaari itong maging ibang uri ng impiyerno. Isa na ay ayaw niyang isipin pa. Maliban na lang kung tiyak niyang mananatiling nasa koma si Alfred. Na binanggit ng arkanghel. Kung ganoon, para sa kanya, ang paggawa ng desisyon ay makakaiwas sa anumang masamang panaginip o bangungot. Nasa piling ng pamilya niya si Alfred, magpakailanman. Kahit hindi ito ang tunay...baka sapat na ito. Pipiliin kaya niya ito?

Tiningnan niya ang oras, limampung minuto na lang ang natitira. Nagsimula niyang isipin ang kaso ni Lia. Naputol ang kanyang pangarap na maging isang sikat na ballerina. Gusto pa kaya niyang balikan ang kanyang pagkabata, samantalang alam niyang hindi matutupad ang pangarap na iyon? Para sa kanya, sulit na subukan ang hinaharap. Ang mga mata sa palad niya ang nagpapatingkad sa kanya, ginagawang kakaiba... at siya ay kaakit-akit. Maaaring siya pa nga ang pinakabagong bersyon ng isang wonder woman, kung magagawa niyang kontrolin ang lahat ng kapangyarihan.

"E-Z?" sabi ni Lia. "Naririnig kitang nag-iisip, pero nasaan ka?"

Ay naku! Gising na siya ngayon, kailangan niyang ipaliwanag lahat sa kanya, at aabutin iyon ng oras at nauubos na ang oras. Kailangan niyang gawin ito nang mabilis. "Makinig ka Lia," sinimulan niya, "may mahabang kuwento akong ikukwento sa'yo, pakiusap huwag mo akong pigilin hanggang hindi pa tapos ang kuwento. Uubos na tayo ng oras." Ipinaliwanag niya ang lahat, tumagal ito ng sampung minuto. Sampung minuto na naman ang lumipas. Apatnapung minuto na lang ang natitira.

"Sige, E-Z, pag-isipan mo ang tungkol sa'yo, at pag-iisipan ko naman ang tungkol sa akin. Maglaan tayo ng limang minuto, pagkatapos mag-uusap tayo ulit. Nagsisimula na ang oras ngayon."

"Magandang plano."

Limang minuto ang lumipas at ipinakita ng orasan na tatlumpu't limang minuto na lang ang natitira. Tinanong ni E-Z si Lia kung nakapagdesisyon na siya.

"Napagpasyahan ko na," sabi niya. "Ikaw naman?"

"Ako rin," sabi niya. "Ikaw muna, sa loob ng limang minuto o mas maiksi pa kung kaya mo."

"Madali lang ang desisyon para sa akin, E-Z. Ayokong manatili rito at gawing buhay ang sarili ko rito. Kapag dinala ako rito ng Mga Tagahuli ng Kaluluwa pag namatay na ako. Ayos lang iyon. Pero ayaw kong sapilitan na ikulong sa puwang na ito. Lalo na't pwede naman akong nasa labas, nararamdaman ang init ng araw, nakikinig sa mga ibon, at ang hangin sa aking buhok. Hindi pa kasama ang paggugol ng oras kasama ang nanay ko at si Tiyo Sam, at sana pati ikaw. Masyadong maikli ang buhay para aksayahin at karamihan ng oras, gusto ko ang mga bagong mata ko." Tumawa siya.

"Sang-ayon ako at kung ako ikaw, ganoon din ang gagawin ko."

"Salamat, E-Z. Anong oras na ngayon?"

"Dalawampu't limang minuto pa," pinagtibay niya. "Ngayon, ito ang iniisip ko sa loob ng hindi hihigit sa limang minuto. Ayos lang sa akin dito, hindi naman ito gaanong naiiba sa pagiging nasa labas. Natutunan kong hindi katapusan ng mundo ang pagiging nasa wheelchair. Sa katunayan, nasanay na talaga ako rito. Nagagawa ko na ang mga dati kong ginagawa tulad ng paglalaro ng baseball, at hindi naman ako masyadong pangit sa laro. Grabe, nilalaro pa nga 'yan sa Paralympics. Hindi gusto ng mga magulang ko na aksayahin ko ang buhay ko sa pagbabalik-tanaw. Ganoon din si Uncle Sam. Hindi ako handang isuko ang lahat, dahil lang sa ilang hindi angkop na pangako ng mga hangal na arkanghel. Kaya, sang-ayon ako sa'yo. Tatakas tayo sa mga bagay na ito ng Mga Tagahuli ng Kaluluwa. Mabubuhay tayo hanggang sa tuluyan tayong mamatay. At saka na lang siya dumating at hulihin tayo. Pagkalipas ng ilang taon, sana'y nakapag-ambag na tayo sa sangkatauhan at nagkaroon ng mabuting buhay. Maaari nating hanapin ang iba pang katulad natin. Maaari tayong magtayo ng Superhero hotline at magtulungan sa buong mundo. Magagamit natin ang ating mga kapangyarihan para gawing mas mabuti ang mundo. Maaari nating lubos na mabuhay; lumikha ng mga nakaka-inspire na buhay na ipagmamalaki natin, at pati na rin ng ating mga pamilya."

"Buwaya!!" sigaw ni Lia. "Pero may iba pa bang tulad natin?"

"Tinanong ko ang anghel na nagpaliwanag ng lahat sa akin, pero hindi siya sumagot. Dahil doon, naiisip kong mayroon nga." Tinitigan niya ang orasan. "Dalawampu't isang minuto na lang ang natitira."

"Paano naman si Alfred? Magigising pa kaya siya?"

"Sabi ng anghel, hindi niya alam, ang tagahuli ng kaluluwa lang ang nakakaalam... pero sinabi niyang baka nagkakaroon siya ng bangungot. Kung may tsansa na nasa impyernong buhay siya, mas mabuti pang pakawalan na lang natin siya. Unang opsyon, ang paulit-ulit niyang pamumuhay kasama ang pamilya niya, iyon ba talaga ang para sa kanya?"

"Hindi ako pumapayag. Wala sa atin ang nakakaalam nang tiyak kung kailan tayo kukunin ng tagahuli ng kaluluwa. Ayaw ni Alfred na magpakalungkot dito dahil baka hanapin siya ng masamang panaginip. Lalo na kung may pagkakataon siyang makatulong o makapagbigay ng inspirasyon sa iba. Sama-sama tayong pumasok dito at dapat sama-sama din tayong lumabas. Sa tingin ko, ganoon talaga."

Labing-apat na minuto na lang at patuloy na tumatakbo ang oras.

Binalangkas niya ang suliranin ni Alfred sa kakaibang paraan. Tama ba siya? Iibigay nga ba si Alfred ang kanyang pamilya sa senaryong ito para sa isang hindi tiyak na hinaharap? Hindi ba tayong lahat ay nabubuhay sa isang mundong hindi pa nasusulat? Nagbabago ng direksyon, yumuyuko, at sumisisid. Nagbubukas ng mga bintana, nagsasara ng mga pinto. Hinahayaan ang ating mga damdamin na magtangkang iligaw tayo at pagkatapos ay bumalik muli. Lahat ito ay tungkol sa pamumuhay. Oo, tama si Lia. Tapos na ang usapan.

Walong minuto na lang ang natitira sa orasan.

"Sa tingin ko tama ka, Lia. Isang Diyos para sa lahat, at lahat para sa isa," sabi ni E-Z. "Sinabi sa akin ng arkanghel na kailangan kong sabihin ang mga salita bago maubos ang oras. Pagkatapos, magigising tayong lahat sa hotel... na para bang hindi kailanman nangyari itong interlude ng Mga Tagahuli ng Kaluluwa."

"Sa tingin mo ba maalala pa rin natin ang tungkol sa mga tagahuli ng kaluluwa? Mahalaga itong aral para sa atin mula sa karanasang ito. Kahit hindi pa natin ito pinag-usapan. Tandaan mong binubuwag nito ang lahat ng alam natin tungkol sa langit at sa buhay pagkatapos ng kamatayan."

Limang minuto na lang.

"Oo nga, pero pag-usapan muna natin ito sa kabilang buhay." Nanginig ang kanyang mga kamao habang bumababa ang orasan sa apat na minuto. "Nakapagdesisyon na kami!" sigaw niya. "Lakasan ninyo kaming tatlo palabas sa mga ito, sa mga Mga Tagahuli ng Kaluluwa na ito – NGAYON NA!"

Nagsimulang umuga ang mga pader ng silo ni E-Z. "Okay ka lang, Lia?" sigaw niya. Hindi siya sumagot. Ang lupa sa ilalim ng kanyang mga paa ay tila nanginginig at umuugong. Pagkatapos ay nagsimulang umikot, paharap muna, pagkatapos paikot, tapos muli paharap.

Nilukot ng sikad ang kanyang tiyan. Sinuka niya ang malatong popcorn at ang mga kagat ng pulang mansanas sa paligid.

Iyon lang ang mga souvenir na mayroon ang Mga Tagahuli ng Kaluluwa mula sa kanya. Sana ay sa napakahabang panahon.

SALAMAT!

Mga Mahal na Mambabasa,

Maraming salamat sa pagbabasa ng unang at ikalawang aklat ng E-Z Dickens Serye. Sana ay nagustuhan ninyo ang pagdagdag ng mga bagong tauhang ito at sabik kayong malaman kung ano ang susunod na mangyayari.

Ang susunod na dalawang aklat sa serye ay ilalalabas na sa lalong madaling panahon!Muli, maraming salamat sa aking mga beta reader, proofreader, at editor. Ang inyong mga payo at paghihikayat ang nagpanatili sa akin sa tamang landas para sa proyektong ito at palagi kong pinahahalagahan ang inyong mga mungkahi.

Maraming salamat din sa aking pamilya at mga kaibigan sa kanilang walang sawang pagsuporta.

At gaya ng dati, Maligayang Pagbabasa!

Cathy

TUNGKOL SA MAY-AKDA

Si Cathy McGough ay isang manunulat na taga-Canada na ang mga akda ay sumasaklaw sa panitikang pambata; kathang pangkabataan; kathang pampanitikan; sikolohikal na thriller; tula; maiikling kuwento; at di-kathang-isip. Nakatira at nagsusulat siya sa Ontario, Canada kasama ang kanyang pamilya.

MALAPIT NA!

KATHANG-ISIP

PANITIKANG PANGKABATAAN

E-Z DICKENS SUPERHERO AKLAT TATLU: ANG PULANG KWARTO

E-Z DICKENS SUPERHERO AKLAT APAT: SA YELO

NON-FICTION

103 Fundraising Ideas For Parent Volunteers With Schools and Teams (3RD PLACE BEST REFERENCE 2016 METAMORPH PUBLISHING)

www.ingramcontent.com/pod-product-compliance
Lightning Source LLC
LaVergne TN
LVHW040601061026
849523LV00001B/21
* 9 7 8 1 9 9 7 8 7 9 4 6 6 *